đừng bao giờ
đi ăn một mình

BIỂU GHI BIÊN MỤC TRƯỚC XUẤT BẢN DO THƯ VIỆN KHTH TP.HCM THỰC HIỆN

Ferrazzi, Keith
    Đừng bao giờ đi ăn một mình / Keith Ferrazzi; Tahl Raz, ng.d Trần Thị Ngân Tuyến. - Tái bản lần thứ 20. - T.P. Hồ Chí Minh : Trẻ, 2015.
    388 tr. ; 21cm.
    Nguyên bản : Never eat alone.
    1. Thành công trong kinh doanh. 2. Nhà doanh nghiệp - Ứng xử. 3. Kỹ năng sống. I. Raz, Tahl. II. Trần Thị Ngân Tuyến d. III. Ts. IV. Ts: Never eat alone.

650.1 – dc 22
F381

ISBN 978-604-1-01116-8
Đừng bao giờ đi ăn 1 mình

8 934974 099819

KEITH FERRAZZI
VÀ TAHL RAZ

Trần Thị Ngân Tuyến, dịch

đừng bao giờ
đi ăn một mình

VÀ NHỮNG BÍ MẬT DẪN ĐẾN THÀNH CÔNG,
THÔNG QUA XÂY DỰNG MỐI QUAN HỆ

never eat alone

(Tái bản lần thứ 20)

NHÀ XUẤT BẢN TRẺ

Tặng Cha và Mẹ

Mục lục

PHẦN 1

Xác định quan điểm

CHƯƠNG 1

Ghi danh thành viên câu lạc bộ

Điều duy nhất quan trọng trong thế giới này là mối quan hệ. Mọi vật tồn tại trong vũ trụ này bởi vì chúng có quan hệ với nhau. Không có điều gì tồn tại một cách độc lập. Chúng ta cũng thôi đừng giả bộ mình là những cá nhân có thể tồn tại một mình.

_MARGARET WHEATLEY

Sao tôi lại lạc vào chốn này?" Tôi vẫn thường tự hỏi mình như vậy trong những ngày đầu còn là một anh sinh viên năm nhất bỡ ngỡ tại trường Kinh doanh Harvard (HBS).

Tôi không hề có một chút kiến thức nền tảng nào về kế toán hay tài chính. Trong khi đó, chung quanh tôi là những gương mặt đăm chiêu đầy quyết đoán của những nam thanh nữ tú đã có bằng tốt nghiệp đại học về kinh doanh. Họ là những người đang săm soi từng con số, phân tích từng bảng tính trong những công ty hàng đầu tại Wall Street. Đa số họ đều xuất thân từ những gia đình giàu có, có truyền thống, có phả hệ, và có cả những con số La Mã theo sau tên mình. Dĩ nhiên, tôi đã hoàn toàn bị khớp.

Tôi tự hỏi làm thế nào một người như tôi, xuất thân từ một gia đình lao động, với một tấm bằng tốt nghiệp khoa học xã hội, cùng vài năm kinh nghiệm làm việc tại một công ty sản xuất kiểu truyền thống, có thể cạnh tranh với những tay cha truyền con nối đến từ McKinsey hay Goldman Sachs, những kẻ mà theo tôi thì đã biết tính toán dữ liệu kinh doanh từ khi còn nằm trong nôi?

Đó là nhờ một thời khắc quyết định trong sự nghiệp của tôi, trong cuộc đời tôi.

Tôi là một cậu bé nhà quê đến từ miền tây nam Pennsylvania, lớn lên trong một thành phố tỉnh lẻ cần mẫn sản xuất than và thép tên là Youngstown. Khu vực của chúng tôi còn nhà quê đến mức bạn không thể nhìn thấy một nóc nhà nào nếu đứng trong hàng hiên của nhà mình. Cha tôi làm việc tại nhà máy thép ở đây; cuối tuần ông làm thêm công việc xây dựng. Mẹ tôi nhận lau dọn nhà cửa cho các bác sĩ và luật sư ở một thành phố lân cận. Anh trai tôi tìm cách trốn khỏi đời sống tẻ nhạt tỉnh lẻ bằng cách gia nhập quân đội; chị tôi thì lấy chồng từ khi còn học trung học và sau đó dọn đi khi tôi còn rất nhỏ.

Tại HBS, tất cả những nỗi lo lắng trẻ thơ của tôi lại ùa về. Bạn thấy đó, mặc dù gia đình chúng tôi không dư dả gì, cha mẹ tôi vẫn quyết tâm mang đến cho tôi những cơ hội mà anh chị tôi (cùng mẹ khác cha) đã không được hưởng. Cha mẹ luôn thúc giục tôi và hy sinh tất cả mọi thứ để tôi có được nền học vấn mà chỉ những đứa trẻ thuộc các gia đình giàu có trong vùng được hưởng. Tôi vẫn còn nhớ rất rõ, ngày nào mẹ tôi cũng đến đón tôi tại trường tiểu học bằng chiếc Nova màu xanh xập xệ, trong khi bọn bạn bè tôi nhảy vào trong những chiếc limousine hay BMW. Tôi thường xuyên bị chúng trêu chọc về chiếc xe này, về những bộ quần áo vải nylon và đôi giày Docksider giả hiệu - bằng chứng hiển nhiên về vị trí xã hội của tôi lúc đó.

Những trải nghiệm này, theo một cách nào đó, tôi phải cảm ơn vì nó giúp tôi mạnh mẽ hơn và là động cơ buộc tôi phải thành công. Nó làm cho tôi nhận thức rõ lằn ranh giữa người giàu và người nghèo, người có và người không có. Nó khiến tôi tức giận vì mình nhà nghèo. Tôi cảm giác mình bị gạt ra ngoài lề cuộc sống. Nhưng nhìn từ một góc độ khác, những cảm giác này buộc tôi phải lao động cật lực hơn bất cứ ai xung quanh.

Tôi vẫn luôn tự nhắc nhở mình rằng chính sự cần mẫn đã giúp tôi vượt qua trở ngại và chen chân vào HBS. Nhưng ngoài ra tôi còn sở hữu một điều gì đó; nó khiến tôi khác biệt so với các bạn học, và vượt trội hơn họ. Có vẻ như tôi đã học hỏi được một điều gì đó rất lâu trước khi tôi đặt chân đến Cambridge, một điều mà ngay cả những người bạn học hiện nay của tôi vẫn chưa có.

Khi còn nhỏ, tôi làm thêm tại một câu lạc bộ chơi golf đồng quê tại thị trấn giàu có kế cận, phục vụ những ông chủ và con cái của họ. Nó đã khiến tôi phải suy nghĩ rất nhiều và thường xuyên về người thành công và người không thành công. Tôi đã quan sát được nhiều điều; chúng đã làm thay đổi cách nhìn của tôi về thế giới.

Trong thời gian lặn lội theo chân họ bên những lỗ golf, khi tôi cặm cụi khiêng những túi dụng cụ nặng nề, tôi quan sát những con người này giúp đỡ lẫn nhau, những con người đã vượt tới những đỉnh cao nghề nghiệp, cao đến mức cha mẹ tôi chưa hẳn đã có thể biết đến. Họ giúp nhau tìm việc, họ dành thời gian và tiền bạc để giúp những ý tưởng của nhau, họ đảm bảo con cái của nhau được giúp đỡ vào các trường học giỏi nhất, nhận được những suất thực tập phù hợp nhất, và dĩ nhiên là tìm được công việc tốt nhất.

Ngay trước mắt mình, tôi nhìn thấy rõ những bằng chứng thành công sẽ mang đến thành công, và trên thực tế, người giàu sẽ ngày càng giàu thêm. Một mạng lưới bạn bè và đồng nghiệp chính là cây gậy quan trọng nhất trong chiếc túi mà tôi đang mang giúp họ. Sự nghèo khổ, theo tôi nhận thấy, không chỉ là do thiếu nguồn lực tài chính, mà còn do chúng ta bị tách biệt khỏi những con người có thể giúp chúng ta phát huy hết khả năng của mình.

Tôi tin rằng cuộc sống, theo một cách nào đó, cũng giống như chơi golf, là một trò chơi, mà nếu ta biết luật chơi, biết cách vận dụng nó, ta sẽ chơi giỏi nhất và chiến thắng. Và quy luật tối cao trong cuộc sống chính là cá nhân nào có mối quan hệ với đúng người, đúng tình huống, biết cách sử dụng quyền năng của những mối quan hệ này, đều có thể trở thành thành viên của một "câu lạc bộ", cho dù anh ta có xuất thân là một kẻ nhặt bóng mà thôi.

Sự nhận thức này mang đến cho tôi nhiều suy nghĩ. Tôi nhận ra rằng, nếu muốn đạt được những mục tiêu cuộc đời, điều quan trọng không phải là bạn có thông minh, bạn có tài năng bẩm sinh, hay thậm chí, rất ý nghĩa đối với tôi, không phải là nơi bạn xuất thân hay điểm xuất phát của bạn. Dĩ nhiên những điều này có tầm quan trọng chứ, nhưng chúng sẽ không giúp bạn được nhiều nếu bạn không thấu hiểu rằng Bạn không thể thành công một mình. Thực tế là bạn không thể tiến đâu xa một mình.

May mắn thay, tôi luôn có một khao khát phải đạt được một điều gì đó cho bản thân (và, thành thật mà nói, tôi rất sợ nếu cuối cùng tôi không nhận được gì cả). Nếu không, có lẽ tôi cũng chỉ là kẻ ngoài cuộc, đứng nhìn như những người bạn nhặt banh khác trong câu lạc bộ.

Lần đầu tiên tôi được học hỏi về quyền năng của mối quan hệ là từ bà Pohland. Caryl Pohland lập gia đình với chủ một nhà máy khai thác gỗ rất lớn trong thị trấn tôi đang sinh sống. Họ có một con trai tên Brett, trạc tuổi tôi, và cũng là bạn của tôi. Họ đi lễ nhà thờ trong thị trấn của tôi. Vào lúc đó, có lẽ tôi cũng muốn mình được như Brett (một vận động viên khỏe mạnh, giàu có, và được nhiều cô gái theo đuổi).

Tại câu lạc bộ, tôi nhặt banh cho bà Pohland. Buồn cười thay, tôi là người duy nhất quan tâm đến việc giấu đi những điều thuốc cho bà ấy. Tôi lao động vất vả để giúp bà ấy thắng trong mọi cuộc thi tài. Tôi phải đi bộ khắp sân cỏ buổi sáng trước khi cuộc thi tài diễn ra để biết được những điểm khó được bố trí ở đâu. Tôi thử nghiệm để biết sức cản của cỏ. Bà Pohland nhờ vậy mà bắt đầu thu thập được thắng lợi liên tục. Tôi cố gắng làm tốt công việc đến mức bà không ngừng ca ngợi tôi với những người khác. Tôi nhanh chóng được các quý bà yêu cầu phục vụ.

Trong năm đầu tiên, tôi đã được nhận giải thưởng người phục vụ tốt nhất trong năm, cho phép tôi được nhặt banh cho Arnold Palmer khi ông có thời gian đến chơi tại sân golf trong thị trấn của mình. Arnold cũng bắt đầu với vai trò nhặt banh tại Câu lạc bộ Latrobe và sau đó thì sở hữu luôn câu lạc bộ này khi ông thành đạt. Tôi xem ông như thần tượng của mình. Ông là một bằng chứng sống cho thấy thành công trên sân golf, hay trong cuộc sống, không liên quan gì đến giai cấp. Điều cần thiết là cơ hội tiếp cận (và tài năng, ít nhất là trong trường hợp của ông). Có những người có cơ hội tiếp cận thông qua gia đình hay tiền bạc; một số khác nhờ vào chính những việc họ làm, như Arnold Palmer. Điểm nổi trội của tôi, đó chính là sự chủ động và động lực. Arnie là một dẫn chứng đầy khích lệ cho thấy quá khứ của bạn không nhất thiết phải tiếp diễn trong tương lai.

Bà Pohland giới thiệu tôi với tất cả mọi người tại câu lạc bộ mà bà nghĩ có thể giúp tôi, và nếu bà thấy tôi có dấu hiệu xao nhãng, chính bà là người cảnh cáo tôi trước. Tôi giúp bà ấy trên sân golf, và để đáp lại những nỗ lực và sự chăm sóc tôi dành cho bà ấy, bà giúp tôi rất nhiều trong cuộc sống. Bà cho tôi một bài học đơn giản nhưng sâu sắc về sức mạnh của sự hào phóng. Khi bạn giúp người khác, họ sẽ giúp lại bạn. Hỗ trợ tương hỗ là một thuật ngữ nghe rất kêu mà người ta đặt ra để thể hiện nguyên tắc này. Tôi thích dùng từ "chăm sóc" hơn. Chúng ta quan tâm chăm sóc lẫn nhau, và vì vậy chúng ta tìm mọi cách để làm những điều tốt cho nhau.

Chính vì những ngày cơ cực này, cộng với bài học trên, tôi đã nhận ra khi chính thức bước vào học kỳ đầu tiên tại trường kinh doanh rằng những sinh viên tại Harvard với một thái độ siêu cạnh tranh, cá nhân hóa không hiểu gì về cuộc sống. Thật ra thành công trong bất cứ lĩnh vực nào, và đặc biệt là trong kinh doanh, đều dựa trên nền tảng làm việc cùng nhau, chứ không phải là làm việc chống lại nhau. Cho dù nhiều tiền bao nhiêu cũng không thể vượt qua được một sự thật không biến đổi: Kinh doanh là một tổ chức của con người, do con người chi phối và quyết định.

Và khi tôi bắt đầu vào học kỳ thứ hai, tôi đã bắt đầu tự đặt câu hỏi ngược lại: "Làm thế nào những con người này có thể leo lên đến nấc thang này?"

Tôi khám phá ra rằng nhiều bạn học của tôi thiếu chiến thuật và kỹ năng để nuôi dưỡng và xây dựng mối quan hệ. Tại Mỹ, và nhất là trong kinh doanh, chúng ta đã được dạy dỗ phải biết tôn thờ chủ nghĩa cá nhân kiểu John Wayne. Những người cố tình tìm cách nhờ cậy người khác giúp đỡ mình được gọi những cái tên xấu xí như ăn bám, đỉa đói, mượn đầu heo nấu cháo, đục nước béo cò.

Tuy nhiên, với kinh nghiệm của mình, tôi nhận thấy sự hiểu lầm còn rất phổ biến đối với những người tích cực xây dựng mối quan hệ cũng như bản chất của việc xây dựng mối quan hệ. Những gì tôi quan sát được trên sân golf – bạn bè giúp đỡ nhau, gia đình giúp đỡ nhau – không phải là sự lợi dụng hay có vay có trả sòng phẳng. Hiếm khi có ai đó điều tra xem ai đã làm gì cho ai, hay hình thành những chiến lược để bảo đảm một đồng bỏ ra là phải có ít nhất một đồng quay về.

Theo thời gian, tôi nhận ra rằng khi ta dang tay giúp đỡ làm thay đổi cuộc đời người khác, thì ta cũng đang khám phá, học hỏi và làm thay đổi cuộc đời chính mình; đó chính là bước xây dựng có chủ đích cho chính cuộc đời mình. Một khi tôi đã nhìn nhận những nỗ lực xây dựng mối quan hệ theo hướng này, tôi cho phép bản thân mình được thực hành một cách hào phóng trong mọi ngõ ngách của cuộc đời mình, trong công việc và trong đời sống riêng. Tôi không còn nghĩ về nó một cách trơ trẽn và lạnh nhạt, như cách tôi vẫn nghĩ về "xây dựng mạng lưới". Thay vào đó, giờ đây tôi đang liên kết – chia sẻ kinh nghiệm và nguồn lực, thời gian và công sức, bạn bè và đồng nghiệp, tình cảm và đồng cảm để liên tục mang lại giá trị cho người khác, và cùng lúc làm giàu cuộc sống của mình. Giống như trong thế giới kinh doanh, làm một nối kết không chỉ là vấn đề quản lý giao dịch, mà là quản lý mối quan hệ.

Những người có năng khiếu bẩm sinh trong việc thiết lập mối quan hệ luôn tạo ra thành công vĩ đại trong kinh doanh. Bản chất của kinh doanh đơn giản chỉ là người này bán hàng cho người kia. Khái niệm này đã bị lu mờ trong mớ hỗn độn hiện tại của thế giới kinh doanh, khi người ta chỉ biết chú trọng đến những thứ như thương hiệu, công nghệ thiết kế hay cân nhắc định giá nhằm tìm kiếm lợi thế cạnh tranh. Nhưng thử phỏng vấn bất kỳ một tổng giám đốc hay chủ doanh nghiệp hay nhà chuyên môn nào được xem là thành công về cách thức đi đến thành công của họ, tôi dám cá với các bạn họ sẽ không đề cập đến những thuật ngữ chuyên môn như trên đâu. Nhiều khả năng là bạn sẽ nghe họ nhắc đến những người đã giúp họ trên suốt chặng đường, với điều kiện họ trả lời một cách trung thực và họ không quá tự kiêu về thành công của mình.

Sau hơn hai thập niên vận dụng sức mạnh của mối quan hệ một cách thành công vào trong chính cuộc sống và sự nghiệp của mình, tôi càng tin rằng xây dựng mối quan hệ là một kỹ năng quan trọng trong kinh doanh - và cả trong cuộc sống - mà bạn cần phải học. Vì sao? Bởi vì, nói thẳng ra, người ta chỉ làm ăn với những người ta biết và quý mến. Sự nghiệp - trong bất cứ ngành nghề nào bạn có thể tưởng tượng ra - cũng hoạt động theo nguyên tắc này. Ngay cả trạng thái tâm thần và cảm giác hạnh phúc của con người, theo như nhiều cuộc nghiên cứu, cũng chịu ảnh hưởng phần lớn từ sự ủng hộ, sự hướng dẫn, và tình cảm chúng ta nhận được từ cộng đồng mà ta đã dày công xây dựng cho bản thân.

Tôi đã mất khá nhiều thời gian xác định cách thức liên kết với mọi người. Nhưng một điều tôi biết chắc là cho dù tôi có muốn làm tổng thống Mỹ hay chủ tịch Hội phụ huynh học sinh, tôi sẽ cần sự giúp đỡ của rất nhiều người để đạt được mục tiêu này.

Tự giúp đỡ: Một cách dùng từ sai

Làm thế nào bạn biến một người quen thành một người bạn? Làm thế nào bạn lôi kéo mọi người đầu tư cho bạn thăng tiến? Làm thế nào có những người đến dự buổi hội thảo và ra về với hàng loạt những cái hẹn ăn trưa, và hàng chục khách hàng tiềm năng, trong khi có những người cùng tham dự buổi hội thảo ấy và ra về chỉ với cảm giác khó tiêu mà thôi? Đâu là những nơi có tiềm năng để bạn đến gặp những người có khả năng ảnh hưởng đến cuộc đời bạn?

Từ những ngày sống và lớn lên tại Latrobe, tôi đã biết tiếp thu trí khôn và lời khuyên từ tất cả mọi nguồn - bạn bè, sách vở, hàng xóm, thầy cô, gia đình. Sự khao khát muốn vươn mình của tôi không bao giờ được thỏa mãn. Nhưng trong kinh doanh, tôi phải công nhận không có gì tạo ảnh hưởng nhiều bằng người đỡ đầu. Trong mỗi giai đoạn phát triển của cuộc đời, tôi luôn tìm kiếm những người thành công nhất quanh mình và xin được nhận sự giúp đỡ và định hướng của họ.

Lần đầu tiên tôi nhận biết được giá trị của một người đỡ đầu là từ một luật sư trong vùng tên là George Love. Ông này và một người môi giới chứng khoán trong vùng, Walt Saling, đã nhận đỡ đầu tôi. Tôi bị thu hút bởi những câu chuyện về sự nghiệp và những lời khuyên thông thái của họ. Tham vọng của tôi được nuôi dưỡng trên mảnh đất màu mỡ là những câu chuyện kinh doanh sâu sắc của George và Walt, và vì vậy, từ đó tôi luôn để mắt tìm kiếm người đỡ đầu có thể hướng dẫn hay khơi nguồn sáng tạo trong tôi. Sau này trong cuộc sống, khi tôi có cơ hội tiếp xúc với những nhà lãnh đạo công ty, chủ cửa hàng, chính trị gia, những người đi tiên phong trong các lĩnh vực, tôi bắt đầu hiểu rõ hơn cách tiếp cận của những nhân vật thành đạt này, làm thế nào họ kêu gọi sự giúp đỡ của nhiều người khác nhằm đạt mục tiêu của mình.

Tôi nhận thấy rằng xây dựng mạng lưới thực thụ chính là tìm cách giúp người khác thành công. Xây dựng mạng lưới là cố gắng cho nhiều hơn nhận. Và tôi thật sự tin rằng có một loại kinh cầu nguyện bao gồm những nguyên tắc cứng rắn để biến thành hiện thực triết lý đơn giản này.

Những nguyên tắc này chắc chắn đã giúp tôi đạt được nhiều điều mà tôi không bao giờ nghĩ mình có thể. Chúng đưa tôi đến với những cơ hội bị che khuất đối với những người có nguồn gốc như tôi, chúng là chiếc phao cứu sinh mỗi khi tôi thất bại, mà thất bại không phải là chuyện hiếm trong đời. Chiếc phao này chưa bao giờ hữu dụng hơn khi tôi nhận việc lần đầu tiên sau khi tốt nghiệp tại Deloitte & Touche Consulting.

Nếu tính theo tiêu chuẩn truyền thống, tôi là một người tư vấn mới vào nghề chẳng hiểu gì cả. Đặt trước mặt tôi một bảng số liệu là mắt tôi đã thấy mơ màng; chính xác như tình huống của tôi khi lần đầu tiên được giao dự án, tụ tập trong một căn phòng chật hẹp không có cửa sổ nằm ở ngoại ô, bên cạnh là hàng đống hồ sơ chất từ sàn nhà lên đến đụng trần, cùng với vài nhà tư vấn năm nhất như tôi chúi đầu vào một biển thông tin. Tôi đã cố gắng; tôi thề là mình đã thật sự cố gắng. Nhưng tôi không thể. Tôi hiểu tình trạng chán nản này có thể giết chết tôi.

Tôi chắc chắn chẳng mấy chốc nếu không bị đuổi thì tôi cũng tự xin nghỉ.

May mắn thay, tôi đã bắt đầu vận dụng một số quy luật xây dựng mối quan hệ mà tôi đang học. Trong thời gian rảnh, khi tôi không phải nhức đầu cố gắng phân tích những bảng tính đầy số, tôi tìm gặp những người bạn học cũ, các giáo sư, sếp cũ, hoặc bất cứ ai có thể trông chờ vào hưởng lợi từ Deloitte. Tôi dành cuối tuần để phát biểu tại những buổi hội thảo nhỏ được tổ chức khắp nơi về nhiều chủ đề khác nhau mà tôi đã học tại Harvard dưới sự chỉ giáo của Len Schlessinger (người mà tôi vẫn còn chịu ơn vì đã giúp tôi tạo được phong cách trình bày hiện nay). Tôi làm tất cả những điều này vì muốn mang lại thêm khách hàng và tạo tiếng tăm cho công ty mới của tôi. Tôi có những người đỡ đầu ở các phòng ban khác nhau trong công ty, kể cả CEO, Pat Loconto.

Tuy nhiên, kết quả làm việc năm đầu tiên của tôi vẫn không khá lên được. Tôi bị đánh giá thấp vì không làm những gì được giao một cách nhiệt tình và tập trung mà đáng lẽ tôi phải thể hiện. Nhưng những người giám sát của tôi, nhờ vào mối quan hệ mà tôi đã thiết lập cộng với việc họ có biết về những hoạt động ngoại khóa của tôi, thì lại nghĩ khác. Chúng tôi đã ngồi lại với nhau viết ra một bản mô tả công việc hoàn toàn không tồn tại trước đó trong công ty.

Những người đỡ đầu của tôi giao cho tôi tài khoản trị giá 150.000 đôla để tiếp tục những việc tôi đang làm: mở rộng công việc kinh doanh, đại diện công ty phát biểu tại các buổi hội họp, xây dựng mối quan hệ với giới truyền thông và các doanh nghiệp để củng cố vị thế của Deloitte trên thị trường. Niềm tin của công ty đã được đền bù xứng đáng. Trong vòng một năm, tên tuổi công ty đã được nhiều người biết đến trong lĩnh vực mà tôi tập trung phát triển (tái lập công ty) từ lẹt đẹt hạng cuối bảng chuyển sang nhóm hàng đầu trong ngành, đạt tỉ lệ tăng trưởng kỷ lục (dĩ nhiên không phải hoàn toàn là công của tôi). Tôi tiếp tục trở thành giám đốc tiếp thị và là người trẻ tuổi nhất được nhận vị trí lãnh đạo. Ngoài ra tôi còn rất hạnh phúc - công việc thú vị, hấp dẫn, thử thách. Đúng như mong muốn của tôi.

Nhìn vào sự nghiệp đang lên như diều gặp gió, có vẻ như tôi đang gặp may. Thực tế là nhiều năm liền tôi không thể tưởng tượng tương lai mình ra sao và chắc chắn không biết trước rằng sau Deloitte, tôi trải qua hàng loạt những vị trí công việc cấp cao khác để rồi cuối cùng thành lập công ty riêng của mình. Đến bây giờ, khi nhìn lại quá khứ, tôi mới thấy mọi việc đều có lý do của nó cả.

Sau Deloitte, tôi trở thành giám đốc tiếp thị trẻ nhất tại một công ty trong danh sách *Fortune 500* là Starwood Hotels & Resorts. Tiếp theo đó là CEO của một công ty video game do Knowledge Universe (Michael Milken) đầu tư, và rồi chuyển ra thành lập công ty riêng, Ferrazzi Greenlight, chuyên về tư vấn tiếp thị và bán hàng và huấn luyện các công ty phát triển hàng loạt những thương hiệu nổi tiếng, và bản thân là một nhà tư vấn cho các CEO khắp nơi trên thế giới. Tôi đã khéo léo đi từ chân lên đến đỉnh. Mỗi lần phải suy nghĩ trước khi bước tiếp hay cần lời khuyên, tôi đều có thể dựa vào mạng lưới bạn bè đã thiết lập quanh mình.

Đầu tiên tôi cố gắng không chú tâm nhiều đến những kỹ năng giao tiếp về con người vì sợ rằng chúng không được đánh giá cao bằng những kỹ năng kinh doanh truyền thống được nhiều người kính trọng. Nhưng theo thời gian, rất nhiều người, từ các CEO nổi tiếng đến các chính trị gia hay sinh viên đại học hay thậm chí nhân viên của tôi, đều tìm đến tôi để xin lời khuyên làm thế nào thực hiện những điều mà trước giờ tôi thật sự yêu thích. Tạp chí *Crain's* bình chọn tôi vào danh sách 40 nhà lãnh đạo kinh doanh dưới 40 tuổi, và *Diễn đàn Kinh tế Thế giới* gán cho tôi danh hiệu "Nhà lãnh đạo tương lai." Thượng nghị sĩ Hillary Clinton đặt vấn đề vận dụng kỹ năng nối kết của tôi để kêu gọi quyên góp cho tổ chức phi lợi nhuận mà bà ủng hộ là Save America's Treasures. Bạn bè và CEO của các công ty trong danh sách *Fortune 500* nhờ tôi giúp đỡ họ tổ chức những bữa tiệc tối thân mật cho các khách hàng hiện tại và tiềm năng tại các khu vực quan trọng trên cả nước Mỹ. Các sinh viên MBA gửi email cho tôi tha thiết được học kỹ năng giao tiếp mà họ không được dạy trong trường. Tất cả những yêu cầu này đã được chuyển thành những khóa huấn luyện nghiêm chỉnh và đưa vào các chương trình MBA danh tiếng tại Mỹ.

Những kỹ năng mềm mà tôi sử dụng để đi đến thành công hôm nay, tôi nhận thấy có thể truyền đạt được cho người khác để cùng hưởng lợi từ kinh nghiệm học hỏi.

Dĩ nhiên, xây dựng mạng lưới quan hệ không phải là điều kiện cần và đủ để thành công. Nhưng để tạo dựng sự nghiệp hay thiết kế cuộc sống mà có sự giúp đỡ ủng hộ của bạn bè gia đình đồng nghiệp thì cũng có nhiều điểm lợi.

1. Cuộc sống không nhàm chán. Bạn có thể cảm thấy mất thời gian, đôi khi mất quá nhiều thời gian. Nhưng không bao giờ nhàm chán. Bạn luôn cảm thấy mình học hỏi được rất nhiều về bản thân, mọi người, công việc kinh doanh, thế giới, và thật thú vị.

2. Sự nghiệp dựa trên các mối quan hệ tạo tiền đề tốt cho công ty bạn đang làm việc vì mọi người đều hưởng lợi khi bạn phát triển - người ta nối kết với bạn vì họ nhìn thấy giá trị bạn mang đến. Bạn cảm thấy hạnh phúc vì đồng nghiệp và công ty đều đóng góp và chia sẻ thành công với bạn.

3. Nối kết, theo đúng nghĩa của nó, với sự linh hoạt, hỗ trợ và cơ hội để hoàn thiện bản thân, rất quan trọng trong thế giới công việc hiện nay. Sự trung thành và ổn định trước đây chỉ có thể tìm thấy trong các tổ chức giờ đây có cả trong mạng lưới của chúng ta. Không còn nữa rồi khái niệm làm việc trung thành cả đời tại một công ty; chúng ta giờ đây là những nhân tố tự do, tự mình quản lý sự nghiệp của mình thông qua nhiều công việc và công ty khác nhau. Và bởi vì đơn vị tiền tệ ngày nay phổ biến là thông tin, một mạng lưới rộng khắp là cách chắc chắn nhất để trở thành nhà lãnh đạo tiên phong và duy trì vị thế này trong lĩnh vực riêng của mình.

Ngày nay, trong chiếc Palm của tôi có tên của khoảng 5.000 người sẵn sàng nhấc điện thoại khi tôi gọi. Họ sẵn sàng chia sẻ kiến thức, giúp đỡ, khuyến khích, ủng hộ, và đúng rồi, thậm chí cả sự quan tâm và tình yêu nữa. Những người thành công nhất mà tôi được biết, nếu tính trong nhóm, không phải là người đặc biệt tài năng, có học vấn cao nhất, hay duyên dáng nhất. Nhưng họ đều có quanh mình một nhóm những nhân vật đáng tin cậy, tài năng, biết khuyến khích để giúp đỡ khi cần.

Muốn được như vậy thì cần phải dày công. Nó đòi hỏi bạn phải đổ mồ hôi, như tôi đã làm thời còn phục vụ trong sân golf. Muốn như vậy bạn phải suy nghĩ không chỉ cho bản thân mà cho người khác nữa. Một khi bạn đã quyết tâm làm quen với mọi người và yêu cầu được giúp đỡ tối đa, bạn sẽ nhận thấy, như trải nghiệm của tôi, đây là cách tuyệt vời để tiến đến mục tiêu của mình. Và cũng quan trọng không kém, khi nó đưa bạn đến một cuộc sống có ý nghĩa hơn, sinh động hơn, sống quanh những người mình quan tâm yêu quý và ngược lại họ cũng yêu quý bạn.

Quyển sách này dẫn ra những bí mật phía sau thành công của rất nhiều người; những bí mật này ít được các trường kinh tế, các nhà tư vấn nghề nghiệp, hay nhà trị liệu biết đến. Tôi hy vọng bạn sẽ vận dụng được những ý kiến mà tôi sẽ trình bày trong quyển sách này để trở thành tâm điểm của một mạng lưới các mối quan hệ, để giúp bạn thành công trong cuộc sống. Dĩ nhiên, tôi hơi kích động một chút khi nhắc đến nỗ lực nối kết với người khác. Tôi đã thực hiện những điều tôi sẽ trình bày trong quyển sách này với một thái độ hơi thái quá. Nhưng tôi tin rằng bạn chỉ cần mở lòng mình và nhận thức được rằng không ai thành công trong đơn độc, bạn sẽ nhận được những kết quả hết sức khả quan mà không mất quá nhiều thời gian.

Ai cũng có năng lực trở thành người nối kết. Vì thật sự, nếu một cậu bé nhà quê từ Pennsylvania có thể đặt chân được vào "câu lạc bộ", thì bạn cũng làm được.

Mong gặp bạn tại đó.

CHƯƠNG 2

Đừng ghi sổ

Làm gì có khái niệm con người độc lập. Chúng ta chịu ảnh hưởng của hàng ngàn người khác. Bất cứ ai đã từng làm một điều tốt cho ta, nói với ta một lời an ủi, cũng đã là có ảnh hưởng đến tính cách, suy nghĩ, và thành công của ta.

_ George Burton Adams

Khi tôi đến nói chuyện với sinh viên đại học hay sau đại học, họ bao giờ cũng hỏi tôi, *Bí mật nào dẫn ông đến thành công? Những quy luật bất thành văn nào giúp ta thành công?* Dĩ nhiên, họ muốn tôi đưa ra một câu trả lời đơn giản và gọn gàng như một hộp quà thắt nơ. Mà sao lại không? Hồi tôi còn trẻ tôi cũng chỉ mong có thế.

"Vậy là các bạn muốn biết bí mật chứ gì," tôi trả lời. "Cũng được thôi. Tôi sẽ tóm tắt chìa khóa thành công bằng một từ duy nhất: quảng đại."

Sau đó tôi dừng lại, và nhìn những gương mặt đang tỏ vẻ hết sức ngạc nhiên. Phân nửa trong số này hẳn đã cho rằng tôi đang nói đùa; nửa còn lại đang suy nghĩ phải chăng họ đã sai lầm dành thời gian nghe tôi thuyết giảng thay vì đi uống bia với bạn bè.

Tôi bắt đầu giải thích với họ rằng khi tôi còn nhỏ, cha tôi, một công nhân nhà máy thép tại Pennsylvania, đã luôn mong muốn tôi đạt được nhiều thứ hơn ông. Và ông đã kể ước nguyện này cho một người mà ông chỉ mới gặp lần đầu, Tổng giám đốc công ty, ông Alex McKenna. Ông McKenna rất ấn tượng trước quyết tâm của cha tôi và giúp tôi đạt được học bổng vào một trong những trường tư tốt nhất nước, nơi ông đang nằm trong ban điều hành.

Sau này, Elsie Hillman, chủ tịch Đảng cộng hòa tại bang Pennsylvania, đã cho tôi mượn tiền và khuyến khích tôi theo học trường kinh doanh. Tôi gặp bà lần đầu tiên khi bà đọc qua bài báo trên tờ *New York Times* viết về thất bại của tôi tại Hội đồng thành phố New Haven khi tôi đang học năm thứ hai tại Yale.

Tôi nói với các sinh viên, khi tôi bằng tuổi các bạn, tôi đã được hưởng những cơ hội theo học tại những trường nổi tiếng nhất thế giới, hoàn toàn nhờ vào sự giúp đỡ rộng lượng của người khác.

"Nhưng," tôi nói tiếp, "vấn đề khó khăn là: Bạn phải sẵn lòng nhận sự giúp đỡ của người khác. Thông thường, bạn phải chủ động và yêu cầu được giúp đỡ."

Nói đến đây, tôi thường nhận ra những ánh mắt đồng cảm. Hầu như tất cả mọi người trong phòng đều đã từng phải nhờ đến sự giúp đỡ để sắp xếp một cuộc phỏng vấn xin việc, hay một vị trí thực tập, hay những lời khuyên quý báu. Và hầu như ai cũng rất ngại ngùng khi phải cầu xin giúp đỡ. Nhưng bạn phải thật sự thoải mái sẵn sàng yêu cầu được giúp đỡ cũng như sẵn sàng giúp đỡ, lúc đó bạn mới thật sự cân bằng hai phía của phương trình.

Đây cũng chính là sự nối kết. Kết nối là một quá trình liên tục cho và nhận - yêu cầu được giúp đỡ và giúp đỡ người khác. Khi con người giao tiếp với nhau, chia sẻ thời gian và kinh nghiệm cho nhau, mọi người đều hưởng lợi nhiều hơn.

Quan điểm vạn vật vận hành theo vòng luân hồi nghiệp chướng kiểu này nghe có vẻ buồn cười đối với những người đã mất niềm tin vào thế giới kinh doanh. Nhưng thực tế là mặc dù quyền năng của lòng độ lượng chưa được công nhận hay áp dụng triệt để tại các công ty Mỹ, giá trị tạo mạng lưới của nó đã được chứng minh.

Ví dụ, tôi thích được tư vấn nghề nghiệp và chia sẻ kinh nghiệm. Nó gần như một thú vui của tôi. Tôi đã từng tư vấn cho hàng trăm bạn trẻ, và tôi rất vui mừng được tin tức của họ sau này khi sự nghiệp của họ phát triển. Đôi lúc tôi thấy mình đóng góp được rất lớn cho cuộc sống của các bạn. Tôi có thể giúp họ mở một cánh cửa, hoặc sắp xếp một đợt thực tập - những hành động đơn giản nhưng có thể thay đổi vận mệnh. Nhưng thường thì lời đề nghị của tôi bị từ chối.

Người được nhận sẽ trả lời, "Cám ơn, nhưng tôi không thể chấp nhận hàm ơn này vì tôi không biết mình có thể đáp trả lại ông sau này được không", hoặc "Tôi không thích phải chịu ơn ai cả, nên tôi không dám nhận đâu." Đôi khi, họ cố gắng thuyết phục tôi rằng họ sẽ đáp trả bằng cách này hay cách khác. Đối với tôi, không có gì bực bội hơn là chứng kiến họ chẳng hiểu gì về cách thức vận hành của thế giới. Mà đây cũng không phải là vấn đề gói gọn trong một thế hệ. Tôi đã bắt gặp cách phản ứng tương tự từ những người ở đủ mọi độ tuổi, đủ mọi thành phần kinh tế.

Mạng lưới chỉ hoạt động được khi người ta nhận thấy mình cần nhau. Tuy không nói ra, nhưng ai cũng hiểu là thời gian và công sức đầu tư xây dựng mối quan hệ cá nhân ngày hôm nay sẽ mang lại lợi ích trong tương lai. Những người thuộc nhóm "một phần trăm", như cách tôi gọi những người cực kỳ giàu có và thành công mà chúng ta luôn ngưỡng mộ, vẫn duy trì được vị thế của mình là vì họ hiểu được cơ chế này, bởi vì, thực tế họ đã sử dụng quyền năng của các mối quan hệ và bè bạn để đạt thành công như ngày hôm nay.

Để đạt được như họ, trước tiên bạn phải bỏ ngay việc ghi sổ nợ. Bạn không thể tạo ra được một mạng lưới rộng rãi nếu không giới thiệu những nhóm người này với nhau. Bạn càng giúp đỡ nhiều người, thì bạn sẽ càng nhận được nhiều sự giúp đỡ, và bạn sẽ có khả năng giúp được nhiều người hơn. Cứ thế mạng lưới phát triển. Giống như mạng Internet. Mạng Internet chỉ thật sự mang lại giá trị nếu có nhiều người truy cập và sử dụng thông tin của nó. Tôi có một danh sách những người tôi đã giúp đỡ trước đây, thành công trong nhiều lĩnh vực khác nhau, và hiện đang giúp tôi đỡ đầu cho những thanh niên khác tìm đến tôi.

Những gì tôi nói trên đây không phải là chuyện tình cảm vẩn vơ; đây là sự hiểu biết mà những nhà doanh nghiệp "mặt lạnh" nhìn nhận một cách nghiêm túc. Chúng ta đang sống trong một thế giới quan hệ phụ thuộc lẫn nhau. Các tổ chức ngày càng gọn nhẹ và thiết lập những liên minh chiến lược bất cứ lúc nào có thể. Ngày càng có nhiều nhà tư vấn tự do nhận thấy mình phải liên kết với nhau để đạt mục tiêu. Và càng ngày, những kịch bản/ tình huống một mất một còn, bên được bên thua, càng thể hiện rằng, về lâu dài, cả hai bên cùng thua. Những mối quan hệ đôi bên cùng có lợi đã trở nên thiết yếu trong một thế giới "nối mạng". Trong một thương trường siêu-kết-nối, sự hợp tác đã giành chỗ của sự cạnh tranh.

Thế trận đã thay đổi.

Trong thời đại ngày nay, chúng ta thật sự cần nhau.

Tiếc thay, nhiều người vẫn còn mang tư tưởng của những năm 1950. Chúng ta có khuynh hướng lãng mạn hóa sự độc lập. Nhiều trường phái trong kinh tế vẫn đề cao sự tự chủ, làm như thể giao tiếp, tinh thần đồng đội và hợp tác không phải là các đức tính. Đối với những người này, sự phụ thuộc lẫn nhau chỉ là cách nói khác của sự lệ thuộc. Theo kinh nghiệm của tôi, lối suy nghĩ này sẽ giết chết sự nghiệp của bạn ngay lập tức.

Sự tự chủ chỉ là chiếc áo giáp được làm bằng cát. Những cá nhân độc lập không có khả năng tư duy và hành động theo lối phụ thuộc lẫn nhau có thể là những nhà sản xuất giỏi đơn lẻ, nhưng họ không bao giờ được xem là những người lãnh đạo giỏi hay có tinh thần đồng đội cao. Sự nghiệp của họ chẳng chóng thì chầy sẽ vấp váp và khựng lại.

Để tôi chỉ ra đây một ví dụ. Khi tôi còn làm việc tại Deloitte, tôi tham gia vào một dự án của tổ chức y tế lớn nhất nước Mỹ, Kaiser Permanente. Công việc buộc tôi phải bay qua lại giữa hai trụ sở chính của họ tại San Francisco và Los Angeles, trong khi tôi vẫn phải về nhà tại Chicago vào cuối tuần.

Ngay từ đầu tôi đã muốn làm việc trong ngành tư vấn để hiểu thêm một số ngành nghề khác nhau. Khi tôi đến Los Angeles, tôi bắt đầu suy nghĩ làm thế nào để thâm nhập được vào ngành công nghiệp giải trí. Tôi chưa đề ra một mục tiêu gì cụ thể cả, tôi chỉ biết là mình thích ngành công nghiệp này, và khi cơ hội đến, tôi muốn đường hoàng tiến vào Hollywood chứ không phải chỉ là chú bé giao thư cho những nhà đại diện.

Ray Gallo là bạn thân của tôi khi còn học đại học, và đang hành nghề tư vấn luật tại Los Angeles; vì vậy tôi đã gọi cho anh ta để tham khảo ý kiến.

"Này, Ray. Anh có biết ai trong ngành giải trí có thể cho tôi vài lời khuyên làm thế nào thâm nhập vào ngành công nghiệp này không? Anh có biết ai sẵn sàng đi ăn trưa với chúng ta không?"

"Tôi có biết một anh chàng tên David, cũng là bạn bè bình thường, ngày xưa cũng học tại HBS. Anh thử gọi hắn xem."

David là một doanh nhân nhạy bén thực hiện một số công việc sáng tạo tại Hollywood. Nói cụ thể hơn, David có mối liên hệ mật thiết với một nhà điều hành cấp cao của một xưởng phim; ngày xưa hai người học chung trường. Tôi hy vọng mình có may mắn gặp luôn cả hai người.

David và tôi ngồi uống cà phê tại một quán cà phê ngoài trời tại Santa Monica. David ăn mặc rất bụi theo kiểu Los Angeles. Tôi mặc áo khoác và thắt cà vạt, đúng hình ảnh một nhà tư vấn đến từ vùng trung tây nước Mỹ.

Sau vài câu đưa đẩy, tôi đặt câu hỏi với David.

"Tôi muốn một lúc nào đó sẽ chuyển sang ngành công nghiệp giải trí. Anh có biết ai có thể giúp tôi một vài lời khuyên không?" Tôi là bạn thân của một người bạn thân của anh ta. Điều này có vẻ như là một yêu cầu đơn giản nếu xét đến mối quan hệ của chúng tôi.

"Tôi có biết một người," anh ta bảo tôi. "Cô ấy là nhà điều hành cấp cao tại Paramount."

"Tuyệt quá, tôi rất muốn gặp cô ấy," tôi nói một cách hào hứng. "Anh có thể giúp tôi sắp xếp một cuộc gặp gỡ giới thiệu thôi? Hay anh có thể cho tôi địa chỉ email?"

"Tôi không thể," anh ta nói với tôi cộc lốc. Tôi bị sốc, và nó thể hiện ra trên gương mặt tôi. "Keith, tình hình là thế này. Có thể một lúc nào đó tôi sẽ cần đến sự giúp đỡ của người này. Và tôi không muốn chia sẻ mối quan hệ của mình cho anh hay bất cứ ai là vì vậy. Tôi phải để dành cho bản thân mình. Tôi hy vọng anh hiểu."

Nhưng thực tế là tôi không hiểu. Đến bây giờ tôi vẫn không hiểu. Câu nói của anh ta đi ngược lại với tất cả những gì tôi được biết. Anh ta xem mối quan hệ như một điều gì đó có giới hạn, như một cái bánh chỉ có thể cắt ra thành một số miếng nhất định. Nếu anh lấy đi một miếng, nghĩa là anh mất một miếng. Tuy nhiên theo tôi thì mối quan hệ cũng như cơ bắp của chúng ta, chúng ta càng luyện tập, cơ bắp càng săn chắc.

Nếu tôi dành thời gian để gặp gỡ ai đó, tôi muốn giúp người đó thành công. Nhưng David thì ghi sổ tất cả. Anh ta xem mỗi lần gặp gỡ xã giao sẽ làm giảm dần lợi tức. Đối với anh ta, sự tốt bụng giúp đỡ có giới hạn cũng như số vốn chủ sở hữu hay vốn thế chấp có giới hạn vậy.

Một điều anh ta không hiểu được là bài tập vốn sinh vốn. Đó là một nguyên tắc đáng ngạc nhiên mà David có lẽ không bao giờ học được.

Jack Pidgeon, nguyên hiệu trưởng trường Kiski ở miền tây nam Pennsylvania, ngôi trường hồi bé của tôi, đã dạy cho tôi bài học này. Ông đã xây dựng một thói quen yêu cầu mọi người không được hỏi "Anh có thể giúp tôi không?" mà phải hỏi "Tôi giúp gì được cho anh không?"

Jack đã nhiều lần xuất hiện để giúp tôi, và một lần là khi tôi đang học năm hai tại đại học. Tôi đăng ký trong kỳ nghỉ hè được làm việc cho một phụ nữ đang tranh cử Quốc hội, cạnh tranh với một anh chàng Kennedy trẻ tuổi. Tranh cử với Kennedy tại Boston, giành chiếc ghế quốc hội của Jack Kennedy trước đây, một công việc chỉ nghe thôi cũng đã làm nhiều người bỏ cuộc. Nhưng lúc đó tôi còn trẻ, khờ khạo, và sẵn sàng tranh đấu.

Đáng tiếc là chúng tôi chưa kịp mặc áo giáp đánh trận thì đã bị buộc phải giương cờ trắng đầu hàng. Chỉ mới vận động tranh cử được một tháng thì chúng tôi đã cạn nguồn tài chính. Tôi và tám người bạn đại học khác gần như bị đuổi ra khỏi khách sạn vào giữa đêm, nơi chúng tôi dùng làm trụ sở chính, vì ông chủ đã không nhận được tiền thuê phòng quá lâu rồi.

Chúng tôi quyết định dọn quần áo đồ đạc, thuê một chiếc xe tải nhỏ, và không biết làm gì hơn, nên chúng tôi tiến thẳng về thủ đô Washington, D.C. Chúng tôi ngây thơ nghĩ rằng mình có thể kiếm được việc cho một cuộc tranh cử khác. Trời ạ, lúc đó bọn tôi mới ngu ngốc làm sao.

Giữa đêm tối, tại một trạm xăng vô danh trên đường đến Washington, tôi gọi điện cho ông Pidgeon từ một trụ điện thoại công cộng. Khi nghe tôi kể về tình hình tồi tệ của chúng tôi, ông không thể không phá lên cười. Sau đó ông làm một việc mà ông đã làm cho rất nhiều thế hệ cựu học sinh trường Kiski. Ông mở quyển danh bạ điện thoại và bắt đầu gọi điện cho một số người.

Một trong những người ông nhờ đến là Jim Moore, một cựu học sinh tại Kiski, cựu Phụ tá Bộ trưởng Bộ Thương mại dưới thời Reagan. Đến khi chiếc xe cọc cạch của chúng tôi đến được D.C., chúng tôi đã được sắp xếp chỗ nghỉ ngơi và có một công việc mới đang đợi. Tôi tin chắc rằng ông Pidgeon đã từng gọi điện cho Jim nhiều lần như thế rồi.

Ông Pidgeon hiểu được giá trị của việc giới thiệu người với người, giới thiệu cựu học sinh Kiski với nhau. Ông hiểu rõ ảnh hưởng của chúng đến cuộc sống riêng của chúng tôi, và lợi ích mà sự trung thành này mang đến cho ngôi trường nhỏ bé ông đang cố xây dựng, gồm năm dãy nhà, đang tiến gần đến phá sản tại miền tây nam Pennsylvania.

Và sự thật là thế. Jim và tôi hiện nằm trong Ban điều hành của ngôi trường cũ này. Và nếu bạn đã từng chứng kiến ngôi trường khi Jack mới bắt đầu mua lại, ngày nay bạn không thể nào nhận ra ngôi trường cũ nữa. Giờ đây nó có cả khu trượt tuyết, khu chơi golf, trung tâm mỹ thuật, và những công nghệ phức tạp không khác gì MIT.

Điều tôi muốn nói ở đây là: Mối quan hệ ngày càng được củng cố bằng niềm tin. Các thể chế được xây dựng từ niềm tin. Bạn xây dựng niềm tin bằng cách không hỏi người khác phải làm gì cho bạn, mà như Kennedy từng nói, hãy hỏi bạn có thể làm gì cho người khác.

Nói cách khác, giao dịch trong mạng lưới không đặt nền tảng trên sự tham lam mà bằng sự rộng lượng.

Khi tôi ngồi nghĩ lại tất cả những người đã dạy cho tôi nhiều bài học quý báu về việc kiến tạo những mối quan hệ lâu bền - cha tôi, Elsie, những sinh viên tôi nhận đỡ đầu, Ray, ông Pidgeon, những người tôi từng làm việc chung - tôi rút ra được một số quan sát và hiểu biết cơ bản như sau:

1. Hôm qua chúng ta phải đối mặt với nền kinh tế mới. Hôm nay chúng ta đang quay lại đối mặt với nền kinh tế cũ, và không ai có thể tiên đoán được cái gì sắp tới. Chu kỳ kinh doanh đi lên đi xuống; chỉ có bạn bè và những người cộng sự đáng tin cậy vẫn còn mãi với bạn. Có thể một ngày nào đó bạn bước vào phòng của sếp và nghe người ta nói với bạn: "Tôi lấy làm tiếc phải nói với anh điều này, nhưng..." Tôi dám cá đó là một ngày không vui. Chuyện này sẽ dễ chịu hơn nhiều, nếu bạn có thể gọi vài cuộc điện thoại và bước vào văn phòng của một người nào đó không lâu sau, để được người ta nói với bạn: "Tôi đã đợi ngày này lâu lắm rồi. Xin chúc mừng..."

Công việc ổn định? Kinh nghiệm sẽ không giúp gì được cho bạn trong lúc khó khăn, kể cả sự chăm chỉ hay năng lực. Nếu bạn cần một công việc, cần tiền, cần lời khuyên, cần giúp đỡ, cần được an ủi, hay cần bán được hàng, thì chỉ có một nơi an toàn, chắc chắn – đó là trong số những người bạn và cộng sự của mình.

2. Chẳng có lý do gì phải suy nghĩ đến lượt ai trả tiền ăn trưa. Chẳng có lý do gì phải ghi sổ những việc bạn giúp hay nợ người khác. Có ai quan tâm đâu?

Bạn có ngạc nhiên không nếu tôi kể cho bạn nghe rằng anh chàng David "Hollywood" không còn ăn nên làm ra nữa rồi? David cố bảo vệ số vốn quan hệ của mình đến lúc anh ta nhìn quanh và nhận thấy không còn gì để bảo vệ nữa. Từ sau lần gặp gỡ tại quán cà phê ở Santa Monica đó đến nay đã mười năm, và tôi không hề nghe nhắc đến anh ta. Và thực tế là không ai trong số những người tôi biết còn nhắc đến anh ta. Cũng giống như những ngành công nghiệp khác, công nghiệp giải trí cũng là một thế giới bé nhỏ.

Kết luận: Tốt hơn bạn nên cho trước khi nhận. Và đừng ghi sổ. Nếu những hành động của bạn xuất phát từ sự rộng lượng, bạn sẽ nhận được lợi ích sau này.

3. Cộng đồng kinh doanh là một thế giới cạnh tranh và hay thay đổi; một người hôm qua làm trợ lý hôm nay đã thành một người đầy thế lực. Những chàng trai cô gái trước kia chuyên chuyển điện thoại cho tôi bây giờ rất vui lòng được nhận điện thoại của tôi. Hãy nhớ rằng bạn dễ dàng vượt lên khi được sự ủng hộ của những người bên dưới hơn là nếu họ chỉ mong muốn thấy bạn té ngã.

Mỗi chúng ta bây giờ đều là một thương hiệu riêng. Thời kỳ

mà giá trị của nhân viên gắn chặt với sự trung thành và thâm niên đã không còn nữa. Các công ty ngày nay vận dụng thương hiệu để phát triển những mối quan hệ chặt chẽ và bền vững với khách hàng. Trong nền kinh tế liên tục thay đổi như hiện nay, bạn cũng phải học cách áp dụng tương tự với mạng lưới của bạn.

Tôi tin rằng mối quan hệ của bạn với mọi người chính là sự thể hiện rõ nét và đáng tin cậy nhất cho biết bạn là ai, và bạn có gì. Không gì sánh được với mối quan hệ.

4. Đóng góp. Giống như bạn dùng hormone tăng trưởng Miracle-Gro cho mạng lưới vậy. Hãy dành thời gian, tiền bạc, và kinh nghiệm của bạn để phát triển cộng đồng người thân quen.

5. Khi tôi nghĩ đến những gì Jack Pidgeon và nhiều người khác đã làm, cũng như di sản ông để lại từ hành động này, tôi càng tin tưởng hơn bao giờ hết rằng cách trả ơn hay nhất là chia sẻ những gì tôi đã học được từ ông đến những người khác. Xin cám ơn ông một lần nữa, ông Pidgeon ạ.

CHƯƠNG 3

Sứ mệnh của bạn là gì?

"Làm ơn cho tôi biết tôi phải đi theo hướng nào?"

"Cái đó còn tùy thuộc bạn muốn đi đâu nữa cơ," chú Mèo trả lời.

"Tôi không cần biết nơi nào_" Alice nói.

"Vậy thì bạn đi đường nào cũng có khác gì đâu," chú Mèo trả lời.

_Alice lạc vào xứ sở thần tiên, LEWIS CARROLL

Bạn muốn trở thành giám đốc doanh nghiệp hay một đại biểu quốc hội? Bạn muốn đứng đầu trong ngành hay chỉ cần là chủ tịch hội phụ huynh tại trường của con bạn? Bạn muốn kiếm nhiều tiền hay kiếm nhiều bạn?

Bạn định hướng những gì mình muốn càng cụ thể, thì bạn sẽ càng dễ dàng đưa ra một chiến lược để đạt mục tiêu. Một phần trong chiến lược, tất nhiên là phải bao gồm việc thiết lập mối quan hệ với những người trong cuộc sống có thể giúp bạn đi đến thành công.

Mỗi một người thành công mà tôi từng gặp đều ít nhiều có một điểm chung là sự đam mê đề ra mục tiêu. Những vận động viên thành công, những nhà lãnh đạo doanh nghiệp, các giám đốc uy tín, các nhân viên bán hàng giỏi, đều biết rất rõ họ muốn gì trong cuộc sống, và họ làm việc để đạt chúng.

Như cha tôi thường hay nói đùa, có ai trở thành nhà du hành vũ trụ một cách tình cờ được đâu.

Tôi đã chú tâm đặt ra mục tiêu từ rất sớm. Khi đang theo học tại Yale, tôi nghĩ mình muốn trở thành một chính trị gia, một thống đốc tương lai của Pennsylvania. (Bạn có thấy tôi quá chi tiết, và quá khờ khạo không?) Nhưng tôi học được rằng mục tiêu tôi càng cụ thể, thì tôi càng dễ dàng hành động hướng đến mục tiêu đó. Đến năm thứ hai tại đại học, tôi trở thành chủ tịch tổ chức chính trị tại Yale, nơi nuôi dưỡng những tài năng chính trị sáng chói. Khi tôi muốn tham gia vào một hội đoàn, tôi không chỉ chọn bất kỳ một tổ chức nào. Tôi tìm hiểu xem các chính trị gia nổi tiếng đã từng tham gia vào hội đoàn nào. Sigma Chi có một truyền thống lâu đời và trong số những người cựu thành viên tại đây có rất nhiều người là các nhà lãnh đạo lỗi lạc. Nhưng hội này không đăng ký sinh hoạt tại Yale vào thời điểm đó. Thế là chúng tôi quyết định thành lập một chi nhánh của hội tại Yale.

Sau này tôi tham gia tranh cử vào Hội đồng thành phố New Haven. Tôi đã thất bại, nhưng chính trong quá trình này tôi đã gặp gỡ rất nhiều người, từ William F. Buckley và Thống đốc bang Pennsylvania Dick Thornburg đến chủ tịch Yale, ông Bart Gramatti. Tôi vẫn giữ liên lạc và thường xuyên thăm hỏi Bart cho đến khi ông mất; ông là một nguồn tri thức và đầu mối liên lạc đối với tôi. Ngay lúc đó, tôi đã nhận thấy lợi ích của việc đề ra mục tiêu; hành động đơn giản này đã giúp tôi vượt trội hẳn trên những bạn đồng môn chỉ biết chờ đợi chuyện gì đến cứ đến. Sau này tôi còn áp dụng nguyên tắc này một cách chặt chẽ hơn nữa.

Ví dụ như khi tôi làm việc tại Deloitte & Touche, đề ra mục tiêu chính là cách giúp tôi nổi bật hơn những nhà tư vấn đẳng cấp khác. Tôi biết mình cần có một tâm điểm, một định hướng để tôi trút toàn bộ nguồn năng lượng của mình vào đó. Tôi đọc được một bài báo của Michael Hammer khi tôi còn theo học ở trường kinh tế, và nó đã giúp tôi xác định tâm điểm. Hammer là đồng tác giả quyển sách *Tái lập công ty;* những ý tưởng của ông đã tác động mạnh đến cộng đồng kinh doanh, và gần như đã tạo ra được một phân khúc thị trường mới trong ngành tư vấn.

Đây là cơ hội cho tôi trở thành một chuyên gia trong một lĩnh vực kiến thức còn khá mới mẻ nhưng đang được mọi người chú ý tối đa. Tôi đọc tất cả các nghiên cứu tình huống, tham dự tất cả các cuộc hội thảo hay bài giảng của ông mà tôi có thể thu xếp được. Ở đâu có Michael Hammer, ở đó có tôi. Theo thời gian, ông không còn cho tôi là kẻ lẽo đẽo với ý đồ xấu mà đã dần xem tôi là một người học trò và một người bạn. Nhờ tạo được mối quan hệ với Michael Hammer, và hiểu biết rộng trong lĩnh vực này, tôi đã tạo cầu nối vững chắc giữa công ty và một trong những nhà tư tưởng được kính trọng và có ảnh hưởng lớn nhất trong thế giới kinh doanh. Deloitte nhận được lợi nhuận và tiếng tăm như một công ty hàng đầu về phong trào tái cấu trúc. Và nhờ vậy, sự nghiệp của tôi trước kia còn mù mờ, giờ đã vững chắc và tỏa sáng.

Trong vòng vài thập kỷ qua, có rất nhiều quyển sách viết về tầm quan trọng của việc thiết lập mục tiêu trong cuộc sống. Như vậy đủ thấy mục tiêu quan trọng đến mức nào. Qua nhiều năm, tôi đã đúc kết được quy trình thiết lập mục tiêu thành ba bước. Và điều cốt lõi là phải biến việc thiết lập mục tiêu thành một thói quen. Nếu bạn làm được như vậy, thiết lập mục tiêu trở thành một phần cuộc đời bạn; nếu không, nó sẽ héo mòn và chết đi.

Bước 1: Tìm nguồn đam mê

Tôi học được định nghĩa hay nhất về "mục tiêu" từ một nữ nhân viên bán hàng thành công xuất sắc mà tôi gặp được tại một cuộc hội thảo: "Mục tiêu là giấc mơ không có kết thúc." Định nghĩa tuyệt vời này đưa ta đến một điểm hết sức quan trọng. Trước khi bạn bắt tay viết ra các mục tiêu, hãy tìm hiểu giấc mơ của mình trước đã. Nếu không sau này bạn sẽ thấy mình đi theo một con đường mà ngay ban đầu mình không có ý định theo đuổi.

Các nghiên cứu cho thấy hơn 50% người dân Mỹ không hài lòng trong công việc. Nhiều người trong số họ đang rất thành đạt, nhưng lại thành đạt trong một lĩnh vực không yêu thích. Cũng không có gì khó hiểu tại sao ta lại rơi vào tình trạng này. Người ta hay lo ngại khi phải đưa ra quyết định về nghề nghiệp, gia đình, công việc, tương lai. Chúng ta có quá nhiều lựa chọn. Thế là cuối cùng chúng ta lại tập trung vào những năng lực chúng ta còn thiếu, hay những nghề nghiệp không phù hợp. Rất nhiều người trong chúng ta chỉ biết chấp nhận những trái sung rớt xuống đầu mình mà không bao giờ tự đặt cho mình những câu hỏi quan trọng.

Bạn có bao giờ ngồi suy nghĩ nghiêm túc về những gì mình thật sự yêu thích? Những gì mình thật sự có khả năng? Những gì mình muốn đạt được trong cuộc sống? Đâu là những trở ngại đối với bạn? Hầu hết mọi người không làm được việc này. Họ chấp nhận những gì "nên" làm, thay vì dành thời gian để tìm hiểu những gì họ "muốn" làm.

Mỗi người trong chúng ta yêu thích những thứ khác nhau, lo lắng về những điều khác nhau, có những điểm mạnh, điểm yếu khác nhau, và điểm riêng của từng người. Chúng ta phải để ý đến những điểm này khi tìm điểm giao nhau giữa năng lực và sự yêu thích. Tôi đặt tên cho giao điểm này là "ngọn lửa xanh" – nơi sự đam mê và năng lực giao nhau. Khi ngọn lửa xanh bùng cháy trong chúng ta, nó trở thành một nguồn lực rất mạnh có thể đưa bạn đi bất cứ nơi nào bạn muốn.

Theo tôi thì ngọn lửa xanh là sự giao thoa giữa mục tiêu và đam mê dựa trên sự đánh giá thực tế năng lực của mình. Ngọn lửa xanh giúp bạn xác định mục tiêu trong cuộc sống, từ việc chăm sóc người già đến việc là một người mẹ tốt, trở thành một kỹ sư hàng đầu hay làm nhà văn hay nhạc sĩ. Tôi tin rằng trong tim mỗi người đều có một mục tiêu khác nhau, một mục tiêu có khả năng bùng phát nếu được kích hoạt phù hợp.

Joseph Campbell, một sinh viên sau đại học tại Columbia University, đã sáng tạo ra cụm từ "theo đuổi đam mê" vào đầu thế kỷ 20. Ông xác định ngọn lửa xanh của mình là theo học thần thoại Hy Lạp. Khi được biết là chưa có nơi nào giảng dạy ngành này, ông quyết định theo đuổi kế hoạch riêng của mình.

Sau khi tốt nghiệp, ông chuyển đến sống trong một ngôi nhà gỗ biệt lập tại Woodstock, New York, và không làm gì khác ngoài việc đọc sách từ sáng sớm đến 7, 8 giờ tối, trong suốt năm năm liền. Lúc đó người ta vẫn chưa định hình con đường nghề nghiệp cho những người yêu thần thoại Hy Lạp. Campbell trở thành một người rất uyên thâm về thần thoại Hy Lạp, nhưng thật ra ông vẫn chưa hình dung được mình sẽ làm gì tiếp theo. Ông chỉ biết là mình phải đeo đuổi niềm đam mê thần thoại này mà thôi.

Những người ông gặp trong đời sống hàng ngày đã rất ngạc nhiên về sự uyên thâm và đam mê của ông. Cuối cùng, ông được mời đến nói chuyện tại trường Sarah Lawrence College. Hết bài giảng này đến bài giảng khác, cho đến một lúc, 28 năm sau, ông nhìn lại, thấy mình đã là một tác gia và giáo sư nổi tiếng trong lĩnh vực thần thoại học, vẫn đang theo đuổi niềm đam mê của mình, ngay tại chính ngôi trường mà ông đã phát hiện ra niềm đam mê này. "Nếu bạn theo đuổi niềm hứng thú của mình, bạn sẽ tự nhiên đi theo một con đường đã được dọn sẵn, chờ đợi bạn, và cuộc sống bạn đang tận hưởng chính là cuộc sống mà bạn theo đuổi."

Vậy thì bạn làm thế nào để tìm ra niềm đam mê của mình?

Campbell tin rằng, trong sâu thẳm mỗi người, trực giác chúng ta biết rõ mình muốn gì trong cuộc sống. Chúng ta chỉ có việc là phải tìm cho ra mà thôi.

Tôi cũng đồng ý với Tiến sĩ Campbell. Tôi tin rằng những quyết định đúng đều phải dựa trên nguồn thông tin đúng. Để quyết định niềm đam mê, niềm hứng thú, cảm hứng, hay ngọn lửa xanh, bạn cũng cần phải tuân theo nguyên tắc này. Có hai hướng để tìm thông tin: một hướng xuất phát từ chính bản thân; và hướng kia xuất phát từ những người xung quanh.

1. Nhìn vào chính bản thân

Có nhiều cách để tự đánh giá mục tiêu và ước mơ của mình. Có người chọn cách cầu nguyện. Có người chọn cách suy ngẫm hay đọc sách. Có người tập thể dục. Có người chọn cách sống biệt lập trong khoảng thời gian dài.

Tuy nhiên điều quan trọng khi tự đánh giá bản thân là không được đặt ra giới hạn, không nghi ngờ, lo ngại, hay hy vọng về những gì "nên" làm. Bạn phải bỏ qua một bên những chướng ngại như thời gian, tiền bạc, nghĩa vụ.

Một khi tôi đã xác định tư tưởng của mình, tôi bắt đầu liệt kê một danh sách các ước mơ và mục tiêu. Có những điểm hết sức phi lý, có những điểm lại quá thực dụng. Tôi không có ý định kiểm duyệt hay chỉnh sửa bản chất của danh sách này - tôi chỉ đơn giản là viết ra mọi thứ mà thôi. Sau khi hoàn tất danh sách thứ nhất, tôi tiếp tục viết ra trong cột thứ hai những điều đem đến cho tôi niềm vui và sự thỏa mãn: những thành quả, con người, hay công việc làm cho tôi thấy yêu thích. Bạn có thể dựa vào những thú vui riêng của bạn, hay những tạp chí, phim ảnh, sách truyện mà bạn thích. Bạn thích thú với những loại hình hoạt động nào mà đôi khi bạn không để ý đến thời gian đã trôi qua?

Sau đó, tôi bắt đầu tìm mối liên hệ giữa hai danh sách này, chính là đi tìm điểm giao nhau, tìm định hướng hay mục đích. Đây là một bài tập đơn giản, nhưng kết quả nó mang lại có ý nghĩa rất lớn.

2. Nhìn những người xung quanh

Tiếp theo, bạn hãy hỏi những người biết bạn rõ nhất, yêu cầu họ đánh giá điểm mạnh và điểm yếu lớn nhất của bạn là gì. Yêu cầu họ cho bạn biết họ ngưỡng mộ điểm gì ở bạn, và điểm gì theo họ là bạn cần phải hoàn thiện thêm.

Chẳng bao lâu bạn sẽ thấy những thông tin bạn thu thập được từ bài tập đánh giá bản thân và từ đóng góp của những người xung quanh sẽ giúp bạn nhìn thấy rõ ràng định hướng hay mục tiêu cuộc sống của mình là gì.

Nhiều CEO và chủ doanh nghiệp nổi tiếng trong giới kinh doanh thế giới đều đặt niềm tin sâu sắc vào khái niệm ngọn lửa xanh - mặc dù có thể họ dùng một từ khác để miêu tả.

James Champy, nhà tư vấn nổi tiếng và đồng tác giả của quyển sách *Tái lập công ty*, tin rằng thành công tùy thuộc nhiều nhất vào ước mơ. Trong quyển sách *The Arc of Ambition*, Champy đã chỉ ra rằng năng lực của các nhà lãnh đạo thành công như Ted Turner, Michael Dell, Jack Welch không quan trọng bằng việc họ có định hướng mục tiêu rõ ràng, giúp họ tập trung trong tất cả các hành động của mình.

Khi Champy hỏi Michael Dell làm thế nào ông xác định được tham vọng xây dựng máy vi tính Dell, vị CEO bắt đầu kể về chu kỳ kinh doanh và công nghệ. Sau đó ông dừng lại.

"Anh có biết tôi nghĩ ước mơ thật sự đến từ đâu không?" ông nói. Ông bắt đầu kể về những ngày lái xe đi học qua những khu ngoại ô của Houston và say mê trước những tòa nhà công ty với cột cờ riêng của họ. Dell cũng muốn có một lá cờ riêng. Ông muốn được thấy mình tồn tại. Đối với ông, đó là biểu hiện của sự thành công, và nó đã khiến ông có ý định thành lập công ty ngay cả trước khi ông đủ tuổi uống bia. Ngày nay, ông đã có được ba cột cờ. Tôi đã từng nói chuyện với Dell nhiều lần về chiến lược công ty, và thật bất ngờ là lần nào cũng như lần nào, ông đều đề cập đến ước mơ này.

Tham vọng con người cũng giống như những chú cá chép Nhật, chúng phát triển tùy theo môi trường. Thành công của chúng ta cũng sẽ phát triển tùy theo độ lớn của ước mơ và mức độ quyết tâm của chúng ta với mục tiêu của mình.

Tìm ra mục tiêu, liên tục cập nhật, và theo dõi tiến trình thực hiện, theo tôi, không quan trọng bằng quá trình đấu tranh về mặt cảm xúc xem thật sự mình muốn làm gì trong cuộc sống.

Điều này có nghĩa là một kẻ mơ mộng hão huyền cũng có thể điều hành GE giỏi không kém gì Neutron Jack? Dĩ nhiên là không rồi. Chuyển đổi từ giấc mơ thành sự thật đòi hỏi phải lao động cực nhọc và tính kỷ luật cao.

"Welch sẽ không thích thú gì nếu tôi nói: 'Jack, ông chỉ là kẻ mơ mộng,'" Champy nói. "Nhưng sự thật là ông ấy là một kẻ mơ mộng có kỷ luật. Ông ấy có khả năng và sự nhạy cảm để khám phá nhiều ngành công nghiệp khác nhau, tìm xem cơ hội đang nằm ở đâu."

Những kẻ mơ mộng có kỷ luật có một điểm chung: sứ mệnh. Sứ mệnh của họ thường mang tính rủi ro, không giống ai, và không dễ gì đạt được. Nhưng chúng vẫn có thể đạt được. Kỷ luật giúp họ đưa ước mơ thành sứ mệnh, đưa sứ mệnh thành thực tiễn, thật ra cũng chỉ là quá trình thiết lập mục tiêu mà thôi.

Bước 2: Viết mục tiêu ra giấy

Chuyển sứ mệnh thành thực tiễn không phải tự nhiên mà thành. Cũng giống như một bức tranh nghệ thuật hay một hoạt động kinh doanh, nó phải được xây dựng từ nền móng đi lên. Đầu tiên, ta phải mường tượng ra nó trong thực tế. Sau đó, ta tập họp những kỹ năng, công cụ, nguyên liệu cần thiết. Ta cần có thời gian. Ta cần phải suy nghĩ, quyết tâm, kiên định, và có niềm tin.

Tôi sử dụng một loại công cụ mà tôi đặt tên là Kế hoạch Hành động Xây dựng mối quan hệ (Relationship Action Plan).

Bản kế hoạch này được chia làm 3 phần tách biệt: Phần đầu để thiết lập mục tiêu giúp tôi hoàn thành sứ mệnh của mình. Phần thứ hai dành để tìm mối liên hệ giữa các mục tiêu này với những con người, địa điểm, công việc có thể giúp tôi thực hiện mục tiêu. Và phần thứ ba xác định cách tốt nhất để tiếp cận những người giúp mình đạt được mục tiêu.

Đây chỉ là một cái khung sườn, khá thực tế, và có tính ứng dụng cực kỳ cao, đã được kiểm chứng qua bản thân tôi, những nhân viên bán hàng cấp dưới của tôi, và nhiều bạn bè.

Trong phần đầu tiên, tôi liệt kê tất cả những gì mình muốn đạt được trong ba năm sắp tới. Từ đó, tôi xác định ngược thời gian trong vòng một năm, hay mỗi ba tháng, và đưa ra những mục tiêu ngắn hạn, trung hạn để đi đến sứ mệnh cuối cùng. Trong mỗi khoảng thời gian, tôi đưa ra một mục tiêu A và một mục tiêu B, có đóng góp trực tiếp vào định hướng tương lai 3 năm của tôi.

Cô bạn thân Jamie của tôi có một ví dụ lập kế hoạch cụ thể theo cách này. Jamie đang loay hoay tìm định hướng cuộc đời mình. Cô ấy đã tốt nghiệp tiến sĩ lịch sử học tại Harvard, và mong muốn trở thành một giáo sư. Tuy nhiên cô lại thấy đời sống học thuật ngột ngạt quá. Cô cũng thử sức trong ngành kinh tế, nhưng lại không thấy công việc có ý nghĩa. Jamie đã bỏ ra vài tháng liền sống tại Manhattan để suy nghĩ xem mình thực sự muốn làm gì trong cuộc sống, và cô nhận ra rằng mình chỉ muốn đi dạy trẻ con.

Tôi đề nghị Jamie thử lập Kế hoạch Hành động Xây dựng mối quan hệ một lần xem sao. Ban đầu cô cũng tỏ ra nghi ngờ. "Cái này có vẻ hợp với mấy người học MBA hơn, tôi không nghĩ nó có thể áp dụng cho mấy người như tôi," cô từ chối. Tuy nhiên, cuối cùng cô cũng đồng ý thử.

Và thế là cô ngồi xuống để điền vào bản kế hoạch. Mục tiêu "A" của cô là trong ba năm nữa sẽ trở thành giáo viên. Mục tiêu "B" của cô là trở thành một giáo viên trong một khu vực nổi tiếng, trong một quận cô muốn sinh sống. Sau đó cô điền chi tiết các mục tiêu A và B trong ngắn hạn.

Trong 90 ngày, cô dự định trở thành một giáo viên dạy phổ thông được cấp bằng chứng nhận bằng cách tham gia vào những chương trình giúp những nhà chuyên môn chuyển tiếp sang lĩnh vực giáo dục. Trong vòng một năm, cô muốn trở thành giáo viên thật sự; đồng thời cô cũng liệt kê những trường trung học tốt nhất tại Manhattan mà cô cho là mình muốn được tham gia giảng dạy tại đó.

Trong phần thứ hai của Kế hoạch, cũng được chia thành

những khoảng thời gian tương tự, cô đưa ra một số tên người cho mỗi mục tiêu A hay B, những người mà theo cô có thể giúp cô biến mục tiêu thành hiện thực.

Jamie làm một số thăm dò và tìm ra một nơi chuyên giúp sắp xếp cho các nhà chuyên môn vào các vị trí giảng dạy. Cô cũng tìm ra tên những người chuyên phụ trách tuyển dụng tại các trường trung học mà cô mong muốn. Sau cùng, cô tìm ra số điện thoại liên lạc của tổ chức chuyên cung cấp các khóa học nghiệp vụ sư phạm.

Trong vòng vài tuần lễ, Jamie đã bắt đầu thực hiện kế hoạch của mình. Cô bắt đầu nhận ra mối liên hệ giữa việc đề ra mục tiêu và tìm người giúp ta đạt mục tiêu. Càng nhiều mục tiêu được hoàn thành, mạng lưới mối quan hệ trong giảng dạy của cô càng được mở rộng. Mối quan hệ càng được mở rộng càng giúp cô tiến gần hơn đến mục tiêu ba năm của mình.

Trong giai đoạn thứ ba, bạn sẽ biết cách đánh giá nên vận dụng chiến thuật nào cho phù hợp. Những chiến thuật này sẽ được tôi giới thiệu trong những chương tiếp theo. Có một số người, bạn phải làm mặt dày và nói chuyện trực tiếp với họ (chúng ta sẽ thảo luận phương pháp sau). Có những người bạn có thể tiếp cận thông qua bạn bè; và cũng có những người tốt nhất nên tiếp cận tại các cuộc hội thảo hay các bữa tiệc tối giao lưu. Tôi sẽ chỉ bạn cách áp dụng tất cả những phương pháp này.

Jamie hiện nay là một giáo viên dạy lịch sử có thâm niên tại một trong những trường trung học tốt nhất của Mỹ, tại Beverly Hills, California. Và điều quan trọng là cô ấy rất yêu công việc của mình.

Quy trình này có thể được áp dụng cho hầu như tất cả mọi

người, trong bất cứ lĩnh vực nào. Sau khi điền xong bản kế hoạch, bạn đã có trong tay một sứ mệnh. Bạn cũng có danh sách tên những người bằng xương bằng thịt có thể giúp bạn tiến gần hơn đến với sứ mệnh của mình. Và bạn có một, hoặc nhiều cách để tiếp cận họ.

Mục đích của bài tập này là chỉ cho bạn thấy rằng bạn có thể áp dụng một quy trình, hay một hệ thống, để xây dựng mạng lưới. Đây không phải là điều gì mang tính ma thuật; cũng không phải chỉ dành riêng cho những người được sinh ra với dòng máu thích tiếp xúc sẵn trong người. Tạo mối quan hệ với mọi người chỉ đơn giản là lập một kế hoạch và triển khai nó, cho dù bạn muốn trở thành một giáo viên lớp 9 hay mở công ty riêng.

Ngoài ra, bạn còn có thể áp dụng phương pháp lập bản Kế hoạch này cho những khía cạnh khác trong đời sống, ví dụ như mở rộng mạng lưới bạn bè, nâng cao trình độ học vấn, tìm bạn đời, hay tìm người định hướng tinh thần.

Một khi bạn đã lập kế hoạch, hãy treo nó tại những nơi nào bạn thường nhìn đến. Chia sẻ mục tiêu của bạn với những người khác. Đây là một phương pháp rất hữu hiệu, thậm chí có thể nói là hiệu quả nhất nhờ có mục tiêu rõ ràng – bạn có thể tận dụng những cơ hội tiềm ẩn trong mỗi con người nếu bạn nói cho người ta biết bạn muốn gì.

Hãy ngồi xuống và lập cho mình một bản kế hoạch, trước khi bạn giở sang chương kế tiếp. Tôi thường giữ nhiều phiên bản khác nhau trong chiếc điện thoại của mình để thường xuyên nhắc nhở bản thân về những điều tôi cần phải đạt được, về những ai tôi cần tiếp xúc. Cách đây vài năm, tôi cho ép plastic một bản và bỏ vào trong ví.

Nhưng nên nhớ kế hoạch phải được viết ra trên giấy. Phải tin tưởng và viết dự định ra giấy. Một ước muốn không được viết ra thì chỉ là một ước muốn. Khi được viết ra, ước muốn đó sẽ trở thành một cam kết, một mục tiêu.

Sau đây là một số tiêu chí mà bạn cần quan tâm khi lập Kế hoạch Hành động Xây dựng mối quan hệ (RAP):

◆ Mục tiêu phải cụ thể. Những mục tiêu mơ hồ, vu vơ trở nên quá rộng, không thể tập trung thực hiện được. Mục tiêu phải cụ thể và chi tiết. Bạn phải biết rõ mình cần tuân thủ những bước nào để đạt mục tiêu, kỳ hạn thực hiện, các chỉ tiêu đo lường xem bạn có thành công hay không. Tôi nói với các nhân viên bán hàng dưới quyền của mình là nếu họ chỉ đặt mục tiêu là "Tôi sẽ đạt doanh số cao nhất từ trước đến nay trong quý này" vẫn chưa đạt. Vì như vậy họ sẽ đạt $100.000 hay $500.000?

◆ Mục tiêu phải trong tầm tay. Nếu bạn không tin mình có thể đạt được mục tiêu, bạn sẽ không thể nào thực hiện thành công. Nếu mục tiêu của bạn là phải tăng doanh thu của công ty đạt 5 triệu đôla trong một năm, và trong thực tế năm ngoái bạn chỉ đạt 1 triệu đôla, rõ ràng bạn đang đề ra một nhiệm vụ bất khả thi. Tốt hơn là bạn nên đặt mục tiêu là 1,5 triệu đôla cho một năm - và cố gắng hết mình để đạt thành công.

◆ Mục tiêu phải mang tính thử thách và yêu cầu cao. Hãy bước ra khỏi vùng giới hạn; đề ra những mục tiêu đòi hỏi bạn phải liều lĩnh hay mục tiêu có tính bất ngờ. Và một khi bạn đạt mục tiêu này, hãy đặt ra mục tiêu khác. Một trong những nhân viên bán hàng giỏi nhất mà tôi biết là một người quen của cha tôi, tên là Lyle, chuyên bán sách tận nhà. Ông luôn đặt mục tiêu doanh số hàng năm, viết ra con số, và dán ở bất cứ nơi nào mà ông có để mắt đến: trong ví tiền, trên tủ lạnh, trên bàn làm việc. Dĩ nhiên ông luôn đạt doanh thu trước thời hạn. Và ông sẽ đề ra một mục tiêu mới. Người đàn ông này không bao giờ hài lòng. Lyle cho biết, điều quan trọng là phải đặt ra mục tiêu, chứ không phải là đạt mục tiêu. Có lẽ ông là nhân viên bán sách tận nhà duy nhất tại Pennsylvania, thậm chí là trên thế giới nữa, trở nên giàu có trước khi mất.

Tiếp theo, hãy HÀNH ĐỘNG! Đâu phải tự nhiên mà tôi gọi đây là Kế hoạch Hành động Xây dựng mối quan hệ. Muốn tham gia vào một cuộc thi marathon, bạn phải chịu khó thức dậy và luyện tập chạy bộ mỗi ngày. Một khi đã có kế hoạch, tất cả chỉ còn phụ thuộc vào việc bạn có chịu bắt đầu thực hiện hay không. Hãy thực hiện đúng kế hoạch mỗi ngày!

Bước 3: Thiết lập một "Ban tư vấn" cho bản thân

Mục tiêu, và nhiều thứ khác mà tôi đề cập trong quyển sách này, không thể đạt được một mình. Sau khi đã có kế hoạch, bạn cần có sự ủng hộ để giữ định hướng. Cũng như trong kinh doanh, ngay cả một kế hoạch hoàn hảo cũng cần được theo dõi chặt chẽ.

Bạn sẽ cần đến một người tư vấn ủng hộ bạn, hay tốt nhất là từ hai đến ba người, để vừa làm người ủng hộ khi bạn xuống tinh thần, vừa là người giám sát nghiêm khắc, buộc bạn phải chịu trách nhiệm về mục tiêu của mình. Tôi gọi đây là Ban tư vấn riêng. Những người này có thể là thành viên trong gia đình; hay một người nào đã từng giữ vai trò đỡ đầu cho bạn; hay có thể là một hai người bạn cũ.

Ban tư vấn này đã giúp tôi rất nhiều khi tôi đứng trước một ngã ba đường quan trọng trong sự nghiệp, sau khi tôi rời bỏ

Starwood Hotels and Resorts, công ty hiện đang sở hữu các thương hiệu như W Hotel và Westin. Lúc đó tôi như đang trôi đi. Lần đầu tiên trong cuộc đời, tôi không tìm được một công việc nào. Tôi quyết định phải đánh giá lại sứ mệnh của cuộc đời mình.

Tôi đã rời bỏ Deloitte để đến Starwood theo lời mời hấp dẫn của họ: giám đốc tiếp thị trẻ nhất của một công ty trong danh sách *Fortune 500* (một mục tiêu mà tôi đã đặt ra cho mình ba năm trước đó) và thay đổi cách nhìn của ngành công nghiệp này đối với khái niệm tiếp thị.

Nhưng công việc mới của tôi không được suôn sẻ như dự tính.

Juergen Bartels, chủ tịch Starwood và là người tuyển dụng tôi, đã hứa làm người đỡ đầu và dọn đường cho tôi trở thành lãnh đạo công ty trong tương lai. Mục tiêu của tôi đặt ra cho doanh nghiệp này khá tham vọng và đòi hỏi phải thay đổi toàn bộ cách tư duy của công ty.

Vào thời điểm đó, tiếp thị được xem là một yếu tố mang tính chất địa phương, và thuộc quyền sắp xếp của từng khách sạn riêng lẻ. Vì vậy, các chương trình này thiếu yếu tố nhất quán xuyên suốt mang dấu ấn của thương hiệu. Kế hoạch của chúng tôi là sẽ tập hợp các bộ phận tiếp thị lại thành một đơn vị mới với tầm nhìn toàn cầu. Thay vì để các bộ phận tiếp thị trong từng vùng lập chiến lược riêng lẻ, tôi muốn tập trung hóa hoạt động tiếp thị để đưa ra một thông điệp rõ ràng, tạo được tiếng vang lớn trên thị trường, xây dựng một thương hiệu nhất quán. Hơn nữa, hiện nay khách hàng của chúng tôi, những doanh nhân, ngày càng đi nhiều trên khắp thế giới và mong muốn được nhận cùng một dịch vụ bất cứ nơi nào họ đến.

Tuy nhiên, chỉ ít lâu sau khi tôi gia nhập, Juergen Bartels rời công ty. Các tập đoàn, cũng như bất cứ tổ chức lớn nào, thường có khuynh hướng phản đối thay đổi, nhất là khi thay đổi này không được sự ủng hộ của ban lãnh đạo cấp cao. Chỉ sau một năm trong công việc, tôi đã thấy rõ rằng, dưới quyền lãnh đạo của vị chủ tịch mới, tôi sẽ không thể nào tìm kiếm được sự ủng hộ cần thiết để thay đổi toàn diện tổ chức như vậy.

Vị chủ tịch mới đã thể hiện quan điểm rõ ràng rằng ông không muốn chúng tôi tiếp tục kế hoạch cải tổ toàn diện bộ phận tiếp thị. Thông điệp đã rõ ràng đối với bản kế hoạch và đối với cá nhân tôi. Không có được sự ủng hộ cần thiết để thực hiện những kế hoạch táo bạo mà tôi tin rằng sẽ đem lại thành công cho công ty và một vị trí chức vụ cao hơn cho bản thân, tôi biết là mình sẽ không thể nào đạt được mục tiêu của mình ở đây.

Tôi đã thật sự bị sốc. Tôi về nhà sớm trong hôm đó và chạy bộ nhiều giờ liền trên các con đường tuyệt đẹp của công viên trung tâm tại New York. Tập thể dục là một cách hay giúp tôi tập trung suy nghĩ. Vậy mà sau khi chạy được 10 dặm, tôi vẫn chưa hết ngỡ ngàng.

Sáng hôm sau, khi tôi đặt chân vào văn phòng, tôi bỗng hiểu rõ rằng tương lai của mình không phải ở đây. Tất cả những hào nhoáng của đời sống lãnh đạo - những căn phòng làm việc riêng tư, rộng rãi, có bàn ghế bằng gỗ gụ quý, phi cơ riêng, bảng tên oai vệ gắn trên cửa - chẳng có ý nghĩa gì nếu tôi không thể thực hiện được ý tưởng biến công việc nhàm chán trở nên vui nhộn, sáng tạo, thú vị. Tôi chính thức từ chức không lâu sau đó, mà nếu không từ chức, tôi biết mình cũng không sống lâu dài với công ty.

Đã đến lúc tôi phải thiết lập một mục tiêu mới. Liệu tôi có nên tìm một vị trí giám đốc tiếp thị khác, chứng tỏ mình bằng cách xây dựng những thương hiệu lớn hơn, tốt hơn, đạt doanh số (và lợi nhuận) cao hơn, và giúp công ty đưa tên tuổi của họ thành một thương hiệu lớn? Hay tôi nên đặt mục tiêu cao hơn thế nữa? Mục tiêu cuối cùng của tôi là trở thành một tổng giám đốc. Nhưng điều này ít khi xảy ra với những người làm việc trong lĩnh vực tiếp thị. Tôi đã dành nhiều thời gian trong sự nghiệp để thuyết phục ban lãnh đạo cấp cao rằng tiếp thị có thể và nên là yếu tố ảnh hưởng trực tiếp đến tất cả các hoạt động sản xuất, tuy nhiên tôi lại không phải là người chịu trách nhiệm hoàn toàn.

Để thật sự định nghĩa một thương hiệu, vị trí tiếp thị tốt nhất là CEO. Nếu tôi chọn mục tiêu CEO, tôi phải học thêm những gì để trở thành CEO? Đâu là cơ hội của tôi để trở thành CEO? Tôi sẽ phải hy sinh những gì, hay liều lĩnh ở những điểm nào?

Thành thật mà nói, tôi cũng không có câu trả lời rõ ràng vào lúc đó. Sau nhiều năm liên tục làm việc hăng hái, tôi đang thất vọng tràn trề, và cảm thấy lạc lõng. Tôi cần phải tìm ra định hướng những gì tôi muốn làm tiếp.

Và tôi lo sợ. Lần đầu tiên sau nhiều năm đi làm, bây giờ tôi không có một tấm danh thiếp công ty nào. Tôi căm ghét ý nghĩ phải đi gặp ai đó mà không biết phải giải thích mình đang làm gì.

Trong vòng mấy tháng tiếp sau đó, tôi đã trao đổi hàng trăm lần với những người tôi tin tưởng. Tôi dành thời gian suy nghĩ khi theo khóa học Vipassana, nơi tôi ngồi suốt 10 giờ mỗi ngày, liên tục, trong yên lặng. Đối với một thằng như tôi, nói cười luôn miệng, đây thật sự là tra tấn. Tôi tự hỏi phải chăng mình đang phung phí thời gian suy nghĩ nơi đây. Tôi tự hỏi phải chăng tôi nên quay lại với Pennsylvania và tìm một cái ao nhỏ hơn mà chiếm đóng.

Trong thời gian này, tôi viết ra một sứ mệnh dài 12 trang, đặt ra những câu hỏi như Điểm mạnh của tôi là gì? Điểm yếu của tôi là gì? Những ngành công nghiệp nào có cơ hội dành cho tôi? Tôi liệt kê ra những nhà đầu tư tôi muốn được gặp gỡ, những CEO tôi biết, những nhà lãnh đạo tôi có thể xin ý kiến, và những công ty tôi ngưỡng mộ. Tôi để ngỏ những cơ hội: giáo viên, bộ trưởng, chính trị gia, CEO. Và tôi lập Kế hoạch Hành động Xây dựng mối quan hệ cho từng cơ hội này.

Sau khi mọi thứ đã được viết ra, tôi quay sang nhờ đến ban tư vấn riêng của mình. Tôi không có được bằng cấp cần thiết để được tuyển làm CEO cho một tập đoàn lớn. Nhưng đây lại chính là điều mà tôi muốn làm.

Khi tôi ngồi nói chuyện với Tad Smith, một giám đốc nhà xuất bản, đồng thời là bạn thân và nhà tư vấn của tôi, tôi được khuyên là đừng mơ mộng làm việc cho một công ty *Fortune 500* danh tiếng. Nếu tôi muốn làm CEO, tôi nên chọn một công ty nhỏ và phát triển nó lớn lên.

Đây chính là loại lời khuyên mà tôi đang cần. Tôi đã quá tập trung vào các công ty lớn. Mặc dù sự sụp đổ của các công ty dot-com đã làm lu mờ sự quyến rũ của các công ty trong thế giới số, trong thế giới kinh doanh vẫn còn nhiều công ty rất tốt và cần hiểu những nguyên tắc kinh doanh cơ bản. Giờ đây tôi đã biết rõ mình phải tìm gì ở đâu, và tôi bắt đầu chỉnh sửa lại kế hoạch hành động của mình.

Kể từ ngày đó, các cuộc điện thoại, các cuộc gặp gỡ, các cuộc hội thảo mà tôi tham dự, đều nhằm vào mục đích tìm ra một công ty nhỏ phù hợp làm chốn dung thân. Sau ba tháng, tôi đã nhận được năm lời mời.

Một trong những người mà tôi trông cậy vào là Sandy Climan, một người nổi tiếng tại Hollywood và đã từng là cánh tay phải của Michael Ovitz tại Creative Artist Agency và sau đó điều hành công ty tài chính Entertainment Media Ventures tại L.A. Tôi biết Sandy khi tôi làm việc tại Deloitte và tìm kiếm con đường để tấn công vào ngành công nghiệp giải trí. Sandy giới thiệu tôi với những người có chức quyền tại một công ty tên là YaYa, một trong số những công ty nằm trong danh mục đầu tư của Sandy.

YaYa là một công ty tiếp thị tiên phong trong việc thiết kế các trò chơi trực tuyến dùng làm phương tiện quảng cáo. Họ có một khái niệm khá hấp dẫn và điểm mạnh của họ là nhân viên gắn bó, nhà sáng lập quyết tâm. Điều họ cần là một tầm nhìn lớn hơn để thu hút sự chú ý của thị trường, tạo một tiếng vang cho sản phẩm, và một người đủ bản lĩnh để bán sản phẩm này.

Tháng 11/2000, hội đồng quản trị YaYa đã mời tôi vào vị trí CEO, và tôi biết rằng đây là một nơi thích hợp. Công ty có trụ sở tại Los Angeles, và đây là con đường không chính thống để tiếp cận thế giới giải trí mà tôi vẫn hằng mong đợi, đồng thời cũng là cơ hội để tôi phát triển những kinh nghiệm của một giám đốc tiếp thị trong vai trò một CEO.

Nếu Virginia làm được, thì bạn cũng làm được

Cách đây vài tháng, một anh bạn đã kể cho tôi nghe câu chuyện về một phụ nữ tên là Virginia Feigles, cũng sống gần quê nhà của tôi. Anh bạn này rất ấn tượng với câu chuyện thành công của Feigles vì nó thật sự đáng nể.

Bước vào tuổi 44, Feigles quyết định rằng cô không muốn mãi mãi chỉ là một người thợ làm tóc. Cô muốn trở thành một kỹ sư. Khi cô bày tỏ ý định này, đã có rất nhiều người ngăn cản, cho rằng đây là một điều không tưởng. Nhưng sự phản đối của mọi người chỉ càng làm cô nung nấu thêm ý chí của mình.

"Tôi đã mất rất nhiều người bạn trong giai đoạn này," Feigles cho biết. "Mọi người trở nên ganh ghét khi bạn quyết định làm một điều mà không ai tin rằng bạn có thể. Bạn phải biết vượt qua."

Sự đấu tranh của cô có thể trở thành một bài định hướng nghề nghiệp của bộ sách *Cliffs Notes*, trong phần nói về sứ mệnh can đảm và lòng quyết tâm kêu gọi sự giúp đỡ của nhiều người khác để tạo cơ hội cho một người tốt nghiệp phổ thông. Nó cũng thể hiện một sự thật khó khăn: Thay đổi là một quá trình gian nan. Bạn có thể phải mất đi những người bạn, đối mặt với những chướng ngại tưởng chừng không thể nào vượt qua, và chiến đấu với một rào cản lớn nhất – sự nghi ngờ của bản thân.

Feigles đã luôn ao ước được vào đại học. Nhưng sinh ra và lớn lên tại thị trấn nhỏ Milton, Pennsylvania, cơ hội dành cho cô hầu như không có. Năm 17 tuổi, cô đã lập gia đình, và có con chỉ sau một năm. Cô làm việc cả ngày tại tiệm làm tóc của chồng, và nuôi con trai nhỏ. Hai mươi năm cứ thế trôi qua. Sau khi ly dị chồng, cô bắt đầu suy nghĩ về cuộc đời mình. Cô nhận thấy muốn phát triển phải thay đổi. Và thay đổi chỉ xảy ra nếu cô có những mục tiêu mới.

Cô đang là một thư ký bán thời gian tại phòng thương mại thị trấn, và cô nhận ra rằng cuộc đời còn rất nhiều điều thú vị. "Tôi nghĩ, 'Thật là ngu ngốc. Tại sao tôi lại suy nghĩ xuẩn ngốc như thế? Đâu phải ai có bằng tiến sĩ vật lý cũng là Albert Einstein đâu.'"

Mặc dù sự thật là không phải kỹ sư nào cũng là thiên tài, họ đều biết đại số - một điều mà Feigles không dám tự hào. Vì vậy cô bắt tay vào học đại số và thành thạo chỉ trong vòng vài tháng.

Sau khi thử sức qua một khóa học mùa hè tại trường đại học

cộng đồng, cô quyết định nộp đơn vào một khoa kỹ sư dân dụng nổi tiếng thuộc đại học Bucknell. Vị phó khoa, Trudy Cunningham, đã đặt thẳng vấn đề.

"Khi cô ấy đến, tôi nói thẳng cho cô ấy biết là cuộc sống sắp tới sẽ rất khó khăn. Cô ấy không còn trẻ nữa, cô ấy là một người lớn tuổi, có cuộc sống riêng, có một căn hộ, một chiếc xe, và cô ấy phải tranh đua với những đứa trẻ vẫn còn sống trong ký túc xá và được phục vụ ngày ba bữa."

May mắn cho Feigles là cô có giao thiệp rộng. Cô là thành viên của nhiều đội nhóm trong cộng đồng, có chân trong ban điều hành YMCA, Phòng thương mại Milton, Ủy ban Công viên và Giải trí. Ngoài ra, cô cũng đã từng có thời gian làm chủ tịch CLB Làm vườn và Hiệp hội Doanh nghiệp Milton. Cô có những người bạn đồng thời là nhà cố vấn luôn sẵn sàng giúp đỡ.

Đối với những sinh viên bình thường, hết giờ học là tới giờ tiệc tùng bia rượu hay đá banh. Đối với cô, hết giờ học cô còn phải tiếp tục làm việc tại tiệm và sau đó là học bài thật kỹ. Hầu như ngày nào cô cũng mang ý nghĩ bỏ học.

Cô còn nhớ lúc nhận bài kiểm tra vật lý đầu tiên, cô đã rớt.

"Một sinh viên khác cho rằng đời tôi thế là hết. Tôi nói với cô ấy đừng lo, tôi sẽ không tự tử đâu," cô kể lại với sự lạnh lùng của một người từng trải. Cuối cùng cô cũng vượt qua được môn học này với điểm C.

Thêm nhiều đêm mất ngủ và nhiều điểm C khác nữa, cuối cùng thì Feigles cũng tốt nghiệp chung với 137 kỹ sư khác vào năm 1999. Cô thật sự ngạc nhiên với thành công của mình. "Tôi cứ suy nghĩ mãi, 'Mình đã làm gì thế nhỉ?' Và tôi tự trả lời mình, 'Tôi đã thành công rồi. Tôi đã thật sự làm được điều mình mong muốn!'"

Thành công trong tay, cô càng xây dựng mạng lưới rộng rãi hơn, thêm bạn và thêm đối tác. Hiện nay cô đã có một gia đình mới – với sếp cũ tại phòng thương mại – và bận rộn với công việc mới tại Sở Giao thông của tiểu bang. Gần đây, cô đã được đề bạt giữ chức Chủ tịch Ủy ban Hoạch định, nơi trước kia cô làm thư ký.

Để đạt được mục tiêu có thể rất khó khăn. Nhưng nếu bạn thiết lập được mục tiêu, có kế hoạch hợp lý để đạt chúng, và những người bạn sẵn sàng giúp đỡ, bạn có thể đạt được gần như bất cứ mục tiêu gì – ngay cả khi đó là trở thành kỹ sư sau khi đã tứ tuần.

TIỂU SỬ NGƯỜI NỔI TIẾNG

Bill Clinton

"Biết rõ sứ mệnh cuộc đời mình."

Năm 1968, khi William Jefferson Clinton đang học tại Đại học Oxford với học bổng Rhodes Scholar, ông gặp một sinh viên sau đại học tên là Jeffrey Stamps tại một buổi tiệc. Clinton lấy ra một quyển sổ ghi chép địa chỉ màu đen và hỏi "Anh đang làm gì tại Oxford?"

"Tôi đang theo học tại Pembroke nhờ học bổng Fulbright," Jeff trả lời. Clinton ghi chú Pembroke vào trong sổ, và tiếp tục hỏi về trường và ngành mà Stamps đã tốt nghiệp cử nhân. Stamps ngạc nhiên hỏi: "Bill, sao anh phải viết hết mọi thứ ra giấy vậy?"

"Tôi sẽ chuyển sang làm chính trị, và tôi sẽ tranh cử thống đốc bang Arkansas, tôi muốn ghi lại tất cả những người tôi đã gặp gỡ," Clinton cho biết.

Câu chuyện này do Stamps kể lại, càng làm nổi bật phong cách thẳng thắn của Bill Clinton trong việc yêu cầu giúp đỡ hay lôi kéo người khác tham gia vào sứ mệnh của mình. Ngay vào thời điểm đó, ông đã biết rõ mình muốn tranh cử thống đốc, và chính nhờ mục đích rõ ràng này mà ông đã biết định hướng nỗ lực của mình với lòng say mê và quyết tâm. Thực tế, ngay từ khi là một cậu sinh viên tại Georgetown, vị tổng thống thứ 42 này đã có một thói quen là hàng đêm ghi lại trên những tấm thẻ tên và các thông tin quan trọng của những người ông gặp trong ngày.

Trong suốt sự nghiệp của mình, Clinton đã kết hợp khéo léo tham vọng chính trị và khả năng kêu gọi giúp đỡ. Năm 1984, khi đang là thống đốc bang Arkansas, lần đầu tiên ông tham dự một sự kiện giao lưu toàn quốc về tư duy lãnh đạo có tên là Renaissance Weekend tại Hilton Head, South Carolina. Clinton kiếm được một chiếc vé mời nhờ người bạn Richard Riley, lúc đó đang là thống đốc bang South Carolina. Tham dự Renaissance Weekend đối với Clinton cũng giống như lạc vào thế giới đồ chơi, và ông không hề bỏ lỡ cơ hội gặp gỡ và kết bạn với mọi người. Tờ *Washington Post* tháng 12/1992 đã miêu tả Clinton như sau:

> Nhiều vị khách, khi nhắc đến sự tham gia của Clinton, chỉ nhớ về những hành động hơn là lời nói của ông: ông thường dạo qua các cuộc thảo luận, chọn một cạnh tường, và đứng dựa một cách thoải mái ở đó; cái cách ông giao tiếp với mọi người như thể ông biết tất cả họ, không chỉ đơn giản là nhờ đọc bảng tên, mà ông biết cả những thành tựu của họ, những sở thích của họ. Max Heller, cựu thị trưởng Greenville nhận xét, "Khi ông ấy ôm bạn, ông ấy không chỉ thể hiện sự thân mật xã giao, mà đó là cả một tấm lòng."

Điều Heller đề cập chính là khả năng thiên phú có thể tạo ra sự thân mật ngay lập tức với những người ông trò chuyện. Clinton không chỉ nhớ những thông tin cá nhân của bạn; ông còn biết vận dụng nó để tạo sự gắn bó với bạn.

Chúng ta có thể học được hai bài học rõ ràng từ Clinton: Thứ nhất, nếu bạn biết càng rõ bạn muốn làm gì trong cuộc sống của mình, bạn càng dễ dàng đưa ra một chiến lược xây dựng mạng lưới để giúp bạn đạt thành công.

Thứ hai, hãy đặt tâm sức tạo mối liên hệ thật sự khi bạn giao tiếp với mọi người. Chúng ta thường nghĩ rằng những hành động cậy quyền có thể chấp nhận được nếu người đó giàu có hay nắm quyền hành cao. Clinton cho thấy bạn có thể được nhiều người biết đến và yêu quý khi bạn đối xử chân thành với mọi người.

CHƯƠNG 4

Hãy xây dựng sẵn trước khi cần đến

Hãy xây dựng một cộng đồng nhỏ những người bạn yêu
quý hay yêu quý bạn.

_ Mitch Albom

N hắc tới xây dựng mạng lưới quan hệ chúng ta thường nghĩ
ngay tới hình ảnh những gã thất nghiệp đang tuyệt vọng,
chụp lấy bất cứ tấm danh thiếp nào gã nhìn thấy khi cố gắng
tham gia vào các hội thảo doanh nghiệp hay các hội chợ việc
làm. Hãy quên đi. Sai lầm lớn nhất trong "xây dựng mạng lưới"
là bạn chỉ nghĩ tới người khác khi bạn cần một điều gì đó, ví dụ
như cần việc làm. Trên thực tế, những người giao tiếp rộng và
có nhiều bạn bè, đối tác, người đỡ đầu biết rằng bạn phải thiết
lập mối quan hệ rất lâu trước khi bạn dám nhờ họ điều gì.

George là một chàng thanh niên trong độ tuổi 20, rất nhanh
nhẹn thông minh. Chúng tôi biết nhau thông qua một người bạn
chung. George đang làm việc tại một công ty quan hệ công
chúng tại New York và mong muốn sẽ mở công ty PR riêng. Anh
ta mời tôi đi ăn trưa để hỏi xin ý kiến và tìm kiếm sự động viên.

Chỉ cần sau 10 phút ngồi nói chuyện, tôi đã thấy ngay là anh
ta đang áp dụng sai chiến lược.

"Anh đã tìm kiếm những khách hàng tiềm năng chưa?" tôi hỏi.

"Chưa," anh ta trả lời. "Tôi đang theo đuổi từng bước. Kế hoạch của tôi là cứ cống hiến hết mình trong công việc hiện tại đến khi tôi có đủ khả năng tài chính để ra làm ăn riêng. Sau đó tôi sẽ đăng ký kinh doanh, thành lập văn phòng, và bắt đầu tìm kiếm những khách hàng đầu tiên. Tôi không muốn bắt đầu đi tìm khách hàng tiềm năng khi tôi chưa thể giới thiệu mình như là một người đại diện PR đáng tin cậy cho công ty riêng của mình."

"Anh đang đi ngược đấy," tôi nói với anh ta. "Anh làm thế là thua chắc."

Lời khuyên của tôi là hãy bắt đầu tìm khách hàng tiềm năng ngay hôm nay. Anh có suy nghĩ mình sẽ tập trung vào một ngành công nghiệp cụ thể nào chưa? Anh có biết những nhà lãnh đạo trong ngành này thường gặp nhau ở đâu không? Một khi anh đã trả lời được những câu hỏi này, thì bước kế tiếp là hãy đến làm quen với họ.

"Điều quan trọng là hãy làm quen với những người này với tư cách bạn bè, chứ không phải như khách hàng tiềm năng," tôi nói. "Mà anh cũng đúng về một điểm: Cho dù anh là bạn thân của họ, họ cũng sẽ không thuê anh ngay khi họ cần thực hiện chương trình PR, nếu họ là những người giỏi và có hiểu biết. Vì vậy anh phải chào dịch vụ của mình miễn phí - ít nhất là trong giai đoạn đầu. Ví dụ như anh có thể tình nguyện làm việc cho một tổ chức phi lợi nhuận mà họ cũng tham gia, hoặc giúp đỡ chương trình gây quỹ của trường mà con cái họ phải chịu trách nhiệm."

"Nhưng chẳng lẽ sếp tôi lại để yên nếu tôi dành công sức cho những việc khác ngoài công việc?" George hỏi.

"Dĩ nhiên trước hết phải làm tốt công việc trong công ty," tôi nói. "Tranh thủ thời gian ngoài giờ làm việc là chuyện riêng của anh. Hãy tìm một ngành công nghiệp nào mà công ty hiện tại của anh không nhận làm. Nhớ cho kỹ, nếu anh không nỗ lực chuẩn bị trước khi anh quyết định mở công ty, chẳng chóng thì chày anh cũng phải quay lại chỗ làm cũ."

"Vậy là tôi phải làm việc cho những người đó miễn phí sao?"

"Đúng vậy," tôi trả lời. "Hiện nay chưa ai biết đến anh, và không dễ gì giành được những hợp đồng đầu tiên. Dần dần anh sẽ có được một số đông những người đã từng nhìn thấy kết quả công việc của anh và tin tưởng anh. Đó là mạng lưới mà anh phải xây dựng nếu anh muốn mở công ty riêng, hay nếu anh muốn đổi việc, đổi nghề.

"Một lúc nào đó, ngay khi anh còn làm với công ty hiện tại, hãy tìm cách chuyển một vài tên tuổi anh biết thành khách hàng thật sự. Một khi anh có một khách hàng hài lòng sẵn sàng giới thiệu hay ủng hộ anh, anh đã đi được nửa đường rồi đấy. Chỉ đến lúc đó anh mới quay lại công ty cũ và xin phép làm việc bán thời gian, hoặc nếu được càng tốt, biến họ thành khách hàng lớn thứ hai của anh, sẵn sàng chuyển giao cho anh những khách hàng họ không phục vụ. Nếu anh nghỉ việc trong lúc này, ít ra anh cũng đã có cơ sở để đánh cuộc. Anh đã có trong tay một nhóm người giúp bạn đưa sự nghiệp sang một trang mới."

Nửa giờ còn lại chúng tôi dành để nhớ lại những người anh ta biết có thể giúp anh khởi nghiệp. Tôi cũng đóng góp vài cái tên trong mạng lưới riêng của tôi, và George đã dần lấy lại tự tin. Tôi cũng tự tin rằng, giờ đây khi anh ta làm quen với người mới, anh ta không bị nỗi ám ảnh tuyệt vọng làm xấu đi hình ảnh. Anh ta sẽ tìm cách để giúp người khác, và như vậy là ai cũng được hưởng lợi trong mối quan hệ này.

Khái niệm xây dựng mối quan hệ kiểu này cũng có thể được áp dụng khi bạn muốn mình trở thành ngôi sao trong công ty - và kèm theo đó là công việc ổn định. Tôi biết điều này thật không dễ trong môi trường làm việc hiện nay. Theo một nghiên cứu gần đây về các chương trình đào tạo kinh doanh, trong năm 2004 tỉ lệ học viên MBA vẫn chưa tìm được việc làm 3 tháng sau khi tốt nghiệp đã tăng gấp 3 lần so với năm 2003, chiếm đến 20%. Có biết bao nhiêu người vẫn thất nghiệp hay sống trong lo sợ không biết mất việc lúc nào. Những tờ giấy hồng sa thải được phân phát vô tội vạ khiến cho những người tìm việc ngày càng thêm lo lắng vì họ biết rằng nếu chỉ chăm chăm vào tờ quảng cáo tuyển dụng và gửi đơn xin việc không thôi là chưa đủ.

Chúng ta rất dễ bị rơi vào tình trạng chỉ biết làm thật tốt những điều vô nghĩa, tập trung vào công việc để sống sót qua ngày. Lời khuyên của tôi là không phải đợi đến lúc chúng ta thấy mình bị rơi vào một môi trường mới - có thể là một công việc mới, hay một nền kinh tế mới - mà hãy liên tục tạo ra môi trường hay cộng đồng theo ý mình, bất kể chuyện gì cũng có thể xảy ra.

Xây dựng một cộng đồng như vậy không phải là một giải pháp ngắn hạn, hay một hành động chỉ đem ra áp dụng khi cần thiết. Mối quan hệ phải được xây dựng dần dần. Bạn chỉ có thể tạo được niềm tin và sự gắn bó với người khác từng chút từng chút một.

Ngay lúc này đây, có hàng vạn cách bạn có thể bắt đầu để tạo ra cộng đồng theo ý bạn, một cộng đồng những người sẽ giúp bạn tiến xa hơn trong sự nghiệp. Bạn có thể: (1) khởi xướng một dự án được công ty chấp thuận, trong đó buộc bạn phải học hỏi những kỹ năng mới, làm quen với những người mới trong công ty; (2) nhận vai trò lãnh đạo một công việc bạn yêu thích bên ngoài công ty; (3) đăng ký tham gia hội cựu sinh viên và dành thời gian gặp gỡ những người đang làm trong những nghề nghiệp bạn yêu thích; (4) đăng ký một khóa học mà bạn thấy có liên quan đến công việc mình đang làm hay một công việc bạn muốn làm trong tương lai.

Những đề nghị này thật ra sẽ giúp bạn gặp gỡ người mới. Định luật tương đối cho bạn biết rằng nếu bạn quen biết càng nhiều người, cơ hội sẽ đến với bạn nhiều hơn, và bạn sẽ kêu gọi được sự giúp đỡ cần thiết khi đứng trước những ngã ba đường trong nghề nghiệp.

Khi tôi vào năm nhất tại trường kinh tế, tôi bắt đầu công việc tư vấn cùng với người bạn Tad Smith, hiện nay là Chủ tịch Bộ phận Truyền thông tại công ty Reed Business Information, một công ty xuất bản tạp chí lớn. Ý tưởng chúng tôi lúc đó không phải là để tạo ra một công ty tư vấn ăn nên làm ra để tiếp tục ngay cả sau khi ra trường. Thay vào đó, chúng tôi chỉ muốn giúp đỡ kiến thức và tinh thần làm việc cho những công ty nhỏ với giá hết sức cạnh tranh. Bù lại, chúng tôi học được nhiều ngành công nghiệp khác nhau, phát triển những kỹ năng nghề nghiệp từ thực tế, và thu thập được một danh sách người giới thiệu và mối quan hệ để sử dụng khi chúng tôi tốt nghiệp, bên cạnh đó kiếm thêm một ít tiền tiêu vặt.

Còn bạn thì sao? Liệu bạn có tận dụng hết cơ hội xây dựng mối quan hệ chưa?

Thử tưởng tượng bạn và gia đình, bạn bè, đồng nghiệp như một khu vườn. Nếu bạn đi dạo trong khu vườn này, bạn nhìn thấy gì?

Nếu bạn cũng như mọi người, bạn sẽ nhìn thấy một mảnh đất

nhỏ với bồn cỏ được tỉa xén gọn gàng, đại diện cho những gương mặt bạn nhìn thấy trên quyển sổ danh thiếp. Nó bao gồm những người bạn thân, đồng nghiệp, đối tác kinh doanh: toàn là những người quen cả.

Mạng lưới thật sự của bạn phải là một khu rừng rậm rạp với những ngóc ngách vô tận vẫn đang bị bỏ quên.

Tiềm năng tạo dựng mối quan hệ lúc này sẽ rộng mở hơn nhiều so với suy nghĩ của bạn. Chung quanh bạn là những cơ hội vàng để phát triển mối quan hệ với những người bạn quen biết, họ sẽ giới thiệu cho bạn những người họ quen biết, và cứ thế tiếp tục.

Có nhiều việc bạn có thể làm để phát huy sức mạnh của mạng lưới hiện tại của mình. Bạn có bao giờ tìm hiểu bạn bè và những mối quan hệ của cha mẹ bạn? Của anh em bạn? Của những người bạn thời đại học? Bạn có biết những mối quan hệ của những người cùng đi nhà thờ, hay cùng chơi trong câu lạc bộ bowling, hay cùng tập thể dục? Hay bác sĩ, luật sư, người môi giới nhà đất, hay người môi giới chứng khoán cho bạn?

Trong kinh doanh, người ta thường nói khách hàng tốt nhất là khách hàng hiện có trong tay. Nói cách khác, mối bán hàng của bạn đa số đến từ những người đã từng mua hàng. Lợi nhuận không đến nhiều từ những người mua hàng lần đầu; lợi nhuận phần lớn là do những khách hàng quen mang lại. Bạn dễ dàng thuyết phục những người này vì ít ra họ cũng dính dáng phần nào với mạng lưới của bạn.

Trở ngại lớn nhất khi xây dựng mạng lưới là phải thực hiện những cuộc gọi cho những người không quen biết, tiếp xúc những người xa lạ, và kêu gọi sự ủng hộ của những người lạ khác. Do đó, bước đầu tiên thực hiện bạn không nên bắt đầu với

những người xa lạ; hãy bắt đầu tạo mối quan hệ với những
người bạn biết.

Tập trung trước hết vào mạng lưới gần gũi nhất: bạn của bạn,
những người quen biết cũ hồi còn học ở trường, và gia đình. Tôi
dám chắc bạn chưa bao giờ hỏi anh chị em ruột, anh chị em họ,
hay anh em cột chèo nếu họ có thể giới thiệu được người nào có
thể giúp bạn hoàn thành mục tiêu của mình.

Mọi người, từ những người trong gia đình đến cả ông đưa thư,
đều mở ra một cánh cửa giúp bạn làm quen với những con
người mới.

Vì vậy đừng đợi đến khi bạn thất nghiệp, hay bạn làm ăn
riêng, mới bắt đầu tìm kiếm mối quan hệ. Bạn phải tạo ra một
cộng đồng bao gồm đồng nghiệp và bạn bè trước khi bạn cần
đến họ. Những người chung quanh bạn sẽ sẵn lòng giúp đỡ nếu
họ quen biết và quý mến bạn. Hãy bắt đầu gieo hạt từ hôm nay.
Bạn sẽ không ngờ đến những kho báu ngay trong sân sau nhà
mình.

CHƯƠNG 5

Cảm hứng táo bạo

Hãy bắt lấy phút giây này; bắt đầu ngay những gì anh có
thể thực hiện, hoặc ước muốn thực hiện. Sự liều lĩnh táo
bạo mang theo nó nguồn cảm hứng, sức mạnh, và ma
thuật.

_JOHANN WOLFGANG VON GOETHE

Cha tôi, Pete Ferrazzi, là thế hệ người Mỹ đầu tiên, một thủy
thủ hải quân trong Chiến tranh Thế giới II, một người thợ
lò thép thất học sống trong thế giới lao động khổ cực mà đồng
lương vẫn thấp. Ông muốn con trai mình phải được hưởng
nhiều hơn. Khi tôi lớn lên, hai cha con như hình với bóng (các
chú bác bạn của cha vẫn gọi tôi là "re-Pete" vì tôi cứ lẽo đẽo theo
cha đi khắp mọi nơi). Ông biết rằng cuộc đời tôi sẽ khá hơn nếu
tôi thoát được kiếp sống công nhân.

Nhưng cha tôi không biết thoát ra bằng lối nào. Ông chưa bao
giờ được đi học đại học. Ông chưa hề biết đến các câu lạc bộ
đồng quê hay các trường tư thục. Ông chỉ biết rằng có một người
có đủ nguồn lực để giúp tôi: cấp trên của ông. Thật ra, đó là sếp
của sếp của sếp của sếp – Alex McKenna, TGĐ Kennametal, chủ
nhà máy nơi cha tôi đang làm việc.

Hai người chưa bao giờ gặp mặt nhau. Nhưng cha tôi là người
hiểu rõ quy tắc vận hành của thế giới. Ông nhận thấy, ngay cả

trong nhà máy, sự táo bạo thường là điểm tạo nên khác biệt trong chức vụ giữa hai người công nhân cùng giỏi như nhau. Vì vậy ông yêu cầu được nói chuyện với McKenna. McKenna, khi nghe được lời thỉnh cầu này, đã rất tò mò và đồng ý tiếp chuyện cha tôi. Trong cuộc nói chuyện này, ông cũng đồng ý gặp tôi - nhưng chỉ thế thôi, không hơn.

May mắn là ông McKenna thích tôi - có lẽ cũng nhờ một phần ở sự gặp gỡ kỳ lạ. McKenna lúc đó tham gia vào hội phụ huynh học sinh của trường tiểu học tư thục Valley School tại Ligonier được đánh giá là một trong những trường tiểu học tốt nhất trên toàn nước Mỹ, nơi con em của các gia đình giàu có đều theo học. Ông McKenna đã sắp xếp cho chúng tôi được gặp Peter Messe, hiệu trưởng.

Cái ngày tôi đăng ký nhập học tại Valley School bằng học bổng, tôi đã đặt chân vào một thế giới mới, hướng tôi đến một tương lai mới, theo đúng nguyện ước của cha tôi. Tôi đã may mắn nhận được nền học vấn tốt nhất nước Mỹ, bắt đầu với Valley School, sau đó là Kiski School, ĐH Yale, và ĐH Harvard. Tất cả có thể mãi mãi chỉ là giấc mơ nếu cha tôi không tin rằng cứ thử hỏi cũng chẳng mất mát gì.

Khi nhận định lại cuộc đời mình, tôi thấy đây là sự kiện quan trọng nhất. Ngoài ra, bài học từ hành động của cha đã theo chân tôi và tạo ảnh hưởng lên bất cứ hành động nào của tôi sau này.

Cha tôi có lẽ không hề xấu hổ nếu hành động đó có thể giúp được gia đình. Tôi nhớ có lần chúng tôi đang lái xe về nhà thì ông nhìn thấy một chiếc xe đạp ba bánh Big Wheel đã hỏng vứt trong thùng rác của một gia đình nọ. Ông ngừng xe, nhặt chiếc xe đạp, và gõ cửa căn nhà chủ cái thùng rác.

"Tôi thấy chiếc xe ba bánh này trong thùng rác nhà chị," cha tôi nói với người chủ nhà. "Tôi xin phép được nhặt nó nhé. Tôi nghĩ mình có thể sửa nó lại. Tôi rất vui nếu làm được điều gì đó cho con trai mình."

Trời ơi! Bạn có thể tưởng tượng được một người đàn ông lam lũ đầy tự trọng tiến đến nói với một người phụ nữ rằng, tôi nghèo quá, tôi muốn xin nhặt rác của cô?

Ấy, vậy mà đó chỉ mới là một nửa vấn đề thôi. Thử tưởng tượng người phụ nữ sẽ cảm giác như thế nào, khi thấy mình có cơ hội mang đến một món quà cho người khác. Người phụ nữ chắc chắn sẽ vui suốt cả ngày.

"Dĩ nhiên rồi," người phụ nữ huyên thuyên kể tiếp rằng con cái của bà đều đã lớn và chúng không còn chơi những thứ đồ chơi này nữa.

"Tôi còn một chiếc xe đạp nữa nè, nếu anh muốn lấy. Tôi thấy nó đẹp quá nên không nỡ vứt đi..."

Và rồi chúng tôi lái xe về nhà. Tôi đã có một chiếc xe ba bánh Big Wheel "mới" và một chiếc xe đạp để dành khi lớn lên. Bà ấy có nụ cười và trái tim nhân hậu. Và cha tôi đã dạy cho tôi một bài học về sự táo bạo, và cả lòng tốt nữa.

Mỗi lần tôi gặp phải những giới hạn mà mình không thể làm được, hay những lúc tôi có cảm giác lo sợ, tôi lại nhớ đến câu chuyện chiếc xe đạp ba bánh ngày xưa. Tôi nhắc nhở bản thân rằng những người không chấp nhận rủi ro, những người bị nỗi sợ hãi chi phối, đều ít có khả năng thành công.

Ký ức ngày xưa đã theo tôi đến tận bây giờ. Cha tôi đã dạy cho tôi thấy rằng đều tệ hại nhất mà người khác có thể làm là từ chối. Nếu họ quyết định không dành thời gian giúp đỡ, thì chính họ mới là người mất mát.

Tôi đúc kết từ cuộc đời mình rằng cứ yêu cầu thì cơ hội xuất hiện, trong bất cứ tình huống nào. Khi tôi còn là một kẻ tham dự vô danh tiểu tốt tại Diễn đàn Kinh tế Thế giới tại Thụy Sĩ, tôi bước lên chiếc xe trung chuyển của khách sạn và nhìn thấy người sáng lập Nike Phil Knight. Knight đối với tôi là một ngôi sao nhạc rock, do những thành công vang dội của ông trong việc sáng lập và xây dựng Nike, cũng như những sáng kiến tiếp thị ông đã vận dụng nhiều năm qua. Bạn nghĩ lúc đó tôi có run không? Dĩ nhiên rồi. Nhưng tôi chộp ngay lấy cơ hội được nói chuyện với ông, và quyết định đi thẳng tới ngồi cạnh ông. Sau này, ông trở thành khách hàng lớn đầu tiên của YaYa. Lúc nào tôi cũng chớp lấy những cơ hội tương tự, trong bất cứ tình huống nào.

Đôi khi tôi cũng thất bại chứ. Tôi cũng có một danh sách dài dằng dặc những người tôi đã cố kết thân nhưng họ lại không hứng thú với những lời chào mời của tôi. Sự táo bạo trong xây dựng mạng lưới cũng có những thất bại và đáng sợ tương tự như khi bạn "cua gái" - mặc dù tôi tự nhận mình làm giỏi hơn nhiều trong thế giới kinh doanh.

Chúng ta có khuynh hướng chỉ dựa vào những người chúng ta đã quen biết khá rõ. Nhưng không giống như khi hò hẹn, người muốn xây dựng mạng lưới không chấp nhận chỉ thành công một lần trong đời. Muốn tạo dựng được những mối quan hệ đáng tin cậy đòi hỏi bạn phải thật sự hành động, tham gia hết mình, mọi lúc mọi nơi. Ngay cả đối với bản thân tôi lúc này, khi tôi phải thực hiện một cuộc điện thoại hay phải tự giới thiệu mình với một người không quen biết, tôi vẫn có nỗi sợ bị họ từ chối. Và tôi nhớ đến chiếc xe ba bánh Big Wheel mà cha tôi đã mang về, và tôi buộc mình phải bước tới.

Đa số chúng ta không ai có bản năng tự nhiên để xây dựng

mạng lưới. Dĩ nhiên, trên thế giới cũng có một số ít người được trời phú khả năng tự tin và kỹ năng giao tiếp tuyệt vời để tạo dựng mối quan hệ.

Còn lại đa số chúng ta đều như nhau.

Trong những ngày mới nhận chức tại YaYa, tôi thật sự lo lắng cho tương lai của công ty. Lần đầu tiên trong sự nghiệp của mình, tôi phải kêu gọi sự giúp đỡ từ nhiều người mà tôi chưa quen, tôi phải đại diện cho một công ty vô danh chào bán một sản phẩm chưa được công nhận trên thị trường. Tôi đâu có muốn làm mặt lạnh và gọi điện cho các công ty như BMW hay MasterCard để giới thiệu sản phẩm của mình. Nhưng bạn có hiểu không? Ép mình phải tiếp cận BMW không thật sự khó bằng phải chọn giải pháp thứ hai là sa thải một số nhân viên, hay trở thành kẻ thua cuộc trước con mắt của hội đồng quản trị hay các nhà đầu tư.

Thu hết can đảm để nói chuyện với những người không quen thật ra chỉ đơn giản là cân nhắc giữa nỗi sợ bị bẽ mặt với nỗi sợ bị thất bại và những hậu quả của nó. Đối với cha tôi, hoặc là hỏi hoặc là tay trắng. Đối với tôi, hoặc là hỏi hoặc là thất bại. Nỗi sợ hãi thất bại thường thắng thế trước những e ngại bị từ chối hay bị bẽ mặt.

Dĩ nhiên, ai cũng phải tự hỏi vì sao mình lại thất bại. Chúng ta ai cũng thất bại cả, nên ta không bàn tới điều này. Chọn lựa ở đây không phải giữa thành công và thất bại; mà là chọn lựa giữa một bên là liều lĩnh và đạt đến vĩ đại, và một bên là không dám rủi ro và chỉ mãi ở mức tầm thường.

Đối với nhiều người, nỗi sợ hãi phải tiếp xúc người khác có liên hệ chặt chẽ với nỗi sợ trình bày trước đám đông (một nỗi sợ vẫn liên tục tranh giành thứ hạng nhất nhì với thần chết).

Những diễn giả nổi tiếng nhất thế giới cũng phải thừa nhận họ cũng lo sợ tương tự. Như Mark Twain từng nói: "Có hai loại diễn giả: những người sợ hãi và những kẻ nói dối."

Cách tốt nhất là trước hết hãy công nhận rằng sợ hãi là hết sức bình thường. Không chỉ có mình bạn mới sợ hãi. Tiếp theo phải công nhận rằng thành công của bạn tùy thuộc vào việc bạn có vượt qua được sự sợ hãi này hay không. Thứ ba là đề ra quyết tâm cải thiện tình hình.

Sau đây là một số gợi ý bạn có thể thực hiện ngay hôm nay để triển khai quyết tâm đó, giúp bạn cảm thấy dễ dàng hành động táo bạo trong các tình huống giao tiếp:

• ***Tìm một người làm mẫu***

Chúng ta có khuynh hướng kết bạn với những người giống mình – những người nhút nhát lại hay chơi với nhau, và những người cởi mở lại chơi riêng với nhau – vì những người này giúp chúng ta khẳng định hành động của mình một cách vô thức. Đồng thời chúng ta cũng biết rằng trong nhóm bạn hay người quen thường có một người có vẻ như không hề e ngại chuyện phải kết nối mọi người với nhau. Nếu bạn thấy mình chưa sẵn sàng đứng ra một mình tiếp xúc với mọi người, hãy tìm những người như vậy để giúp bạn và dẫn đường cho bạn. Đi theo họ, hoặc dẫn họ theo, nếu được, đến những cuộc gặp gỡ giao tế và quan sát hành vi, hành động của họ. Dần dần bạn sẽ bắt chước được những kỹ năng này. Và mỗi ngày bạn sẽ càng tự tin hơn đến lúc có thể bắt chuyện một mình.

• ***Học cách phát biểu***

Nhiều doanh nghiệp nhạy bén đã đáp ứng nhu cầu ngày càng

cao của những người nhận thấy nhu cầu nói chuyện hay hơn. Các tổ chức này hiểu rõ rằng bạn không hề có ý định tìm cách đọc diễn văn trước hàng ngàn người (ít nhất cũng là trong giai đoạn đầu). Đa số mọi người tìm đến những lớp học này để cảm thấy tự tin và được trang bị một số công cụ để vượt qua tính nhút nhát. Họ không chỉ trao cho bạn một hai công cụ đơn giản có thể áp dụng mọi lúc mọi nơi. Họ cung cấp cho bạn cơ hội luyện tập, trong một môi trường thân thiện, với một người hướng dẫn biết cách khuyến khích và động viên bạn. Trên thực tế có đến hàng trăm huấn luyện viên hay khóa học chuyên đào tạo theo dạng này. Một tổ chức nổi tiếng là CLB Toastmasters. Chắc chắn bạn có thể tìm thấy một chi nhánh trong vùng bạn sống. Đây là một tổ chức được điều hành tốt, và đã giúp hàng triệu người phát triển kỹ năng giao tiếp và vượt qua nỗi sợ của mình.

• Hãy chủ động tham gia

Bạn cảm thấy thoải mái nhất là khi bạn làm một điều gì đó bạn thích, cùng với những người có chung sở thích. Sở thích là cơ hội tốt nhất để bạn giao tiếp: sưu tập tem, ca hát, thể thao, văn chương. Có rất nhiều câu lạc bộ được lập ra dành cho những sở thích này. Hãy đăng ký tham gia. Hãy trở thành một thành viên tích cực. Nếu bạn cảm thấy thích, hãy tình nguyện tham gia ban điều hành. Bước cuối cùng này rất quan trọng. Muốn làm lãnh đạo trong cuộc sống, bạn phải luyện tập - thì đây, cơ hội cho bạn luyện tập. Cơ hội làm quen và tiếp xúc với những người khác sau này sẽ càng rộng mở.

• Hãy đến bác sĩ tâm lý

Tôi biết, tôi biết, thế nào bạn cũng nghĩ trong đầu, "Anh chàng này lại muốn mình đi chữa bệnh để nói chuyện với mọi người tốt hơn sao?" Hãy để tôi giải thích. Thứ nhất, chỉ việc bạn thực hiện bất cứ hành động nào để ngày càng tốt hơn, bất kể bằng cách nào hay ở đâu, cũng đã là một quyết tâm đáng trân trọng. Thứ hai, một số người thành công mà tôi biết đều đã từng đến bác sĩ tâm lý một lần trong đời. Tôi không nói là bác sĩ trị liệu sẽ giúp bạn thành một người khác, nhưng họ có thể giúp bạn đối mặt với nỗi sợ hãi và những e ngại giao tiếp xã hội. Nhiều cuộc nghiên cứu do Viện Sức khỏe Tâm thần Quốc gia tài trợ cho thấy tham vấn bác sĩ để vượt qua sự nhút nhát có tỉ lệ thành công khá cao.

- ### *Bắt tay vào hành động*

Thử đề ra mục tiêu ban đầu là phải tiếp xúc một người mới mỗi tuần. Đừng quan trọng chuyện ở đâu, hay ai. Tự giới thiệu bản thân với ai đó trên xe buýt. Ngồi cạnh ai đó trong quán bar và bắt chuyện. Quanh quẩn ở khu vực lấy nước trong công ty và buộc mình phải nói chuyện với một đồng nghiệp mà mình chưa từng tiếp xúc. Bạn sẽ thấy lần sau sẽ dễ dàng hơn lần trước nhờ luyện tập. Và điều quan trọng là bạn sẽ quen dần với khái niệm bị từ chối. Với cách suy nghĩ này, thì ngay cả khi bạn thất bại, điều đó cũng là một thành công. Xem đó là một bài học. Nhà viết kịch Samuel Beckett đã từng viết: "Thất bại, thất bại nữa. Thất bại tốt hơn."

Sợ hãi làm bạn yếu đuối. Một khi bạn nhận ra rằng sợ hãi không có lợi, thì mọi tình huống, mọi con người - cho dù có vượt qua khả năng tiếp xúc của bạn - cũng trở thành một cơ hội dẫn đến thành công.

Người đàn bà mạnh mẽ

Khi nhắc đến việc hoàn thiện kỹ năng trình bày, không ai hay hơn DeAnne Rosenberg, chuyên viên tư vấn nghề nghiệp 32 tuổi, và là chủ của công ty tư vấn quản lý riêng, DeAnne Rosenberg Inc. Rosenberg xứng đáng với danh hiệu Người đàn bà *Moxie*.

Năm 1969, bà đọc được một bài báo trên tờ *Wall Street Journal* đề cập đến tình trạng thiếu vắng phụ nữ trong Hiệp hội Quản lý Mỹ (American Management Association).

"Họ phỏng vấn vị chủ tịch lúc bấy giờ của A.M.A., và ghi lại lời ông này như sau, 'Chúng tôi không tìm ra người phụ nữ nào có khả năng trình bày thuyết phục trước công chúng về đề tài quản trị,'" Rosenberg nhớ lại.

Bà cắt bài báo lại và gửi một bức thư đến A.M.A, đề nghị họ không cần tìm kiếm đâu xa. Hai tuần sau, bà vẫn không nhận được câu trả lời nào.

"Vậy là không được rồi," bà tức giận nói. "Tôi viết một bức thư khác gửi thẳng đến ông chủ tịch, nói với ông ta nếu không chấp nhận thì phải thôi trả lời vớ vẩn."

Hai ngày sau, chính vị chủ tịch gọi cho bà, thông báo rằng họ đã sắp xếp cho bà diễn thuyết. DeAnne trở thành người phụ nữ đầu tiên diễn thuyết dưới danh nghĩa A.M.A.

Bài học rút ra từ một loạt những sự kiện này vẫn được bà nâng niu: Công thức thành đạt bao gồm sự kết hợp của tự tin, kiên trì, và táo bạo. DeAnne học được rằng những sự kiện đòi hỏi phải táo bạo chính là nền tảng của thành công trong nghề nghiệp. Qua nhiều năm giảng dạy mọi người cách vượt qua nỗi sợ, bà đã viết thành một kịch bản mà ai cũng có thể áp dụng khi gặp gỡ người lạ lần đầu tiên.

Theo tôi nhận xét thì kịch bản này rất hữu ích, vì vậy tôi xin phép chép ra đây để các bạn học hỏi:

1. Hiểu đúng tình huống. "Bạn cứ thẳng tiến và nói rõ suy nghĩ của bạn đúng như thực tế, đừng quá kích động hay làm nhặng xị vấn đề," Rosenberg khuyên. Bà đã nói thẳng với A.M.A. rằng a) không có phụ nữ diễn thuyết là sai, và b) nhận bà vào là một bước đi đúng hướng. Tuy nhiên nếu bạn muốn trình bày một cách thuyết phục – tức là trước khi bạn trình bày với cả sự đam mê và thể hiện kiến thức cá nhân – bạn cần biết mình đang đứng ở đâu.

2. Trình bày cảm xúc của mình. Chúng ta không chú trọng đến ảnh hưởng của cảm xúc trong các mối quan hệ hàng ngày, nhất là trong thế giới kinh doanh. Chúng ta được dạy rằng thể hiện tình cảm là một điều xấu và chúng ta phải che giấu cảm xúc. Nhưng một khi chúng ta cảm thấy thoải mái nói ra với người khác "Tôi cảm thấy...", những mối quan hệ tiếp xúc của chúng ta trở nên có chiều sâu và chân thành. Cảm xúc của bạn là một món quà thể hiện sự trân trọng và quan tâm đến người nghe.

3. Trình bày vấn đề. Đây là thời điểm quyết định và bạn phải nói rõ ràng mong muốn của bạn. Nếu bạn tiếp xúc với người khác, ít nhất bạn phải biết mình muốn gì. Sự thật bao giờ cũng là con đường ngắn nhất dẫn đến giải pháp, nhưng cũng phải thực tế nữa. Khi tôi gặp Phil Knight tôi biết rõ ông ấy sẽ chẳng mua thứ gì của tôi chỉ sau năm phút nói chuyện trên chuyến xe trung chuyển tại Davos, Thụy Sĩ, nhưng tôi biết mục đích của mình là xin địa chỉ e-mail và liên lạc lại sau. Và tôi đã làm đúng như thế.

4. Dùng các câu hỏi mở. Một lời yêu cầu được trình bày dưới hình
   thức một câu hỏi mở – một dạng câu hỏi không thể chỉ trả lời
   đơn giản là có hay không – nghe có vẻ ít thách thức hơn. Bạn
   thấy điều này thế nào? Chúng ta giải quyết vấn đề này như thế
   nào đây? Vấn đề đã được trình bày, cảm xúc cũng đã phơi bày,
   mong muốn cũng đã nêu ra. Với một câu hỏi hay lời đề nghị mở,
   bạn đang mời người nghe cùng tham gia tìm ra giải pháp với
   bạn. Tôi không hề nằng nặc đòi được ăn trưa tại một thời điểm
   nhất định nào đó với Phil. Tôi để mở và không làm cho cuộc gặp
   gỡ đầu tiên bị ràng buộc bởi những trách nhiệm không cần thiết.

CHƯƠNG 6

Tạo mối quan hệ một cách tích cực

Tham vọng có thể rất đáng sợ mà cũng rất thăng hoa.

_ EDMUND BURKE

Hãy tưởng tượng hình ảnh sau đây. Đó có thể là một người đàn ông hay một người phụ nữ, tay cầm ly martini, tay chìa danh thiếp, miệng luôn sẵn sàng một câu chuyện đã được tập dượt rất kỹ. Anh ta/ Cô ta là một nghệ sĩ tán chuyện, mắt luôn ngang dọc liên tục tìm kiếm một con mồi lớn hơn để khai thác. Anh ta/ Cô ta thuộc dạng người thân thiết thành thật, lừa đảo, tay bắt mặt mừng, tham vọng mà không ai trong chúng ta muốn mình cũng trở nên giống như vậy.

Đây là hình ảnh của một tên khủng bố mạng lưới thường xuất hiện trong đầu nhiều người khi nghe nhắc đến hai chữ "mạng lưới". Nhưng theo sách vở của tôi, thì dạng người chỉ biết làm đầy quyển sổ danh thiếp Rolodex và phân phát danh thiếp của mình không hề nắm bắt được cái thần của việc tạo dựng mối quan hệ thật sự. Những ngón nghề của họ không phát huy tác dụng vì họ không hiểu tí gì về cách thức tạo dựng những mối quan hệ có ý nghĩa.

Và tôi cũng đã phải đổ mồ hôi mới học được bài học cay đắng này.

Nếu bạn biết tôi lúc tôi còn trẻ, chắc bạn đã không có thiện cảm với tôi. Tôi cũng không chắc mình thích bản thân. Tôi phạm rất nhiều sai lầm của tuổi trẻ và sự thiếu ổn định. Tôi chỉ biết có thân mình. Tôi thể hiện rõ tham vọng không bao giờ thỏa mãn ra cả trên mặt, chỉ kết bạn với những người trên và không thèm đếm xỉa đến những người ngang tuổi. Thông thường người ta đối xử theo một cách với cấp dưới, một cách khác với cấp trên, và một cách khác nữa với bạn bè.

Khi tôi nhận chức vụ tiếp thị tại Deloitte, bỗng dưng tôi có rất nhiều nhân viên báo cáo trực tiếp. Tôi có những tham vọng lớn về những gì mình muốn đạt được - những điều chưa bao giờ được thực hiện bằng các chương trình tiếp thị trong thế giới tư vấn. Và tôi lại có trong tay một nhóm làm việc để thực hiện các tham vọng của mình. Nhưng thay vì xem nhân viên như những đối tác cần được kêu gọi tham gia vào các mục tiêu lâu dài của tôi và của họ, tôi lại xem họ như những người giúp việc chỉ biết thực hiện công việc được giao.

Thêm vào đó là tuổi trẻ của tôi (tôi trẻ hơn ít nhất là 20 tuổi so với những thành viên điều hành khác), và bạn có thể hiểu vì sao sự phản đối của nhân viên dưới quyền đã kéo lùi tất cả những cố gắng của tôi. Những nhiệm vụ theo tôi chỉ cần vài giờ là hoàn thành thì phải mất nhiều ngày mới xong. Tôi biết mình đang gặp rắc rối và cần phải hành động, vì vậy tôi kêu gọi sự giúp đỡ của một chuyên gia huấn luyện lãnh đạo, Nancy Badore, người đã có kinh nghiệm huấn luyện các CEO cấp cao trước khi người ta đặt tên cho nó.

Ngày đầu tiên chúng tôi gặp nhau, trong phòng làm việc của mình, thậm chí chúng tôi còn chưa có dịp trao đổi vài câu xã giao thì tôi đã phát biểu, "Tôi phải làm gì để trở thành một lãnh đạo giỏi?"

Bà nhìn quanh phòng làm việc, không nói gì một lúc lâu. Khi bà nói, tôi mới hiểu vấn đề thực sự là gì. "Keith, hãy nhìn những bức ảnh anh treo trên tường. Anh nói với tôi về tham vọng muốn trở thành một nhà lãnh đạo vĩ đại, nhưng toàn bộ những bức ảnh này đều không có ai khác ngoài anh: anh chụp hình chung với những người nổi tiếng, anh chụp hình tại những địa danh nổi tiếng, anh chụp hình nhận giải thưởng. Không có một tấm hình nào về nhân viên của anh hay một thành tựu nào của nhóm anh để chỉ cho tôi hay bất cứ ai thấy rằng anh quan tâm đến nhân viên cũng nhiều như anh quan tâm đến bản thân. Anh có biết là chính những thành quả của cả nhóm, những việc họ làm vì anh, chứ không phải cho anh, mới giúp anh tạo dấu ấn của một nhà lãnh đạo?"

Tôi như bị hạ knock out trước câu hỏi này. Bà nói hoàn toàn đúng. Tôi có bao giờ thể hiện sự quan tâm đến cuộc sống riêng của nhân viên không? Tại sao tôi không nỗ lực lôi kéo họ thành một phần của công việc lãnh đạo? Tôi đã làm tất cả những điều này với các sếp trên ngay từ ngày đầu tiên. Tôi nhận ra thành công trong tương lai của tôi phụ thuộc hoàn toàn vào những người chung quanh. Rằng tôi cũng làm việc cho họ như họ làm việc cho tôi!

Các chính trị gia hiểu rất rõ điều này: Chúng ta bỏ phiếu cho những người chúng ta thích và tôn trọng. Những công ty vĩ đại được xây dựng bằng các CEO biết khơi dậy tình yêu và sự ngưỡng mộ. Trong thế giới hiện nay, những kẻ bần tiện sẽ thua cuộc.

Một anh bạn đồng thời là tác giả Tim Sanders đã chỉ cho tôi thấy hai nguyên nhân tại sao kỷ nguyên kinh doanh bần tiện đã chấm dứt. Thứ nhất, chúng ta đang sống trong một thế giới với quá nhiều chọn lựa trong mọi lĩnh vực, từ các sản phẩm dịch vụ đến cả cơ hội nghề nghiệp. Quyền chọn lựa mang lại tai họa cho những đồng nghiệp khó tính và các nhà lãnh đạo. Anh viết: "Vào lúc này ngày càng có nhiều người có nhiều quyền lựa chọn hơn bao giờ hết, chẳng có lý do gì chúng ta phải chấp nhận chịu đựng một sản phẩm hay dịch vụ không vừa ý, chấp nhận làm việc cho một công ty chúng ta không thích, hay một người sếp chúng ta không tôn trọng." Nguyên nhân thứ hai được anh gọi là "bức điện tín mới". "Một sản phẩm kém chất lượng, một công ty độc hại, một nhân vật tai tiếng gần như không có cách gì che đậy thực tế xấu xa của mình được nữa. Ngày nay có rất nhiều người có tiếng nói uy tín, được tiếp cận thông tin đầy đủ, đồng thời lại truy cập được email, tin nhắn, và thế giới mạng."

Nói ngắn gọn lại thì nếu bạn không thích ai đó, bạn có thể dễ dàng né tránh người đó. Nếu bạn không quan tâm đến người khác, sớm hay muộn thì người ta cũng phát hiện ra. Nền văn hóa đương đại yêu cầu rất nhiều từ chúng ta. Chúng ta được yêu cầu phải tôn trọng nhau trong giao tiếp đối xử. Mọi mối quan hệ được đặt trong bối cảnh lợi ích hỗ tương.

Khi bạn nhìn lại cuộc đời và sự nghiệp của mình, bạn muốn nhìn thấy một mạng lưới bè bạn sẵn sàng đón nhận bạn, chứ không thể là đám tro tàn của những cuộc đụng độ nảy lửa. Sau đây là một số quy luật tôi rút ra từ kinh nghiệm bản thân để giúp bạn không trở thành một kẻ chỉ biết tạo mối quan hệ một cách tích cực:

1. Đừng nói nhảm

Hãy chuẩn bị điều muốn nói, và nói với niềm đam mê. Hãy chắc rằng bạn có điều gì đáng nói trước khi nói, và hãy thể hiện điều này một cách thành thật. Vẫn còn nhiều người không nhận ra rằng tốt hơn nên dành thời gian cho một số ít người trong một cuộc gặp mặt ngắn ngủi, và tạo được đôi ba cuộc đối thoại có ý nghĩa, thay vì chỉ lia mắt khắp nơi và khiến cho người đối diện không còn tôn trọng mình nữa. Tôi thường hay nhận được những email kiểu như "Gửi Keith, tôi nghe nói anh là một người biết tạo mối quan hệ rộng. Tôi cũng vậy. Tôi nghĩ chúng ta nên gặp nhau uống cà phê chừng 15 phút được không?" Sao thế nhỉ? tôi tự hỏi mình. Sao lại có người trên thế giới này lại hy vọng tôi sẽ trả lời lại những lời mời kiểu này? Họ có làm cho tôi thấy động lòng chưa? Họ có nói họ sẽ giúp gì được cho tôi không? Họ có tìm ra được điểm chung nào dù nhỏ nhất giữa tôi với họ không? Xin lỗi, nhưng tôi phải nói rằng các mối quan hệ không phải là một xã hội bí mật với những cái bắt tay nhiều ngụ ý được thực hiện vì cần thiết. Chính chúng ta phải mang đến ý nghĩa cho những cái bắt tay này.

2. Đừng tận dụng kênh ngồi lê đôi mách

Dĩ nhiên đồn thổi thì rất dễ: Có nhiều người luôn sẵn sàng thu nhận tất cả những thông tin này. Nhưng theo tôi loan tin kiểu này không giúp ích gì cho bạn về lâu dài. Sau cùng thì nguồn suối thông tin của bạn cũng sẽ cạn khô vì ngày càng có nhiều người nhận ra rằng bạn không đáng tin cậy.

3. Đừng đến buổi tiệc với hai bàn tay trắng

Ai là người độc chiếm thế giới Internet hiện nay? Các blogger. Những kẻ nghiện web này tự do lập trang web hay các trang tin tức online để cung cấp thông tin, đường dẫn hay, hoặc đơn giản chỉ là kết nối với cộng đồng những người cùng sở thích. Họ làm việc này không công, và đổi lại họ được nhiều người tôn sùng đi theo, và những người này, đến lượt họ cũng đóng góp bù lại cho những gì họ đã nhận được. Giống như một cái vòng khép kín. Khi tạo mạng lưới, cũng như trong thế giới blog, giá trị của bạn được đánh giá trên những nội dung bạn đóng góp.

4. Đừng đối xử tệ với những người dưới quyền

Rồi sẽ có ngày những người dưới quyền bạn trở thành sếp của bạn. Trong kinh doanh, cá lớn nuốt cá bé thường không kéo dài. Bạn phải đối xử một cách tôn trọng đối với cả người trên và người dưới mình. Michael Ovitz là một người đại diện cho các ngôi sao điện ảnh Hollywood nổi tiếng, được mệnh danh là bậc thầy tạo dựng mối quan hệ. Một bài báo không mấy thiện cảm đăng gần đây trên tạp chí *Vanity* đã trích dẫn nhiều người khác nhau, cả giấu tên lẫn công khai, chỉ trích thẳng thừng Ovitz, một minh chứng rằng sự nghiệp lẫy lừng rồi cũng có lúc thảm bại. Người ta tự hỏi chuyện gì đã xảy ra với ông ấy? Ovitz có những kỹ năng giao tiếp rất khéo, nhưng ông lại sử dụng chúng một cách gian xảo. Những người nào ông không còn cần đến nữa bị ông đối xử một cách lạnh lùng, hay tệ hơn. Tôi không lấy làm ngạc nhiên nếu những người này tỏ ra vui mừng, hoặc thậm chí có thể đã đóng góp vào sự thất bại của ông.

5. Thể hiện sự minh bạch

"Tôi có sao để vậy" là một câu nói cửa miệng của nhân vật hoạt hình Popeye. Trong thời đại thông tin, sự minh bạch được xem là một tính cách đáng quý và đáng trân trọng - cho dù là minh bạch về dự định của mình, lượng thông tin bạn chia sẻ, hay minh bạch về những gì làm bạn khâm phục. Người ta thường dùng niềm tin đáp lại niềm tin. Tại một cuộc hội thảo, nếu tôi tình cờ gặp một người mà tôi vẫn hằng mong muốn được gặp gỡ, tôi không hề che giấu sự hào hứng của mình. "Thật vinh hạnh cho tôi cuối cùng cũng gặp được bạn. Tôi đã ngưỡng mộ công việc của bạn từ rất lâu và tôi nghĩ nếu chúng ta có thể gặp nhau thì sẽ giúp được cho nhau rất nhiều." Những mưu mẹo có thể phù hợp trong một quán bar, nhưng thật không xứng đáng khi bạn muốn tạo mối liên hệ sâu sắc hơn, có ý nghĩa hơn.

6. Đừng quá tham lam

Không gì tệ hơn khi phải nhận những dạng email gửi hàng loạt cho rất nhiều người cùng lúc. Tạo mối quan hệ với mọi người không phải chỉ đơn giản là càng nhiều càng tốt. Mục tiêu của bạn là tạo những kết nối thật sự mà bạn có thể nhờ cậy sau này.

Tôi có một bài học xấu hổ về chuyện này. Tôi thường nghe người ta khuyên nên gửi những tấm thiệp chúc mừng nhân dịp lễ tết. Vì vậy tôi tạo cho mình một thói quen từ khi tốt nghiệp ĐH Yale là gửi thiệp chúc mừng đến tất cả mọi người có tên trong database của mình. Lúc tôi đi làm tại Deloitte, danh sách này lên đến hàng ngàn người và tôi phải thuê một nhóm để in địa chỉ và giả chữ ký vào mỗi dịp cuối năm. Vâng, các bạn cũng đoán biết chuyện gì sẽ xảy ra. Mọi việc diễn ra suôn sẻ cho đến khi anh bạn chung phòng hồi còn đại học lưu ý tôi (thật ra là cười nhạo tôi) rằng anh ấy rất lấy làm cảm kích vì được nhận không chỉ một tấm thiệp mà đến ba tấm thiệp với ba chữ ký khác nhau. Thế đấy, vấn đề không phải là cố gắng rải quân khắp nơi, bạn phải làm sao tạo được mối quan hệ thật sự.

Nếu bạn không thể biến những mối quan hệ sơ giao thành bạn bè thân thiết, tốt hơn hết bạn nên chuyển sang làm việc với những người không quan tâm đến bạn. Bởi vì cảm giác bị ghét bỏ sẽ giết chết những nỗ lực kết giao trước khi nó hình thành. Và ngược lại, sự quý mến chính là nguồn lực tích cực hiệu quả nhất trong làm ăn kinh doanh.

TIỂU SỬ NGƯỜI NỔI TIẾNG

Katharine Graham (1917 – 2001)

"Hãy nuôi dưỡng niềm tin trong lòng mọi người."

Tai họa ập đến đã biến Katharine Graham từ vai trò người vợ sang vị trí giám đốc nhà xuất bản một cách đầy bất ngờ. Bà phải đảm nhận trông coi tờ *Washington Post* sau cái chết của chồng, ông Philip Graham. Tính cách trầm lặng và rụt rè của bà có vẻ như không phù hợp để đáp ứng đòi hỏi của một trong những tờ báo lớn nhất và công ty kinh doanh thành công nhất trên nước Mỹ. Dưới quyền của bà, tờ *Washington Post* đã cho đăng Pentagon Papers (Hồ sơ Lầu Năm góc), đối đầu trực tiếp với Tổng thống Nixon trong vụ Watergate, và ảnh hưởng đến giới báo chí và chính trường tại Washington theo cách rất riêng của mình.

Trên thực tế, mọi người nhớ nhất là phong cách lãnh đạo khi nhắc đến bà. Graham điều hành tờ *Washington Post* với tất cả sự đam mê, chân thành, tử tế và trở thành một nhân vật đầy quyền lực. Bà cũng có khả năng trao quyền cho nhân viên – từ những người ở cấp cao nhất đến cấp thấp nhất – với thái độ tự trọng và tôn trọng.

Richard Cohen, người phụ trách một chuyên mục tại *Washington Post*, đã viết như thế này sau đám tang của Graham một vài ngày:

Một ngày chủ nhật tháng 7 đầy nóng bức cách đây vài năm, tôi vừa đi nghỉ ở bãi biển trở về và đón taxi đến chỗ tôi gửi xe đối diện tòa soạn báo *Washington Post*. Trên khu vực đậu xe của tờ *Washington Post* lúc đó đã được dựng lên vài cái lều. Tất cả được chuẩn bị cho một buổi tiệc của công ty, dành cho những người mà bạn đọc báo nhưng không bao giờ biết tên họ - những người không bao giờ được nhắc tới trên báo hay trong các chương trình truyền hình như người tiếp nhận quảng cáo, phát hành báo, hay các bác lao công trong tòa nhà. Trong cái nắng oi ả đó, tôi nhìn thấy Katharine Graham đang cố gắng thẳng tiến đến khu vực hội hè.

Lúc này bà đã khá già, đi lại khó khăn. Bà phải tập trung sức để đi lên các cầu thang dẫn, từng động tác một đầy vất vả. Bà sở hữu một trang trại tại Virginia, một ngôi nhà tại Georgetown, một căn hộ tại New York, và đáng lẽ trong cái ngày nắng chói chang này bà phải ở một khu vực ngay bên bờ biển của hòn đảo Martha's Vineyard. Vậy mà bà chọn ở lại nơi đây, một điều mà theo tôi là không thể tin được để tham gia vào một hoạt động thường được những công ty khác giao cho các phó giám đốc phụ trách giao tế chuyên trách một nhiệm vụ duy nhất là nhăn răng ra cười.

Nếu ta dành thời gian phân tích cuộc đời của Katharine Graham, ta sẽ nhận thấy một điểm nhấn không thể lẫn vào đâu được: Mặc dù có cuộc sống sung túc, không phải lo lắng về tiền bạc, và một vị trí xã hội chỉ còn kém bậc vương giả, bà kết bạn với tất cả mọi người – không chỉ những người bà cảm thấy có thể giúp đỡ cho tờ báo hay nâng cao vị thế của bà tại Washington.

Những bài tường thuật về tang lễ của bà đều nhắc đến những

tên tuổi lớn như Henry Kissinger, Bill Clinton, Bill Gates, Warren Buffett, Tom Brokaw. Nhưng thật ra không quá khó khăn để bạn tìm thấy một danh sách dài những nhân vật không-nổi-tiếng. Sau đây là một số ví dụ:

- Irvin Kalugdan, một giáo viên chuyên về giáo dục đặc biệt đã thành lập nhóm sinh viên nhảy break-dance với số tiền tài trợ $350 từ *Washington Post*.

- Rosalind Styles đến từ Trung tâm Hỗ trợ Gia đình và Trẻ em Frederick Douglass mà bà Graham đã giúp quyên góp tiền.

- Henrietta Barbier đến từ Bethesda, tiểu bang Maryland, nhân viên đã về hưu tại Sở Ngoại giao, thành viên của câu lạc bộ chơi bài bridge hàng tuần gồm khoảng 60 phụ nữ tại CLB Phụ Nữ Chevy Chase. Bà cho biết Graham chưa bao giờ bỏ qua buổi chơi nào: "Bà ấy rất thông minh, bà ấy chăm học, và rất nghiêm túc."

Những người này cho ta thấy sự thật về bản chất khả năng tạo mối quan hệ với người khác: Những người giỏi nhất là những người không cố tình tạo mối quan hệ, họ kết bạn. Họ được nhiều người ngưỡng mộ và tin tưởng chính bởi vì họ có những cử chỉ thân thiện với tất cả mọi người. Họ tạo dựng được một cộng đồng những người ủng hộ mặc dù đây không phải là mục đích của họ mà chỉ là một kết quả tất yếu.

Mối quan hệ giữa Graham với cựu Ngoại trưởng Henry Kissinger, hơn ai hết, thể hiện một tình bạn thật sự, chứ không phải là tình bạn với nhiều ẩn ý phía sau.

Nhìn trên bề mặt thì hai người thật không thể nào làm bạn với nhau được: những thời điểm quan trọng nhất trong sự nghiệp của Graham chính là những cú giáng bất ngờ vào Kissinger. Đầu tiên đó là vào năm 1971, khi Graham quyết định xuất bản Hồ sơ Lầu

năm góc (Pentagon Papers), những tài liệu mật về sự tham gia của
Mỹ trong chiến tranh Việt Nam. Lần thứ hai sau đó một năm, khi
Graham chỉ định tờ *Washington Post* bắt đầu cuộc điều tra về vụ
Watergate. Cả hai lần này đều gây căng thẳng cho chính quyền
Nixon mà Kissinger đang phục vụ.

Vậy mà Kissinger chính là người đầu tiên đọc điếu văn tưởng
nhớ Graham tại lễ tang. Kissinger và Graham còn thường xuyên đi
xem phim cùng nhau.

Làm thế nào Graham tạo được sự ủng hộ, tình bạn thân thiết như
vậy? Làm thế nào bà tạo được những mối quan hệ với tất cả mọi
người, từ những giáo viên vô danh đến một nhân vật nổi tiếng và
đầy quyền lực trên thế giới? Chính là vì bà biết được những giới
hạn của mình, biết xây dựng niềm tin trong mọi người, biết thận
trọng kín đáo, trung thực trong hoạt động, và biết chia sẻ với mọi
người về mối quan tâm của bà về họ.

Trong một cuộc phỏng vấn trên đài CNN, Kissinger đã nhận xét:
"Đó là một mối quan hệ thật kỳ lạ vì tờ báo của bà thường xuyên
bất đồng quan điểm với tôi, nhưng bà chưa bao giờ lợi dụng tình
bạn của chúng tôi để đem lại lợi thế gì cho tờ báo. Bà chưa bao
giờ yêu cầu tôi trả lời phỏng vấn riêng hay những dạng nhờ cậy
tương tự."

PHẦN 2

Các kỹ năng

CHƯƠNG 7

Soạn bài tập ở nhà

Thành quả mỹ mãn luôn đến từ sự chuẩn bị chu đáo.

_ ROBERT H. SCHULLER

Bạn đừng để định mệnh quyết định hôm nay bạn gặp ai, gặp trong hoàn cảnh nào, họ sẽ nghĩ gì về bạn. Winston Churchill đã từng nói với chúng ta, sự chuẩn bị, nếu không phải chìa khóa dẫn đến thiên tài, thì ít nhất cũng là chìa khóa dẫn đến vẻ ngoài thiên tài.

Trước khi tôi gặp gỡ bất kỳ nhân vật nào mà tôi đã mong muốn tự giới thiệu mình từ lâu, tôi đều điều tra xem họ là ai và họ làm nghề gì. Tôi tìm hiểu xem điều gì là quan trọng đối với họ: các thú vui, các thử thách, mục tiêu của họ - trong kinh doanh và trong cuộc sống. Trước cuộc họp, tôi thường chuẩn bị, hoặc yêu cầu các nhân viên của mình chuẩn bị, một trang tóm tắt về người tôi sẽ gặp. Tiêu chí duy nhất quyết định nên đưa thông tin nào vào trang giấy này là tôi cần biết về người này với tư cách là một con người, những điều họ quyết liệt ủng hộ hay phản đối, và những thành tựu họ rất tự hào.

Dĩ nhiên bạn cũng cần phải biết về tình hình kinh doanh của công ty của người bạn đang muốn tạo mối quan hệ. Hoạt động kinh doanh trong quý vừa qua tốt hay xấu? Họ có tung ra sản phẩm nào mới không? Bạn phải tin lời tôi, rằng tất cả mọi người đều quan tâm đến một thứ, trước tiên và trên hết, đó là công việc họ đang làm. Nếu bạn có đủ thông tin để bước vào thế giới của họ và trò chuyện một cách đầy hiểu biết, họ sẽ thể hiện sự ưu ái rất rõ ràng. William James đã viết: "Điều căn bản trong bản tính con người là nhu cầu được trân trọng."

Ngày nay, việc tìm kiếm thông tin không mấy khó khăn. Bạn có thể bắt đầu từ những nơi sau đây:

- Mạng Internet. Bắt đầu với trang web của công ty. Sử dụng các công cụ tìm kiếm, như Google, để kiểm tra mối quan hệ của họ. Đi gặp gỡ mà chưa tìm hiểu về người này trên Google là một điều không thể chấp nhận được.

- Thư viện công cộng. Bắt đầu với những quyển sách, tạp chí, tạp chí chuyên ngành.... Tìm những bài báo viết về người này, hay do chính người này viết ra. Nếu không tìm được bài báo nào, hãy tìm hiểu về ngành kinh doanh hay loại hình công việc mà người này đang nắm giữ. Bạn cũng có thể tìm những thông tin này trên mạng.

- Những tài liệu công bố từ bộ phận quan hệ công chúng của công ty người này. Hãy gọi điện thoại đến bộ phận này và giải thích rằng bạn đã sắp xếp một cuộc hẹn nên cần tìm hiểu thông tin.

- Báo cáo hàng năm. Bạn có thể nắm được định hướng tương lai của công ty, cùng với những thuận lợi và khó khăn mà họ đang gặp phải.

Bắt đầu tạo mối quan hệ với người nào đó cũng đồng nghĩa với việc hiểu được những vấn đề hay nhu cầu của họ. Trong công việc, đó có thể là dòng sản phẩm của họ. Nhưng khi bạn trò chuyện với họ, bạn mới biết được rằng có thể con cái họ đang cố tìm kiếm cơ hội thực tập, hay chính bản thân họ đang gặp vấn đề về sức khỏe, hay chỉ đơn giản là họ muốn chơi golf giỏi hơn. Điểm tôi muốn nhấn mạnh ở đây là bạn phải biết bước qua những điều chung chung để hiểu được ai đó như một cá nhân. Hãy tìm cách xuất hiện trong những việc mà họ quan tâm, và như thế là bạn cũng đã tìm ra con đường để trở thành một nhân vật không thể thiếu trong cuộc đời của họ.

Gần đây tôi có tham dự vào một cuộc hội thảo bàn tròn do chương trình Global Conference của Milken Institute tài trợ tại Los Angeles. Đây là một cuộc tụ họp hàng năm kéo dài ba ngày của những nhà tư tưởng hàng đầu trên thế giới và những CEO để cùng thảo luận về các vấn đề toàn cầu. Buổi hội thảo này có 15 người tham dự, và họ đều là nhà điều hành những công ty lớn hơn công ty của tôi.

Bình thường chắc tôi chẳng có cơ hội được trò chuyện với họ, nhưng nhờ tôi có tham gia hỗ trợ tổ chức buổi hội thảo này, tôi đã được mời tham dự.

Các cuộc hội thảo được tổ chức sao cho phù hợp với thời gian hạn hẹp của các vị CEO. Trước cuộc hội thảo, người ta dành một thời gian ngắn để những người tham dự làm quen với nhau. Sau đó là buổi thảo luận về tương lai của marketing, nhất là những thử thách đối với các thương hiệu lớn trên thế giới. Sau cùng là một buổi ăn tối ngắn ngủi.

Nói cách khác, tôi chỉ có cơ hội trong khoảng 3 giờ đồng hồ để đặt viên gạch xây dựng nền móng cho một hay hai mối quan hệ sau này.

Một chương trình làm việc thành công bao giờ cũng được thiết kế giúp những người tham gia tận dụng hết thời gian của mình.

Mục tiêu của tôi tại những buổi hội thảo này là phải tận dụng tối đa khoảng thời gian cơ hội ngắn ngủi mà tôi tìm được để làm quen với những con người thú vị tôi chưa từng gặp trước đây.

Theo phát hiện của tôi, thức ăn có một năng lực đặc biệt để mở đầu câu chuyện. Người ta thường cảm thấy thoải mái, muốn được trò chuyện trong lúc ăn. Tuy nhiên, những bữa ăn tổ chức tại hội thảo thường rất hỗn loạn. Các bữa ăn này thường diễn ra gấp rút, ồn ào, và những người tham gia cần phải nói chuyện xã giao, không quá đi sâu vào chi tiết. Bạn sẽ không bao giờ biết mình sẽ được sắp xếp ngồi cùng bàn với người nào. Và ngồi giữa những người xa lạ này, bạn không thể nào góp ý kiến xa hơn hai người ngồi bên hai tay trái và phải của mình. Trong lúc thảo luận thì mọi người ai cũng tập trung tối đa vào bài trình bày của mình.

Như vậy là chỉ còn khoảng thời gian uống nước ngắn trước buổi hội thảo. Trong những lúc này, tôi thường chọn đứng gần quầy phục vụ, vì hầu như ai cũng phải ghé qua để lấy nước uống. Trong quá trình tham dự, tôi cũng tìm hiểu những người mình muốn gặp sẽ chủ trì khu vực nào, và sắp xếp lịch trình của mình sao cho tôi luôn có mặt lúc họ bước đến hay bước ra. Điều này nghe có hơi sắp đặt một chút, nhưng thật ra, đây chỉ là đặt mình vào đúng vị trí, đúng thời điểm.

Khó khăn trong những tình huống như thế này, mà cũng có thể là trong bất cứ cuộc gặp gỡ nào, là phải vượt qua được giai đoạn giữ kẽ trò chuyện vì lịch sự. Tôi đã có quen biết nhà tổ chức chính của buổi hội thảo từ nhiều tháng trước, và thông qua trao đổi tôi cũng nắm được danh sách những người sẽ tham dự - đây không hẳn là thông tin độc quyền nhưng nó giúp tôi rất nhiều trong giai đoạn chuẩn bị. Các nhân viên trong văn phòng thu thập thông tin về những nhân vật VIP sẽ đến dự hội thảo, giúp tôi biết về họ nếu tình cờ gặp mặt nhau hay ngồi ngay cạnh nhau trong bữa tiệc tối. Trợ lý của tôi giúp soạn thảo những đoạn thông tin súc tích vừa với trang màn hình máy nhắn tin riêng cho một hay hai người mà tôi đặc biệt muốn tìm gặp.

Đây là một phần trong công đoạn mà tôi gọi là làm bài tập ở nhà. Tuy nhiên, bài tập ở nhà này không thôi vẫn chưa đủ. Mục tiêu của tôi là phải tìm ra một điểm chung nào đó, sâu sắc hơn, có ý nghĩa hơn những gì ta có thể tình cờ phát hiện trong một cuộc gặp gỡ tình cờ. Nếu bạn có trong tay thông tin về đam mê, nhu cầu, mối quan tâm của một người, bạn không chỉ kết nối với họ, bạn có cơ hội tạo sự thân thiết bền chặt và tạo ấn tượng mạnh với họ.

Một bậc thầy trong chính trị như Winston Churchill cũng lên kế hoạch cho những cuộc gặp gỡ của ông theo một cách tương tự. Ngày nay Churchill được mọi người biết đến như là một thiên tài hùng biện, bậc thầy về nghệ thuật ứng đáp - dạng người xuất hiện ở đâu cũng thu hút được sự chú ý của người nghe. Nhưng một điều nhiều người không chú ý - dù đã được Churchill thừa nhận trong những bài viết của mình - là những giọt máu, giọt mồ hôi, giọt nước mắt đã đổ ra để chuẩn bị cho từng câu nói hay từng lời pha trò duyên dáng. Churchill hiểu rất rõ sức mạnh của việc hiểu người nghe, và biết được điểm yếu của họ.

Còn tôi, tôi đã áp dụng như thế nào?

Tôi phát hiện ra rằng một trong những CEO, John Pepper, cũng đã từng tốt nghiệp trường Yale. Tôi đã từng ngưỡng mộ ông khi còn là sinh viên và đã từng nghe ông phát biểu tại trường. Pepper nguyên là CEO của Procter & Gamble, và đã chuyển sang sứ mệnh phục vụ quyền con người. Ông đã làm mọi cách để giữ nguyên câu chuyện về Underground Railroad tại viện bảo tàng ông đã sáng lập tại Cincinnati. Pepper nổi tiếng về phong cách lãnh đạo và những sáng tạo trong tiếp thị mà ông mang lại cho Procter & Gamble. Ngay cả hiện nay, khi ông không còn nắm giữ quyền lãnh đạo tại P&G, ông vẫn có ảnh hưởng rất lớn đến hội đồng quản trị của P&G và nhiều công ty khác nữa.

Nhờ biết được ông đã từng theo học tại Yale, tôi biết chắc ông có lưu lại lý lịch tại trang web của ĐH Yale. Vì vậy tôi thâm nhập vào hệ thống những người đã từng học tại Yale để tìm kiếm thông tin. Tại đây, tôi tìm thấy một kho tàng quý báu những hội đoàn trong trường và những mối quan tâm của ông thời đó. Tôi phát hiện chúng tôi đã từng học tại Berkeley College tại Yale. Như vậy chắc chắn ông có biết Robin Winks, một vị giáo sư rất được mọi người yêu quý và kính trọng mà tôi may mắn có dịp làm cộng sự cho ông khi theo học tại đây. Khi tôi đề cập những kỷ niệm xưa này với Pepper, phải nói là tôi đã trúng tủ.

Đến khi chúng tôi kết thúc buổi gặp gỡ, John đã cho tôi những lời khuyên thấu đáo cũng như giới thiệu tôi với những nhân vật quan trọng cho công ty còn non trẻ của mình (vào lúc đó chính là YaYa). Ông còn đề nghị tôi giữ liên lạc về sau. Tôi hy vọng đường đời chúng tôi sẽ còn gặp nhau sau đó, và sự thật là thế. Khi giáo sư Robin Winks mất sau đó khoảng một tuần, chúng tôi đã cùng nhau nhắc lại kỷ niệm về ông. Vài tháng sau nữa, tôi có gặp một doanh nhân thành đạt đến từ Cincinnati và rất tự hào về viện bảo tàng trưng bày Underground Railroad, tôi đã giới thiệu ông với John Pepper để đóng góp vào quỹ. Trong năm vừa qua, có lẽ tôi đã giới thiệu được hai hay ba nhà tài trợ tiềm năng cho John.

Ngược lại, tôi không có may mắn tham gia hội đoàn hay tổ chức nào chung với vị CEO còn lại mà tôi muốn gặp. May thay, khi tôi gõ vào Google, tôi được biết bà đã từng tham gia vào giải Marathon của thành phố New York trong năm trước. Bản thân tôi hiểu rất rõ công sức và những hy sinh đánh đổi mà người tham gia giải này phải bỏ ra để tập luyện ngày này qua ngày khác để có đủ sức chạy và chạy hết đoạn đường thi đấu. Tôi cũng đã từng thử - và đã thất bại. Tôi đã tập luyện cho cuộc thi marathon được một năm thì hai đầu gối tôi bắt đầu phản đối, và làm tôi hết sức thất vọng. Nhân tiện, tôi cũng đang tìm kiếm những lời khuyên hữu ích có thể giúp tôi quay lại với marathon một ngày nào đó.

Khi tôi gặp vị CEO này, tôi liền hào hứng bắt chuyện. "Thưa bà, tôi không biết làm sao bà có thể làm được việc đó. Tôi cứ nghĩ cơ thể mình rất khỏe mạnh, nhưng việc tập luyện để chạy marathon thật không dành cho tôi. Tôi buộc phải ngừng lại."

Dĩ nhiên bà hoàn toàn bất ngờ. "Sao anh biết tôi từng chạy marathon?" bà hỏi một cách thích thú.

Tôi không hề che giấu việc đã tìm kiếm thông tin về bà. "Tôi luôn luôn xem trọng việc tìm hiểu về người đối diện mà mình muốn gặp gỡ." Dĩ nhiên người ta sẽ cảm thấy được trân trọng. Ai mà chẳng thế? Ngay lập tức, người kia hiểu rằng thay vì phải tìm cách giết thì giờ cho hết nửa tiếng đồng hồ với một kẻ xa lạ nào đó, giờ đây họ đã tìm được một người có chung sở thích, một người đã tìm cách để hiểu họ hơn.

Thực tế là một ngày trước đó tôi đã tìm đến Barry's Boot Camp, một nơi tập luyện thể dục rất nghiêm chỉnh nhưng đầy hứng khởi tại West Hollywood, không xa nơi tổ chức hội thảo là mấy. Tôi bảo với bà: "Nếu bà muốn thỉnh thoảng thử một hình thức luyện tập nào khác vừa lạ vừa hấp dẫn, bà có thể thử đến mấy trung tâm huấn luyện này." Bù lại, tôi được bà giúp cho một số kinh nghiệm để luyện tập chạy. Sau này, bà đã thử cùng đến luyện tập tại các trung tâm này với tôi, và tỏ ra rất thích thú.

Cho đến tận bây giờ, mỗi lần chúng tôi gặp nhau, chúng tôi lại cùng trao đổi về Barry's Boot Camp và tôi kể cho bà biết về tình hình luyện tập chạy marathon của mình. Và một điều thú vị mà tôi được biết về những người đã từng nghe lời tôi thử đến trung tâm huấn luyện là mỗi lần họ đến L.A., họ có thể không có đủ thời gian để ăn trưa hay hội họp với người khác, nhưng họ luôn có thời gian để làm một việc không liên quan đến công việc, và chúng tôi lại cùng nhau đến trung tâm tập luyện cật lực.

Một lần nữa, tôi nhắc lại là mục tiêu của bạn trong những tình huống này là phải chuyển một buổi gặp gỡ khó quên thành một tình bạn lâu bền. Hệ thống làm việc của tôi cũng có nhiều đường ngang lối tắt, nhưng trong trường hợp này thì không. Tôi đã không thể nào tìm được điểm chung với họ, và thật sự tạo mối quan hệ gắn bó với họ, nếu như tôi không làm tốt bài tập ở nhà của mình.

CHƯƠNG 8

Ghi nhớ tên

Một khi bạn đã cất công dành thời gian suy nghĩ xem sứ mệnh cuộc đời của mình là gì và đích đến của mình là gì, bước tiếp theo là xác định những người nào có khả năng giúp bạn đi đến đích.

Vấn đề tổ chức và quản lý thông tin hiệu quả giúp cho việc giao lưu kết nối dễ dàng là điều rất quan trọng. Tìm ra những người mình biết, những người mình muốn biết, thực hiện tất cả những bài tập ở nhà để giúp mình tạo mối quan hệ bạn bè thân thiết với người khác có thể làm rối tung mạng lưới thông tin. Làm thế nào bạn quản lý thông tin? May mắn cho chúng ta là hiện nay đã có sự trợ giúp đắc lực của các công cụ phần mềm phần cứng để quản lý thông tin hợp lý và hiệu quả.

Và bạn không cần phải có những chiếc máy mới nhất, to nhất. Giấy và mực cũng là một cách hoàn toàn đủ khả năng lưu thông tin của những người mà bạn mới gặp trong cuộc sống xã hội ngày càng rộng mở của bạn. Bản thân tôi là một người hơi bị lệ thuộc vào danh sách, và tôi nghĩ bạn cũng phải nên như thế.

Kinh nghiệm của tôi tại YaYa cho thấy một danh sách tốt sẽ giúp bạn đạt được mục tiêu. Vào ngày làm việc cuối cùng tại

Starwood, tôi đã thực hiện hơn 40 cuộc điện thoại, trong số này có một cuộc điện thoại đến Sandy Climan. Điều thú vị về cuộc điện thoại này, cũng như những cuộc điện thoại tôi thực hiện vào ngày đó, là trước khi bất kỳ người nào trong số này biết đến tôi, tôi đã liệt kê tên họ vào những danh sách khác nhau mà tôi đã lập hàng nhiều năm trước đó.

Chính Sandy cuối cùng là người tuyển dụng tôi vào YaYa. Ngoài ra, một trong những nhà đầu tư, công ty Knowledge Universe có sự hậu thuẫn của nhà đầu tư tài chính nổi danh Michael Milken, trước kia là người đỡ đầu của tôi nhờ cùng quan tâm đến các hoạt động phi lợi nhuận.

Tháng 11/2000, hội đồng quản trị YaYa chọn tôi làm CEO và trao cho tôi hai mục tiêu chính: thiết lập một mô hình kinh doanh hiệu quả, và hoặc là tìm một nhà đầu tư lớn hoặc bán công ty cho một người mua chiến lược đủ giàu có. Vào thời điểm này, YaYa có công nghệ thiết kế game online, giúp các tổ chức thu hút và truyền thông tin đến khách hàng, nhưng chúng tôi chưa có khách hàng nào cả, đồng nghĩa với không có doanh thu.

Đầu tiên, tôi ngồi xuống và thiết lập danh sách các mục tiêu 90 ngày, một năm, ba năm theo như Kế hoạch Hành động Xây dựng mối quan hệ. Mỗi mục tiêu đòi hỏi tôi phải liên hệ một phần khác nhau trong mạng lưới của mình.

Trong vòng 90 ngày, tôi phải tạo được niềm tin cậy nơi hội đồng quản trị, xây dựng được sự ủng hộ trong nhân viên, và đề ra hướng đi rõ ràng cho công việc kinh doanh.

Trong vòng một năm, tôi muốn có đủ những khách hàng lớn để có thể tiến gần đến mức đạt lợi nhuận, tiến thêm một bước đưa công ty trở nên hấp dẫn đối với người mua. Quan trọng nhất, tôi phải chứng minh được với cộng đồng kinh doanh rằng

YaYa đang sản xuất một thứ gì đó có giá trị. Khái niệm quảng cáo trong game (advergaming) lúc đó chưa hình thành, và không được công nhận là một phân khúc sáng giá trong thị trường quảng cáo. Quảng cáo tương tác đã không thể hiện được hiệu quả, và quảng cáo trên trang web bị mọi người đánh giá là trò đùa của công nghệ. Chúng tôi phải làm thế nào tách mình ra khỏi những hình ảnh này.

Trong vòng ba năm, tôi muốn có một mô hình kinh doanh tự vận hành có thể hoạt động hiệu quả mà không cần đến tôi, thu về lợi nhuận cho nhà đầu tư, củng cố vị thế của tổ chức là nhà tiên phong trong lĩnh vực tiếp thị qua mạng.

Để đạt được những mục tiêu này, tôi bắt đầu liệt kê ra những nhân vật chủ chốt trong cả hai ngành công nghiệp trò chơi và công nghiệp mạng, từ những CEO đến những nhà báo chuyên ngành, hay các nhà lập trình và nhà nghiên cứu. Mục tiêu của tôi trong vấn đề này là làm quen với càng nhiều người càng tốt trong vòng một năm.

Để tạo được sự hào hứng đối với sản phẩm của mình, tôi viết ra một danh sách những người được gọi là "có ảnh hưởng", là những người thích đi đầu trong công nghệ, nhà báo, nhà phân tích chuyên ngành có thể giúp tôi phát đi thông điệp đầu tiên về một sản phẩm hay dịch vụ. Sau đó, tôi liệt kê một danh sách những khách hàng tiềm năng, những người mua tiềm năng, và những người có thể quan tâm đầu tư vào chúng tôi sau này. (Bạn cần lưu ý khi thiết lập những danh sách này, chúng phải phù hợp với mục tiêu của bạn.)

Khi bạn thiết lập danh sách, điều quan trọng là bạn phải xác định được người có quyền ra quyết định thật sự, chứ không phải chỉ là xác định tên công ty hay tổ chức. Mục đích của chúng ta ở đây là có một danh sách tên cụ thể có thể tiếp cận được ngay.

Đầu tiên, hãy tập trung vào những người bạn đã quen biết trong mạng lưới hiện tại của mình. Tôi dám cá bạn không thể hình dung mạng lưới của mình rộng lớn và bao phủ như thế nào. Như tôi đã đề cập trong chương trước, hãy dành thời gian liệt kê những người ví dụ như:

Bà con thân thuộc

Bạn của bà con thân thuộc

Tất cả gia đình chồng vợ của những người bà con thân thuộc

Đồng nghiệp hiện tại

Thành viên của các tổ chức xã hội hay tổ chức nghiệp đoàn

Khách hàng hiện tại hay khách hàng trước đây

Phụ huynh của bạn bè của con cái

Hàng xóm hiện tại và trước đây

Bạn học thuở nhỏ

Đồng nghiệp trước đây

Thành viên trong các hội đoàn tôn giáo

Giáo viên cũ hay sếp cũ

Những người bạn hay chơi chung

Những người cung cấp dịch vụ cho bạn

Kế tiếp, tôi sắp xếp những tên người này vào một database. (Tôi hay sử dụng Microsoft Outlook, nhưng theo tôi biết có nhiều chương trình khác cũng rất tốt.) Tôi lập ra những danh sách số điện thoại theo từng vùng, liệt kê tất cả những người tôi biết và những người tôi muốn biết. Khi tôi đến thành phố nào, tôi sẽ cố gắng liên hệ càng nhiều người trong vùng càng tốt. Tôi lưu trữ những con số này trong hai chiếc Palm và BlackBerry của mình;

cả hai đều có những tính năng riêng biệt và rất quan trọng đối với tôi, vì vậy tôi luôn mang theo bên mình cả hai.

Tôi cho in danh sách này và luôn mang theo bên mình. Nó giúp tôi tập trung suy nghĩ khi ngồi trên taxi giữa các cuộc gặp gỡ. Nó là một vật cụ thể hiện diện khuyến khích tôi xây dựng mối quan hệ. Một số danh sách bạn lập nên có liên quan trực tiếp đến kế hoạch hoạt động của bạn; một số khác thì hơi chung chung, giúp bạn giữ liên lạc. Bạn cũng có thể linh động hơn khi lập danh sách. Tôi có những danh sách theo khu vực địa lý, theo ngành nghề kinh doanh, theo hoạt động (ví dụ như danh sách các vận động viên, hay danh sách những người thích đi ăn tối bên ngoài), theo mối quan hệ bè bạn hay quen biết....

Khi bạn thêm tên vào danh sách nên lưu ý thêm vào đúng danh sách. Trong giai đoạn đầu tại YaYa, tôi đọc tất cả những tạp chí chuyên ngành có liên quan đến quảng cáo và game. Nếu tôi đọc được về một người nào phù hợp với một trong những danh sách tôi đang tìm kiếm, tôi sẽ đưa tên vào danh sách và tìm thông tin để liên hệ với họ.

Khi bạn thật sự tìm người để kết nối, bạn sẽ nhận thấy họ ở khắp mọi nơi. Một nguồn rất quan trọng, mặc dù nghe có vẻ phi lý, chính là từ danh sách của người khác. Báo chí thường xuyên đăng tải những danh sách kiểu này.

Từ rất lâu trước khi bản thân tôi được lọt vào danh sách "40 người dưới 40 tuổi" của *Crain*, tôi đã nghiền ngẫm bảng danh sách này rất kỹ và đều đặn hàng năm. Tôi cắt và lưu lại danh sách những CEO hàng đầu, những nhà tiếp thị được kính trọng nhất, những doanh nhân thành đạt nhanh chóng nhất - đủ thể loại các danh sách được công bố trong các tạp chí địa phương hay toàn quốc; và theo tôi nghĩ mọi ngành kinh doanh đều có những tạp chí tương tự.

Bạn không chỉ muốn biết đâu là những nhân vật quan trọng trong ngành kinh doanh của bạn, mà mục tiêu cuối cùng là bạn được công nhận như một trong số họ. Những người được giới thiệu trong danh sách "40 người dưới 40 tuổi" của *Crain* không nhất thiết phải là những doanh nhân thành đạt nhất. Tuy nhiên, họ có thể là 40 người có quen biết rộng nhất. Và có thể họ đã từng có nhiều dịp ăn trưa với nhau. Khi bạn quen biết với những người này, và biết về những người họ quen (bao gồm cả những nhà báo chịu trách nhiệm tập hợp "40 người dưới 40 tuổi"), bạn càng có nhiều cơ hội được giới thiệu vào trong danh sách này những lần sau.

Có một danh sách khác mà tôi nghĩ cũng rất thú vị, một danh sách được tôi đặt tên là "những mối liên hệ trong mơ." Đây có thể là những người ở một tầm rất cao, không có liên quan gì đến công việc kinh doanh hiện tại của tôi và hay đơn giản chỉ là những người thú vị hay thành đạt, hay cả hai. Những người được nhắc đến trong danh sách này có thể là viên chức chính quyền cấp cao, hay ông chủ giới báo chí, hay nghệ sĩ, họa sĩ, hay đơn giản chỉ là những người được mọi người ca tụng. Tôi cũng lập danh sách cho những người này luôn.

Nếu bạn có cơ hội nhìn vào chiếc Palm của tôi, tôi có thể chỉ cho bạn thấy số liên lạc của Richard Branson, chủ tịch của vương quốc Virgin. Vấn đề là, tôi không quen biết Richard Branson... phải nói là chưa quen biết. Nhưng tôi muốn quen biết ông. Nếu bạn đọc tiếp, bạn sẽ thấy tên của Howard Stringer, CEO của tập đoàn Sony tại Mỹ. Ông đã từng được xếp vào trong danh sách những người tôi mơ ước được gặp gỡ. Bây giờ thì tôi đã quen biết Howard.

Mọi người có thể cười tôi vì điều này, nhưng kết quả thật sự rất ấn tượng phải không.

Hãy nhớ rằng, nếu bạn là người ngăn nắp, chuyên tâm, nhất quyết thu thập tên tuổi, thì không có ai có thể gọi là nằm ngoài tầm tay với.

Đối với tôi, ba năm tại YaYa đã trôi qua nhanh chóng. Năm 2002, tạp chí *Forbes* đã viết bài về sự vươn lên vượt bậc tiến đến thành công của chúng tôi từ một công ty mới thành lập vô danh và nắm trong tay một khái niệm kinh doanh hoàn toàn mới. Khái niệm quảng cáo trong game đã giành được sự chú ý trên thị trường, và ngày nay thuật ngữ này được nhiều CEO và nhà báo hay nhắc đến. Có lần tôi đã nghe lỏm được một vị CEO, do không biết chúng tôi chính là người sáng tạo ra thuật ngữ này, huyên hoang về một công cụ sáng tạo mới gọi là "quảng cáo trong game" đã giúp sản phẩm của họ tăng doanh thu và nhận biết nhanh chóng. Và như đã được lập kế hoạch từ trước, YaYa được bán cho một công ty cổ phần, mang đến cho nhà đầu tư số tiền lớn và mang đến cho YaYa lượng vốn lưu động cần thiết. Và thật rõ ràng là nếu không có một loạt những danh sách tôi lập ra từ đầu, YaYa chắc đã không thể nào vượt qua được năm đầu tiên sau khi đi vào hoạt động.

CHƯƠNG 9

Hâm nóng những cuộc gọi lạnh

Chỉ cần nhắc đến những cuộc gọi lạnh lùng thì ngay đến những người rất thành đạt cũng cảm thấy rối bời. Tôi hoàn toàn thông cảm với những người gần như phát rồ khi nghĩ đến việc gọi điện cho một người xa lạ.

Vậy thì bạn phải làm sao khi cần thực hiện một cuộc gọi lạnh lùng?

Đầu tiên là thái độ. Thái độ của bạn. Bạn không bao giờ hoàn toàn sẵn sàng 100% để tiếp xúc người mới; không bao giờ bạn tìm ra được thời khắc hoàn hảo. Những nỗi lo sợ của bạn sẽ không bao giờ biến mất hẳn, bởi vì chưa ai thấy thoải mái khi bị từ chối. Lúc nào bạn cũng có thể tìm ra hàng trăm lý do chính đáng để trì hoãn. Như vậy một mẹo nhỏ để vượt qua là hãy lao vào thực hiện. Hãy nhớ rằng nếu bạn không tin tưởng mình sẽ đạt được mục đích sau cuộc gọi, thì nhiều khả năng là bạn sẽ không đạt được gì. Tôi khuyên bạn, theo lời của nhân vật chính trong phim *Caddy Shack*, hãy can đảm lên. Bạn phải tin tưởng bạn sẽ chiến thắng.

Bạn cần phải nhìn nhận việc tiếp xúc với người lạ vừa là một thử thách nhưng đồng thời cũng là cơ hội. Chỉ cần nghĩ tới thôi cũng đủ làm bạn cảm thấy phấn khích vì có cơ hội cạnh tranh, và xua đi con thỏ nhút nhát vẫn thường khiến ta e ngại trước những hành vi đòi hỏi phải mạnh dạn trước đám đông.

Thứ hai, những cuộc gọi lạnh chỉ thích hợp với những kẻ thua cuộc. Tôi chưa bao giờ thực hiện những cuộc gọi lạnh.

Tôi đã thiết lập những chiến lược bảo đảm mọi cuộc gọi tôi thực hiện đều ấm áp tình cảm.

Để tôi minh họa bằng một ví dụ. Jeff Arnold là nhà sáng lập WebMD đồng thời cũng là bạn của tôi. Gần đây ông đã mua bản quyền sử dụng công nghệ chép thông tin lên DVD mini theo đơn đặt hàng của khách. Một công dụng của công nghệ này là đưa những chiếc đĩa mini này đến với khách hàng bằng những kênh độc đáo. Thử tưởng tượng bạn mua ly nước ngọt tại McDonald's, và đặt trên ly nước này là một chiếc đĩa nhỏ chứa trò chơi, nhạc, hay các đoạn video. Mỗi năm những chiếc máy bán nước ngọt này phục vụ khoảng 20 tỉ ly, mang lại cơ hội tuyệt vời để giới thiệu thông tin đến khách hàng.

Trong một lần trò chuyện với Jeff và người đồng sở hữu là Thomas Tull, tôi được biết họ đã ký được hợp đồng với một công ty kinh doanh rạp chiếu phim để phân phối các đĩa DVD này tại khu vực bán nước uống bên cạnh các rạp chiếu phim. Jeff và Thomas cân nhắc số lượng và đặc tính của những người hay đi xem phim và đi đến kết luận rằng Sony Electronics có thể là khách hàng hưởng lợi từ dịch vụ phân phối này. Nhưng đáng tiếc là họ không quen biết ai tại Sony, và họ nhờ tôi giúp đỡ.

Tôi đã từng gặp gỡ Ngài Howard Stringer, CEO Sony, vài lần, vì vậy tôi gọi đến văn phòng cho ông. Tuy nhiên, thay vì ngồi chờ đợi Howard sẽ gọi điện lại, tôi muốn tìm ra những cách tiếp cận khác nữa. Vào thời điểm đó, tôi không thể nghĩ ra được cái tên nào khác trong mạng lưới của mình có thể giúp tôi tiếp xúc với người nào có quyền quyết định tại Sony. Sau khi chờ đợi mỏi mòn mà vẫn không có ai gọi điện lại hay trả lời email của mình, tôi điều tra xem công ty nào đang cung cấp dịch vụ cho Sony, và phát hiện ra công ty Brand Buzz, một công ty tiếp thị trực thuộc nhà quảng cáo Young & Rubicam, đánh giá Sony là một trong những khách hàng lớn nhất của họ.

Ngoài ra, quan trọng hơn, CEO Brand Buzz lúc đó là John Partilla, bạn thân của tôi.

Thế là tôi gọi cho John. "Chào John, tôi có hai thứ dành cho anh. Thứ nhất, tôi muốn anh gặp một người bạn của tôi tên là Jeff Arnold. Anh chàng này rất giỏi và sáng tạo mà anh cần làm quen. Anh chàng này đã sáng lập công ty WebMD và đang chuẩn bị mở một công ty mới Convex Group có thể cần đến dịch vụ của anh sau này. Và thứ hai, Convex đang giới thiệu một công nghệ tuyệt vời để truyền tải thông tin điện tử theo một cách hoàn toàn mới. Tôi nghĩ Sony sẽ rất ấn tượng nếu được nghe anh giới thiệu về công nghệ này."

Nói cho đúng, bằng cách mở đầu như thế này, tôi đang trao cho John hai cơ hội: cơ hội gặp gỡ một nhân vật quan trọng và đáng quan tâm để mở rộng kinh doanh là Jeff, và một cơ hội thể hiện đẳng cấp với khách hàng hiện có - trong trường hợp này là Sony - bằng cách giới thiệu với họ những cơ hội mới.

John rất vui được làm chiếc cầu nối. Anh biết một người hoàn toàn phù hợp, một người mới về đứng đầu bộ phận Chiến lược Truyền thông và Internet của Sony, Serge Sel Grosso. Tôi nhờ John gửi một email giới thiệu sơ lược trước khi tôi gọi cho Serge và nhớ đính kèm địa chỉ của tôi trong danh sách người nhận. Nhờ địa chỉ của tôi được đính kèm trong email nên trong các trao đổi sau này với Serge tôi cũng có thể đính kèm địa chỉ của John, và tạo ra cảm giác cần phải được gặp gỡ gấp. Vậy là, không cần nói ra nhưng cả John và tôi đều chờ đợi cuộc gặp với Serge.

Nhưng như trong bất kỳ tình huống kinh doanh nào, những trao đổi thư từ kiểu này không thôi vẫn chưa đủ. Serge là một người bận rộn, và tôi không hề nhận được thư trả lời của ông hay bộ phận thư ký văn phòng mặc dù chúng tôi đã gửi vài lá thư. Điều này hoàn toàn bình thường. Trong đa số trường hợp, người ta sẽ không đáp ứng lời yêu cầu của bạn. Bạn phải biết gạt cái tôi sang một bên và kiên trì gọi điện thoại hay gửi email. Khi cuối cùng bạn cũng "bắt cóc" được người này, đừng phá hủy những nỗ lực của mình bằng cách nhắc đến sự bực bội vì không nhận được câu trả lời sớm như mong muốn. Mà bạn cũng không cần phải xin lỗi vì sự kiên trì của mình. Bạn cứ tấn công người ta như thể bạn đã được đáp ứng ngay sau cố gắng đầu tiên. Hãy tạo cảm giác thoải mái cho mọi người.

Để sắp xếp được những cuộc gặp gỡ kiểu này tốn rất nhiều thời gian. Bạn là người nắm vai trò chủ động ở đây. Đôi khi bạn còn phải thể hiện tính hiếu chiến một chút. Sau nhiều tuần chờ đợi vô vọng, tôi quyết định gọi văn phòng thông tin của Sony và cuối cùng có được số điện thoại trực tiếp của Serge. Khi phải gọi trực tiếp cho một người mà tôi chưa từng trò chuyện qua bao giờ, tôi thường cố gắng gọi vào một giờ không bình thường. Một người bận rộn thường có nhiều khả năng nhấc điện thoại lúc 8:00 sáng hay 6:30 tối. Thêm vào đó, lúc này họ không quá căng thẳng vì những áp lực công việc.

Tôi thực hiện cuộc gọi lúc sáng sớm, nhưng Serge không bắt máy và tôi chỉ nghe được hộp thư thoại mà thôi. Vì vậy tôi để lại tin nhắn: "Tôi chỉ muốn nhắc lại về sự mong mỏi được gặp mặt ông. Tôi chưa bao giờ nghe John khen ngợi ai trong số những người bạn làm ăn một cách hào phóng như vậy. Tôi hiểu ông rất bận rộn. Tôi chưa nghe phúc đáp từ thư ký văn phòng ông, nhưng tôi chắc họ cũng đang cố gắng sắp xếp. Hẹn gặp lại ông." Bạn đừng bao giờ làm cho những lời trao đổi của mình có vẻ căng thẳng. Hãy cố gắng tạo ra và duy trì trạng thái lạc quan và không quá áp lực cho người đối diện.

Sau khi chờ đợi thêm ít lâu mà không nghe động tĩnh gì từ văn phòng của ông, tôi quyết định gọi trực tiếp cho Serge sau giờ làm việc, khoảng 6 giờ tối. Lần này Serge bắt máy và tôi bắt đầu bài chào mời của mình.

"Xin chào ông Serge. Tôi là Keith Ferrazzi. John thường xuyên đề cao ông, và tôi muốn lấy đó làm cơ hội để gọi điện cho ông. Tôi đang gọi điện thay mặt cho một người bạn là Jeff Arnold, người sáng lập công ty WebMD, hiện đang giới thiệu một cách truyền tải thông tin điện tử rất hiệu quả. Tôi nghĩ công nghệ này nếu kết hợp với những sản phẩm mới mà công ty ông sẽ tung ra trong quý này thì thật tuyệt vời. Tôi sẽ đến New York trong tuần tới. Tôi nghĩ chúng ta có thể gặp nhau. Hoặc là nếu tuần tới không tiện cho ông thì tôi sẽ chọn thời gian khác thuận tiện hơn."

Trong vòng 15 giây, tôi đã áp dụng bốn quy tắc của một cuộc gọi thân tình: 1) Tạo niềm tin bằng cách nhắc đến một người hay một cơ quan cả hai cùng quen biết - trong trường hợp này là John, Jeff và WebMD. 2) Đưa ra lời đề nghị đáng giá của bạn: Sản phẩm mới của Jeff sẽ giúp Serge bán được sản phẩm của mình. 3) Thể hiện sự gấp gáp nhưng thuận tiện bằng cách sẵn sàng làm bất cứ điều gì bất cứ lúc nào để gặp gỡ đối phương vào lúc thuận tiện nhất đối với họ. 4) Chuẩn bị sẵn một lời đề nghị được gặp gỡ lần sau nếu đối phương chưa bị thuyết phục.

Bạn đoán xem kết quả như thế nào? Tôi vào được đến văn phòng của Serge trong tuần sau. Và mặc dù ngân sách công ty không cho phép áp dụng ngay trước mắt, ông hoàn toàn hiểu rõ tầm ảnh hưởng của công nghệ này đến đối tượng khách hàng của mình. Bạn đừng ngạc nhiên nếu một lúc nào đó bạn mua nước uống tại rạp chiếu phim và thấy có một chiếc DVD đặt trên nắp ly chứa đựng trong đó những công nghệ mới nhất của Sony.

Sau đây là một số quy tắc mà tôi thường tuân theo khi thực hiện cuộc gọi:

1. Tìm một điểm chung

Lý do khiến bạn cảm thấy sợ hãi những cuộc gọi cho người xa lạ đã được trình bày một cách chi tiết cách đây khoảng 50 năm trong một mẩu quảng cáo, theo như miêu tả của Harvey Mackay trong quyển sách *Swim with the Sharks*. Ông mô tả kẻ phá bĩnh trong tổ chức mà người đọc, trong vai trò người bán hàng, phải đối mặt. Kẻ phá bĩnh lên tiếng:

Tôi không biết anh là ai.

Tôi không biết công ty anh nói.

Tôi không biết công ty anh có ý nghĩa gì.

Tôi không biết công ty anh có những khách hàng nào.

Tôi không biết công ty anh có những sản phẩm nào.

Tôi không biết công ty anh có tiếng tăm gì không.

Thế đấy - bây giờ anh muốn bán cho tôi cái gì đây?

Bạn có thể cảm nhận được sự thiếu tin tưởng khi ta phải thực hiện cuộc gọi cho người xa lạ. Niềm tin là điều đầu tiên bạn cần phải xác lập trong bất cứ giao tiếp nào, và dĩ nhiên, không ai mua hàng của bạn trừ phi bạn tạo dựng được niềm tin. Nếu cả hai có một người quen hay một người bạn chung thì tự nhiên bạn không còn là một người vô danh đang cố gắng níu kéo một chút thời gian quý giá của người khác.

Bạn có hiểu ý tôi muốn nói không? Nếu bạn đang thay mặt cho ông CEO mà gọi điện, tôi dám cá với bạn rằng Kẻ Phá Bĩnh ở đầu dây bên kia sẽ chăm chú lắng nghe những gì bạn nói. Bạn hãy thử tìm hiểu những thương hiệu quen thuộc của đối phương, có thể là tùy theo sở thích cá nhân hay yêu cầu công ty, đây là một chiến thuật giúp bạn vượt qua được sự do dự ban đầu.

Tuy nhiên, đa số chúng ta không có ai làm việc cho Microsoft hay biết được tên của vị chủ tịch công ty mà ta đang nhắm đến. Nhiệm vụ của chúng ta là phải vận dụng các mối quan hệ bạn bè, gia đình, khách hàng, hàng xóm, bạn học, người quen, đồng nghiệp, thành viên trong các hội đoàn để tìm ra một con đường tiếp cận người chúng ta cần tiếp cận. Khi bạn nhắc đến tên một người mà cả hai cùng quen biết, thì có nghĩa là đối phương ở đầu dây bên kia có nghĩa vụ không chỉ với bạn mà còn phải để ý đến người bạn hay đồng nghiệp mà bạn vừa nhắc đến.

Ngày nay, việc tìm ra số điện thoại văn phòng của một người nào đó không còn quá khó khăn như lúc tôi mới khởi nghiệp.

Một lần nữa công cụ tìm kiếm tuyệt vời Google.com lại tỏ ra không thể thay thế được trong giai đoạn này. Chỉ cần gõ tên người cần tìm vào Google là bạn có thể biết được người đó đi học ở trường nào, sở thích là gì, tham gia các hội đoàn nào. Những chi tiết này sẽ giúp bạn đoán được ít nhiều về cuộc sống của người đó và tìm ra một điểm chung nào đó giữa họ và bạn. Họ có chơi môn thể thao nào không? Họ quan tâm đến những tổ chức phi chính phủ nào? Bạn có quen biết ai có cùng sở thích hay quan điểm không?

Một số công ty mới được thành lập, như Spoke hay LinkedIn, chuyên kết nối bạn với người bạn cần tìm gặp. Một công ty tên là Capital IQ thu thập thông tin từ thị trường về các nhà quản lý cấp cao và giúp bạn dễ dàng tìm ra những người mà cả bạn lẫn họ đều quen biết. Những công ty khác như Friendster, Ryze, ZeroDegrees giúp bạn kết nối trong nội bộ và giữa các công ty với nhau trên toàn thế giới. Một số mạng lưới này thật ra chỉ phù hợp để tìm người yêu, nên bạn phải tự tìm hiểu xem trang nào phù hợp với bạn nhất.

Người ta thường hay dùng cụm từ "cách nhau sáu bước" để ám chỉ rằng chúng ta quen biết hầu hết mọi người trên thế giới. Ngày nay, chúng ta thật sự chỉ cách nhau một hay hai cú click chuột.

2. Nêu lợi ích

Tìm ra một điểm chung (người quen hay công ty) chỉ mới là điểm bắt đầu. Bạn chỉ mới đặt được một chân vào trong nhà. Một khi bạn đã bảo đảm người kia sẽ lắng nghe bạn một cách chăm chú trong khoảng 30 giây, bạn cần phải chuẩn bị để đưa ra một lời đề nghị có giá trị. Bạn có rất ít thời gian để thuyết phục người kia đừng dập điện thoại ngay lập tức. Hãy nhớ là phải đưa ra một đề nghị gì đó có lợi cho họ. Bạn có thể làm gì cho họ?

Trong khi tìm kiếm điểm chung, hãy tìm hiểu thêm về công ty hay ngành kinh doanh mà họ đang hoạt động. Buôn bán, nói ngắn gọn, là giải quyết vấn đề của người khác. Và bạn chỉ có thể làm được khi bạn biết người ta đang gặp vấn đề gì. Ví dụ như khi tôi có cơ hội gặp gỡ Serge, tôi đã biết được rằng ông đang chuẩn bị tung ra một số sản phẩm mới trong quý sắp tới, và trong giai đoạn lễ tết bận rộn ông cần có một sản phẩm thật sự ấn tượng để nổi bật. Tôi cũng biết được rằng nhóm khách hàng mục tiêu của ông có nhiều điểm tương đồng với những người hay đi xem phim.

Tôi có thể tách biệt mình khỏi những cuộc điện thoại xa lạ khác bằng cách đưa vào trong đó những thông tin cụ thể cho thấy tôi đã quan tâm tìm hiểu để đóng góp vào sự thành công của họ.

3. *Nói ít, hiểu nhiều. Ngắn gọn, nhanh chóng, và trực tiếp*

Bạn muốn gây cho đối phương cảm giác gấp gáp nhưng thuận tiện. Thay vì kết thúc cuộc điện thoại bằng câu nói "Chúng ta nên gặp nhau lúc nào đó," tôi lại kết thúc bằng một câu tương tự như "Tôi sẽ đến khu vực của anh trong tuần tới. Chúng ta đi ăn trưa vào thứ ba nhé? Tôi biết cuộc gặp gỡ này sẽ rất quan trọng cho cả hai chúng ta, vì vậy tôi sẽ cố gắng tối đa để sắp xếp thời gian."

Dĩ nhiên lúc đó bạn phải đưa ra được những thông tin cho thấy lời đề nghị của bạn quan trọng, tác động đến quyết định của đối phương muốn được gặp mặt bạn. Tuy nhiên, không nên nói quá nhiều. Nếu bạn sa đà vào việc kể lể dông dài mà không quan tâm đến suy nghĩ của đối phương, họ có thể tạo một bức màn ngăn cách ngay lập tức. Đây là một cuộc đối thoại, không phải là một cuộc độc thoại đã được dàn dựng sẵn. Ngay cả trong đoạn tự giới thiệu dài 15 giây ở trên của tôi cũng dành thời gian cho đối phương đáp lại bằng những từ "ah, uh, vâng, hmm". Đừng bao giờ ám chỉ hay nói bóng gió. Hãy để cho họ có đủ thời gian theo kịp những gì bạn nói.

Bạn nên nhớ rằng, trong hầu hết các tình huống, thì mục tiêu duy nhất của cuộc điện đàm này là lấy được cái hẹn để bạn có thể trình bày về đề nghị của mình một cách chi tiết hơn, chứ không phải là để bán được hàng. Theo kinh nghiệm của tôi, các vụ làm ăn buôn bán, cũng giống như xây dựng tình bạn, chỉ thực hiện được khi gặp mặt trực tiếp và trao đổi với nhau. Hãy dành một ít thời gian trong cuộc điện đàm này để bảo đảm chắc chắn rằng cuộc hẹn lần sau là trong văn phòng của họ, hay tốt hơn là một buổi ăn tối thư thả với rượu ngon và thức ăn hợp khẩu vị.

4. Sẵn sàng nhượng bộ

Trong bất cứ cuộc thương lượng thông thường nào, bạn cũng nên tỏ ra quan trọng ngay lúc đầu, tạo điều kiện để nhượng bộ và có thể đi đến kết quả làm hài lòng đôi bên. Tôi kết thúc bài trình bày của mình bằng cách gợi ý với Serge rằng ngay cả khi ông không muốn nghe tôi nói thêm về nội dung điện tử, thì tôi vẫn muốn gặp ông chỉ vì tôi muốn biết tại sao John lại ngưỡng mộ và kính trọng ông đến thế.

Robert B. Cialdini, trong quyển sách *The Psychology of Persuation* cho thấy nhượng bộ là một động lực rất lớn trong mối quan hệ loài người. Một ví dụ để minh họa cho ý kiến này là Đội Hướng đạo sinh thường bị từ chối khi họ đi bán vé bốc thăm gây quỹ. Các số liệu thống kê cho thấy khi các em Hướng đạo sinh chuyển sang mời mua kẹo, một món hàng ít tiền hơn, thì đa số mọi người đều mua mặc dù họ không thật sự muốn ăn kẹo. Người ta có cảm giác mình bị buộc phải thực hiện nghĩa vụ xã hội với những người xung quanh bằng cách chấp nhận sự nhượng bộ. Vì vậy hãy nhớ là cố gắng đưa ra một điều thật to tát – nó sẽ giúp bạn đạt được điều bạn thật sự mong muốn.

CHƯƠNG 10

Vượt qua người giữ cửa

Hãy đối diện với sự thật là cho dù bạn có trong tay danh sách những người bạn cần liên lạc trong công việc kinh doanh, hay bạn có kế hoạch sẽ nói những gì khi gặp được họ qua điện thoại cũng hoàn toàn vô nghĩa nếu bạn không bao giờ gọi điện được cho họ. Khó khăn lớn nhất khi tạo mối quan hệ với mọi người chính là bắt đầu tạo được mối quan hệ với một người nào đó. Khó khăn càng lớn hơn khi người này là một Ông Lớn được bảo vệ chặt chẽ bởi nhiều hộp thư thoại, địa chỉ email, và những cô thư ký chịu trách nhiệm sắp lịch.

Vậy thì bạn phải làm gì để mở cửa?

Thứ nhất, hãy biến người giữ cửa thành đồng minh chứ không phải kẻ thù. Và đừng bao giờ, đừng bao giờ nhắc đến những điểm yếu của họ. Nhiều cô thư ký giám đốc thật sự là những người đáng tin cậy nhất của sếp. Đừng nghĩ đơn giản rằng họ là thư ký hay trợ lý; thực tế, họ là bạn làm ăn và là chiếc phao cứu trợ cho sếp.

Bao nhiêu lần tôi thử đối đầu trực tiếp với các nhân viên thư ký là bấy nhiêu lần tôi bị thua cuộc. Giống như trong trò chơi oẳn tù tì hồi nhỏ: búa, bao, kéo, trong trò chơi này, như Mary Abdo đã chỉ cho tôi thấy, "trợ lý" là ăn hết.

Mary là trợ lý cho Pat Loconto, CEO Deloitte (mà tôi đoán bà vẫn còn giữ vị trí này dù bây giờ đã về hưu). Trong thời gian đầu làm việc tại đây, chúng tôi khá thân nhau. Tôi còn nhớ một lần ăn tối cùng với Pat và Mary. Mary phải về sớm nên tôi đứng lên tiễn bà ra ngoài và giúp bà đón taxi. Ngày hôm sau, tôi gọi điện cảm ơn bà đã sắp xếp một bữa tối rất thoải mái.

Chắc có lẽ ít người gọi điện cho Mary để cám ơn bà vì đã sắp xếp các cuộc hẹn, nên bà tỏ ra rất cảm kích. Thậm chí đến ngày hôm sau bà còn khoe với Pat là bà rất thích tôi.

Mary là cả một kho năng lượng, bà vui tính, năng động và biết nhiều chuyện rất hay. Hồi đó khi mới vào làm tại Deloitte, mỗi lần tôi gọi Pat là tôi phải dành thêm ít phút để tám chuyện với bà. "Mary ạ, nói chuyện với bà thật thú vị." Bây giờ nhìn lại, rõ ràng nhờ vào mối quan hệ thân thiện giữa tôi với Mary mà tôi dễ dàng được tiếp xúc với Pat. Và mối quan hệ giữa tôi với Pat là một trong những mối quan hệ quan trọng nhất trong cuộc đời doanh nhân của tôi.

Tuy nhiên, có một lúc mối quan hệ giữa tôi và Mary cũng bắt đầu thay đổi. Đó là khi tôi bắt đầu giữ chức Giám đốc tiếp thị.

Lúc đó, tôi có một người trợ lý riêng tên là Jennifer. Tôi nghĩ Jennifer là một người trợ lý hoàn hảo nhất mà tôi từng biết: vui tính, biết sắp xếp công việc, và hiệu quả. Chúng tôi làm việc với nhau rất ăn ý. Vấn đề duy nhất với Jennifer là cô không thích bà Mary, không thích một chút nào cả.

Mary là người quản lý toàn bộ nhóm trợ lý của các sếp. Gần như từ lúc mới tuyển vào, Jennifer và Mary đã đụng độ nhau. Jennifer cương quyết không chịu nhượng bộ. Tôi thì nghĩ cứ để từ từ thì mọi việc sẽ ổn thỏa.

"Vấn đề là bà ấy muốn thể hiện quyền lực mà thôi. Bà ấy đang làm tôi mất thời gian quá." Jennifer thường than phiền với tôi.

Tôi muốn thể hiện mình ủng hộ cô ấy. Những lời than phiền hay lo lắng của Jennifer nghe có vẻ rất hợp lý, nhưng thật ra tôi chỉ nghe từ phía cô ấy mà thôi. Tôi khuyến khích Jennifer hãy cố gắng tìm mọi cách để tạo mối quan hệ tốt đẹp. Rồi một ngày, khi tôi lại bị lôi kéo vào những cuộc tranh cãi của hai người, tôi hỏi Mary sao bà không nhượng bộ một chút để làm thân với Jennifer.

Mary rõ ràng không thích câu nói của tôi lắm. Chẳng mấy chốc tôi đã thấy hậu quả, muốn gặp được Pat ngày càng trở nên khó khăn hơn. Trước kia tôi dễ dàng thoát qua những thủ tục hành chính phức tạp, bây giờ gần như không thể được nữa. Các khoản chi tiêu của tôi bị săm soi chi ly, làm tôi mất rất nhiều thời gian, áp lực ngày càng đè nặng đối với Jennifer, và thái độ của cô ấy càng thêm tệ.

Tôi không thể chịu đựng được nữa nên đến thẳng phòng làm việc của Pat và nói thẳng với Mary, "Bà Mary, cái trò này phải chấm dứt thôi."

Nếu trước đây tôi cho rằng Mary không hài lòng - Chúa ơi - chẳng thấm vào đâu so với cơn giận của bà bây giờ.

Những ngày làm việc biến thành ác mộng.

Cuối cùng, Pat phải gọi tôi vào trao đổi riêng. "Keith," ông nói, "anh làm sai rồi. Mấy cái chuyện cỏn con này làm tôi nhức đầu quá. Anh thử nghĩ đi: tôi cũng phải nghe Mary than phiền về cô thư ký của anh nữa. Mà tôi không muốn phải nhúng tay giải quyết chuyện này đâu. Thêm nữa, anh thật là một thằng ngốc. Mary vẫn quý anh từ trước tới giờ. Làm ơn cho anh đi. Làm ơn cho tôi nữa. Hãy làm tất cả những gì có thể để làm hòa với Mary. Anh nên nhớ là trong những vấn đề này, Mary là người nắm quyền đấy."

Thật ra tôi vẫn quan tâm và kính trọng Mary, nhưng giờ đây tôi còn học thêm một điều nữa - một người trợ lý như Mary có quyền lực rất lớn. Thư ký hay trợ lý không đơn giản chỉ là người giúp việc cho sếp. Nếu giỏi giang, họ trở thành một người bạn tin cậy, một người ủng hộ tuyệt đối, một phần không thể thiếu trong công việc và trong đời sống của sếp.

Jennifer là người trung thành với tôi như Mary đối với Pat, nhưng cuối cùng cũng phải đề nghị được nghỉ việc. "Keith ạ, tôi thấy thật kinh khủng và sự nghiệp của anh có thể bị rắc rối nếu mọi việc không được giải quyết ổn thỏa," cô nói. Đây là một hành động rất hào hiệp mà cô dành cho tôi, và cũng là cách giúp cô tìm lại sự tỉnh táo. Tôi hứa giúp Jennifer tìm việc mới (mặc dù điều này không khó khăn gì đối với cô), và đến nay chúng tôi vẫn là bạn tốt với nhau.

Khi tuyển trợ lý khác, tôi làm hai việc. Thứ nhất, tôi nhờ Mary phỏng vấn các ứng viên trước và cho tôi biết thứ tự xếp hạng của họ. Tôi chọn ngay người được bà xếp hạng cao nhất. Tôi cũng yêu cầu người trợ lý mới này phải biết nghe theo lời của Mary. Tôi cũng không mất nhiều thời gian làm lành với Mary. Pat nói đúng: Mary quý tôi còn tôi thì chỉ cần hiểu được vai trò quan trọng của bà. Pat bắt đầu nhận được những tin nhắn tôi để lại thông qua Mary và cuộc sống của tất cả chúng tôi đều nhẹ nhàng hơn.

Thí dụ trên cho thấy người giữ cửa có một vai trò quan trọng như thế nào bên trong nội bộ công ty, tầm quan trọng này càng nâng lên gấp bội phần khi bạn là kẻ xa lạ đến từ bên ngoài.

Cũng trong giai đoạn này, Kent Blosil, một nhân viên bán quảng cáo của tạp chí *Newsweek*, một trong số hai mươi đại diện quảng cáo khác gõ cửa văn phòng tôi để chào hàng. Nhưng tôi đã có một công ty chuyên thay mặt tôi mua quảng cáo và tiếp xúc những người này, nên có thể nói tôi không bao giờ phải gặp một người đại diện quảng cáo nào.

Kent thì khác. Anh ta hiểu rõ tầm ảnh hưởng của người giữ cửa.

Kent thường gọi điện cho Jennifer ít nhất một lần mỗi tuần. Anh ta thể hiện thái độ đúng mực và đặc biệt tử tế. Thỉnh thoảng, anh ta làm cho Jennifer ngạc nhiên bằng cách gửi đến một hộp chocolate hay một bó hoa hay một món quà gì đấy. Tuy vậy, mặc dù Jennifer đã đề nghị nhiều lần, tôi vẫn không thấy có lý do gì để gặp anh ta.

Jennifer kiên quyết giúp đỡ, và cô đặt những cuộc hẹn cho tôi với anh ta ít nhất chục lần mà tôi không hề biết. Lần nào tôi cũng phải hủy bỏ. Nhưng cô ấy vẫn kiên trì sắp xếp cuộc hẹn cho người bạn tốt này vì cô cảm thấy anh ta khác lạ và biết cách tiếp cận sáng tạo hơn những người khác.

"Cô cứ sắp xếp cho anh ta gặp người đại diện mua quảng cáo của chúng ta," cuối cùng tôi cũng phải lên tiếng với Jennifer.

"Không được đâu, anh nên gặp anh ta đi. Anh chỉ cần bỏ ra năm phút trong ngày thôi. Anh ta rất dễ mến, sáng tạo, và chắc chắn xứng đáng với năm phút của anh." Thế là tôi phải nhượng bộ.

Kent rõ ràng là một người dễ mến, nhưng hơn thế nữa anh ta đến gặp tôi trong tư thế chuẩn bị kỹ càng, hiểu rõ về ngành kinh doanh của chúng tôi, và có một lời đề nghị sáng giá. Trong cuộc hẹn, gần như câu đầu tiên anh ta phát biểu là "Nếu ông cảm thấy được, tôi muốn giới thiệu ông với ba nhà biên tập cao cấp tại *Newsweek*. Ông thấy thế nào?" Đối với một người bị lệ thuộc vào các loại hình truyền thông để giới thiệu về những dịch vụ chuyên ngành của Deloitte, đây quả là một lời đề nghị quan trọng.

"Dĩ nhiên rồi," tôi trả lời.

"Nhân tiện đây tôi nói luôn, chúng tôi sắp tổ chức một buổi hội thảo tại Palm Springs để tạo cơ hội gặp gỡ giữa các giám đốc tiếp thị các công ty và các biên tập viên, phóng viên của tạp chí. Đây là một hội thảo uy tín về chiến lược truyền thông trong nền kinh tế mới. Ông thấy sao nếu tôi để tên ông vào danh sách khách mời?" Anh ta đang đưa ra một lời mời chào thật sự, bởi vì những giám đốc tiếp thị khác cũng có thể là khách hàng của Deloitte. Đây sẽ là một cơ hội tạo mối quan hệ cá nhân với những người cùng ngành.

"Vâng, tôi cũng muốn tham dự hội thảo này."

"Thêm nữa, theo như tôi được biết thì người đại diện mua quảng cáo của ông đang cân nhắc bản đề xuất chúng tôi gửi cách đây vài tháng. Tôi sẽ không làm ông mất thời gian với những chi tiết trong đó. Tôi chỉ muốn nói là nếu chúng ta có dịp làm việc với nhau sau này thì thật tuyệt vời." Thế thôi. Đó là toàn bộ bài chào hàng của Kent trong vòng 5 phút. Nó thể hiện 98% giá trị mang đến cho tôi, và chỉ dành 2% để anh ta nhắc đến công việc.

Tôi gọi điện cho người đại diện mua quảng cáo sau khi Kent đi khỏi. "Mua của *Newsweek* đi," tôi nói. "Đưa cho họ giá tương đương với những tạp chí khác mà chúng ta đang cân nhắc, và mua quảng cáo của họ. Làm sao cho cả hai bên đều thuận lợi." Và bạn biết rồi đấy, khi Kent chuyển sang một tạp chí khác, chúng tôi cũng chuyển theo anh ta.

Tôi muốn nói điều gì ở đây? Luôn luôn thể hiện sự kính trọng đối với quyền năng của người giữ cửa. Cư xử với họ một cách trân trọng mà họ đáng được nhận. Nếu bạn làm thế, những cánh cửa sẽ mở rộng đến cả những người có quyền lực quyết định cao nhất. Thế nào là cư xử một cách trân trọng? Hãy thể hiện cho họ thấy bạn trân trọng sự giúp đỡ của họ. Gửi lời cảm ơn qua điện thoại, bằng những bó hoa, hay một bức thư.

Vâng, dĩ nhiên, có những lúc tình huống đòi hỏi bạn không phải chỉ dễ thương hay biết tặng quà vừa ý. Đôi lúc bạn cần phải khôn khéo tinh ranh để tìm được một cuộc hẹn gặp.

Mùa hè năm ngoái, tôi gặp một người cựu giám đốc Disney trên một chuyến bay đến New York. Trong lúc trò chuyện, tôi có nhắc đến là tôi chỉ mới bắt đầu làm quen với Los Angeles và tôi luôn muốn có được những cơ hội gặp gỡ với những người giỏi giang ở đó. Bà gợi ý rằng tôi chắc nên gặp một nhà lãnh đạo đang lên là Michael Johnson, chủ tịch Walt Disney International.

Vào thời điểm đó, chẳng có mối liên hệ nào cho thấy Johnson có thể giúp được gì cho công ty tôi hay bản thân tôi cả, nhưng tôi cảm thấy ông là một người tôi cần phải biết. Tôi đang điều hành một công ty trò chơi trên máy tính, và ai dám nói trước nếu một ngày nào đó Disney lại quan tâm đến lĩnh vực video game. Vấn đề duy nhất là làm sao vượt qua được người giữ cửa của Johnson; đối với một công ty lớn như Disney, đây không phải là chuyện đơn giản.

Tôi gọi điện cho Michael Johnson khi tôi trở về nhà sau chuyến công tác, và cũng không có gì ngạc nhiên khi tôi chỉ được chào đón lạnh nhạt và thờ ơ.

"Tôi lấy làm tiếc, nhưng ông Johnson hiện đang đi công tác đến tận cuối tháng," trợ lý của ông cho tôi biết.

"Thế cũng không sao," tôi đáp. "Nhờ cô vui lòng nói lại rằng có một người bạn của Jane Pemberton gọi đến. Nhờ cô nhắn ông ấy gọi lại khi nào rảnh."

Đây chỉ mới là cuộc gọi đầu tiên, và bạn không muốn để lại ấn tượng là người hiếu chiến. Hãy nhớ, bạn không bao giờ muốn làm phật lòng người giữ cửa đâu.

Cuộc gọi thứ hai của tôi cũng đâu đó tương tự: nhắc nhở với họ về sự hiện diện và thái độ kiên quyết của tôi.

"Xin chào, tôi là Keith Ferrazzi. Tôi gọi lại vì không thấy Michael gọi điện cho tôi." Như vậy là, một lần nữa, mặc dù không tỏ ra thiếu kiên nhẫn bạn vẫn thể hiện giả định là ông ấy phải gọi điện thoại lại cho bạn như kỳ vọng. Người giữ cửa của Johnson lịch sự ghi lại lời nhắn của tôi và cám ơn tôi vì đã gọi điện đến. Tôi hỏi xin địa chỉ email, nhưng cô ta nhất định không tiết lộ, lấy lý do bảo mật thông tin.

Đến lần thứ ba thì cô ta đã bớt một phần lịch sự. "Ông ạ," cô ta nói, hơi lên giọng một chút, "ông Johnson rất bận và tôi không biết ông là ai cả." Dĩ nhiên tôi có thể lên giọng ngược lại với cô ta, nhưng như thế chỉ làm xôi hỏng bỏng không mà thôi, hoặc tôi có thể...

"Thế à, tôi rất lấy làm tiếc, nhưng tôi là bạn của một người bạn của ông ấy. Tôi mới vừa dọn đến thành phố này, và Jane gợi ý tôi nên gặp Michael, và thật tình mà nói, tôi cũng không biết tại sao tôi phải gặp ông ấy ngoài lý do rằng Jane là bạn thân của Michael. Chắc cô nói đúng đấy. Thật tình chuyện này chẳng ra làm sao. Có thể Michael cũng không biết rõ Jane và ông ấy cũng không muốn gặp tôi. Tôi xin lỗi nếu sự thể là đúng như vậy."

Tôi đã thể hiện mình một cách thành thật, và thậm chí còn cảm thấy bị tổn thương. Điều này làm cho cô thư ký phải cảnh giác. Cô ấy bắt đầu lo ngại không biết mình có quá cộc cằn, hay hơi quá đáng với một người bạn của bạn của sếp không. Nói cho đúng, tôi cũng chỉ là một người làm theo lời khuyên của một người bạn thôi mà. Nhiều khả năng cô ta sẽ thoái lui, vẫn lo lắng không biết cô ấy có đóng cửa quá chặt không. Lúc đó tôi liền đưa ra một lời đề nghị: "Sao cô không để tôi gửi email cho Michael?" Lúc này, cô ta cân nhắc: "Mình muốn tránh cái vụ này cho xong." Vì vậy, cuối cùng tôi cũng có được địa chỉ email của Michael.

Nội dung email tôi gửi đi khá đơn giản: "Gửi Michael, tôi là một người bạn của Jane, và bà ấy có đề nghị tôi nên nói chuyện với ông.... Jane nghĩ là chúng ta nên làm quen với nhau." Nếu giả sử tôi có một cái gì cụ thể để thảo luận, tôi đã nêu ra ở đây, nhưng trong tình huống này thì lời đề nghị giá trị duy nhất mà tôi có là người bạn chung của cả hai tin tưởng rằng chúng tôi sẽ hưởng lợi nếu làm quen với nhau.

Đôi khi để đạt hiệu quả, bạn phải vận dụng nhiều phương thức liên lạc khác nhau, nhất là khi cố gắng kết thân với một nhân vật quan trọng. Email, thư tay, fax, hay thiệp là những phương tiện có nhiều khả năng đến được tay người nhận mà bạn mong muốn.

Thư trả lời của Johnson nhẹ nhàng và ngắn gọn. "Khi nào thuận tiện, tôi cũng muốn gặp anh."

Vì vậy tôi quay lại gặp cô thư ký với bằng chứng cho thấy Michael vui lòng gặp tôi và lúc này tôi chỉ gọi điện để xác định thời gian. Và sau cùng chúng tôi cũng thật sự gặp nhau.

Những tình huống yêu cầu bạn phải khôn khéo để lèo lái như thế này không phải là hiếm. Đây là một công việc thật sự, và đòi hỏi sự tinh tế mà bạn phải thường xuyên luyện tập mới đạt được. Nhưng một khi bạn nhận ra tầm quan trọng của người giữ cửa, và biến họ thành đồng minh của mình thông qua việc thể hiện sự kính trọng, hài hước, cảm thông, chắc chắn sẽ không có mấy cánh cửa không mở ra cho bạn.

CHƯƠNG 11

Đừng bao giờ đi ăn một mình

Sự tương tác của một mạng lưới cũng không khác gì so với một ngôi sao sắp nổi tại Hollywood: Vô danh thậm chí còn tệ hơn cả thất bại. Như vậy bạn lúc nào cũng phải tìm cách liên hệ với mọi người, lúc ăn sáng, ăn trưa, hay bất cứ cơ hội nào. Như vậy là nếu một cuộc gặp gỡ này không thành công thì bạn còn có đến sáu cuộc gặp tương tự như vậy trong suốt một tuần.

Nguyên tắc hàng đầu khi xây dựng mạng lưới, hãy nhớ: Không bao giờ được biến mất.

Phải điền kín lịch với những cuộc gặp gỡ xã giao, hội thảo, sự kiện. Là một người mới gia nhập, bạn càng phải làm việc vất vả để tạo chỗ đứng và được mọi người nhớ tới trong cái mạng lưới bạn bè người quen ngày càng nhiều.

Tôi sẽ đưa ra một ví dụ để trình bày cụ thể ý mình. Cách đây vài năm, tôi có cơ hội đi cùng một chuyến với cựu Đệ nhất Phu nhân Hillary Clinton trên chiếc máy bay quân đội C130, bay dọc ngang vùng Tây nam nước Mỹ để tham dự các sự kiện chính trị. Bà thức dậy từ lúc 5 giờ sáng và gọi điện thoại về khu vực bờ biển phía đông nước Mỹ. Bà đọc ít nhất 4 hay 5 bài diễn văn, tham dự vài buổi tiệc nhẹ và tranh thủ lúc này để làm quen với rất nhiều người, viếng thăm nhiều nơi chăm sóc người già. Trong ngày có thể bà phải bắt tay ít nhất 2.000 lần. Và đến tối khuya, khi hầu hết chúng tôi đã phải lê lết để về lại chiếc Air Force One, bà vẫn tập trung nhân viên lại, ngồi xếp bằng, và bắt đầu tán gẫu, kể chuyện cười về những sự kiện trong ngày. Sau khoảng chừng một giờ thư giãn như vậy, bà Clinton sẽ chuyển sang lên kế hoạch cho ngày hôm sau. Cho dù bạn ủng hộ đảng nào, bạn cũng phải kính trọng sự quyết tâm và thái độ làm việc nghiêm túc như thế này. Tôi cảm thấy kinh ngạc trước khả năng nhớ tên những cá nhân bà gặp trong chuyến làm việc. Bản thân tôi còn không thể nhớ hết được tên những người cùng đi trong đoàn.

Những ví dụ về sự kiên trì và quyết tâm như thế này có thể bắt gặp ở khắp nơi. Những vị anh hùng của tôi, do ảnh hưởng của cá nhân tôi, đều là những người đi lên từ tầng lớp thấp. Một người bạn là CEO xuất thân từ một gia đình công nhân ở miền Trung nước Mỹ - cha của ông, cũng như cha tôi, là một công nhân lao động suốt hơn 40 năm. Vị CEO này sẽ nói cho bạn biết ông không phải là người thông minh nhất trong những nơi ông xuất hiện, ông không được học tại những trường danh tiếng nhất nước như các đồng nghiệp khác, và ông cũng không cố leo cột mỡ với sự giúp sức của gia đình. Nhưng lúc này ông là một trong những CEO được kính trọng nhất trong ngành.

Công thức thành công của ông không phức tạp, nhưng nó rất khắc nghiệt. Ông nói chuyện với ít nhất 50 người mỗi ngày. Ông dành nhiều giờ trong tuần để đi xuống các xưởng sản xuất nói chuyện với các nhân viên ở mọi cấp bậc. Nếu bạn gửi email đến ông hoặc trợ lý của ông, bạn có thể chắc chắn sẽ nhận được hồi đáp trong vòng vài tiếng đồng hồ. Ông nhận định rằng thành công hôm nay là nhờ thái độ làm việc của một người công nhân và sự nhạy cảm được cha mình truyền lại. Khi nhắc đến những người đồng nghiệp văn phòng cứng nhắc của mình, ông có lần nói với tôi rằng trong khi ông học được từ họ những gì họ biết, họ sẽ không bao giờ có cơ hội học được từ ông những gì ông biết.

Quay lại vấn đề, bạn phải lao động vất vả để có thể thành công khi tiếp xúc với mọi người, nhưng điều này không có nghĩa là bạn phải làm việc cả ngày. Bạn phải phân biệt giữa hai khái niệm này. Nhiều người cho rằng để xây dựng được một mạng lưới, họ cần phải dành 18 giờ mỗi ngày để cặm cụi tham dự các cuộc hội họp hay cần mẫn gọi điện thoại. Nếu tôi đang cặm cụi, hay chỉ là cảm giác mình đang phải cặm cụi, thì cũng đồng nghĩa là tôi đang không làm việc, hoặc là làm việc không đúng cách. Hay có thể tôi đã chọn sai nghề mất rồi. Xây dựng một mạng lưới bạn bè và người quen chính là xây dựng các mối quan hệ và tạo tình bạn. Công việc này phải thú vị, và không chiếm nhiều thời gian. Một khi mạng lưới đã được xác định, các mục tiêu cuộc sống đã được viết ra, bạn sẽ thấy rằng mình có rất nhiều thời gian để thực hiện những gì cần thiết.

Làm thế nào tôi gặp được hết những người tôi muốn gặp trong vòng một tuần? Có người đã nhận xét một cách cay độc rằng "Tôi chắc phải tự nhân bản thì mới tham dự được hết những cuộc họp như ông."

"Ah, anh gần đúng rồi đó," tôi đáp lại. "Tôi không tự nhân bản mình. Tôi nhân bản các sự kiện."

Để tôi giải thích cho bạn rõ hơn. Cách đây vài tháng, tôi bay đến New York để làm một số công việc trong hai ngày. Tôi có một số người quen tại New York mà tôi muốn tranh thủ để gặp: một khách hàng cũ đồng thời cũng là bạn, trước đây làm chủ tịch công ty Lego, còn bây giờ đang phân vân nên làm gì với những tháng ngày còn lại trong đời; một Giám đốc sản xuất của Broadway Video mà tôi muốn gặp để bàn về một chương trình giải trí trên TV cho một khách hàng của tôi tài trợ; và một người bạn thân mà lâu rồi tôi không gặp.

Tôi có hai ngày, cần gặp ba người, mà tôi chỉ có một khoảng thời gian trống ngắn ngủi. Tôi phải làm thế nào đây?

Tôi "nhân bản" buổi ăn tối và mời cả ba người cùng tham dự. Mọi người đều được lợi khi có cơ hội làm quen thêm nhiều người, và tôi cũng đủ thời gian để gặp hết tất cả, thậm chí biết đâu còn thu lại được những ý kiến đóng góp sáng tạo cho chương trình TV sắp tới. Bạn tôi là một người có óc hài hước rất vui, chắc chắn sẽ thấy thích được làm quen với nhóm người này, đồng thời lại có thể làm cho buổi gặp gỡ công việc trở nên nhẹ nhàng hơn.

Tôi hẹn bạn tôi đến sớm hơn khoảng nửa tiếng tại khách sạn tôi đang lưu trú để có thêm chút thời gian riêng tư. Và nếu như những chi tiết về dự án sắp tới mà tôi phải bàn với vị giám đốc sản xuất còn trong vòng bí mật, tôi có thể thu xếp thêm một chút thời gian riêng với ông sau bữa ăn tối.

Điều tôi muốn nhấn mạnh ở đây là tôi luôn luôn tìm cách đưa những người khác cùng tham gia vào những gì tôi đang làm. Điều này tốt cho họ, tốt cho tôi, và tốt cho tất cả những ai muốn mở rộng mối quan hệ bạn bè của họ. Đôi khi tôi rủ những ứng viên khả dĩ cùng đi tập thể dục và trao đổi phỏng vấn ngay khi đang chạy bộ. Thay vì kêu mọi người ngồi nghiêm túc tham gia một cuộc họp nhân viên, tôi thỉnh thoảng đề nghị họ đi cùng xe ra sân bay. Tôi tìm ra những cách khác nhau để nhân đôi nhân ba ngày làm việc của mình bằng cách làm nhiều việc cùng lúc. Và trong quá trình làm việc, tôi đã gắn kết những người trong các mắt xích khác nhau của "mạng lưới" lại với nhau.

Bạn càng tạo dựng được nhiều mối quan hệ, thì bạn lại càng có thêm nhiều cơ hội để xây dựng thêm mối quan hệ. Robert Metcalfe, người sáng lập Ethernet, đã phát biểu: "Giá trị của mạng lưới tăng tương ứng với bình phương số người tham gia trong mạng lưới." Trong trường hợp của Internet, thì cứ mỗi khi có thêm một chiếc máy tính, thêm một máy chủ, thêm một người sử dụng thì lại càng mở rộng cơ hội cho những người cũ đã gia nhập mạng lưới. Nguyên tắc này cũng áp dụng khi bạn xây dựng mạng lưới các mối quan hệ. Mạng lưới càng lớn thì càng hấp dẫn, và lại càng phát triển nhanh chóng hơn. Đó là lý do tại sao tôi so sánh mạng lưới giống như cơ bắp – càng luyện tập thì càng phát triển.

Nhân bản kiểu này là một cách để bảo đảm những cuộc gặp gỡ đều mang lại kết quả. Nếu tôi sắp đi gặp một người tôi không biết rõ, tôi có thể mời thêm một người mà tôi hiểu rõ, để bảo đảm rằng trong trường hợp nào thì cuộc gặp mặt này cũng không phải là thời gian chết vô ích. Dẫn theo những người mà bạn đang đỡ đầu chẳng hạn có thể là một cách giúp bạn thoát khỏi tình trạng vô nghĩa tại những cuộc họp, đồng thời bạn tạo cho họ cơ hội học hỏi tuyệt vời. Họ có thời gian trao đổi trực tiếp với tôi, có cơ hội tận mắt nhìn thấy cách làm việc trong môi trường kinh doanh, và tôi thì cố gắng đảm bảo lý do buổi họp được tuân thủ xác đáng. Trong đa số trường hợp, những anh bạn trẻ này cũng có thể đóng góp ít nhiều vào cuộc họp. Đừng coi thường khả năng sáng tạo của những người trẻ.

Khi bạn cũng thử làm như tôi, nhớ phải chú ý đến sự hòa hợp giữa các cá nhân. Bạn có lơ mơ thấy rằng ai hợp với ai không? Điều này không có nghĩa là mọi người phải cùng chung gốc gác hay suy nghĩ. Trên thực tế, sự kết hợp những cá nhân có tính cách hay nghề nghiệp khác nhau có thể tạo nên một tổ hợp tuyệt vời. Hãy tin tưởng vào linh cảm của mình. Một bài trắc nghiệm đơn giản mà tôi áp dụng là tự hỏi bản thân liệu mình có cảm thấy vui vẻ không. Nếu câu trả lời là có, thì đây đã là một dấu hiệu tốt cho thấy mọi việc sẽ ổn thỏa.

Lâu nay bạn có mời đồng nghiệp đi ăn trưa không? Sao bạn không mời họ ngay hôm nay – thêm vài người từ nhiều phòng ban khác nhau trong hay ngoài công ty. Chẳng mấy chốc bạn sẽ có được một mạng lưới bạn bè và người quen ngày càng rộng.

Rút kinh nghiệm từ thất bại

Mặc dù là một tổng thống vĩ đại và rất thành công, Abraham Lincoln rất hay bị thua cuộc. Lincoln đã trải qua rất nhiều thất bại trong công việc kinh doanh, chính trị và đời sống riêng. Nhưng ông không bao giờ để những thất bại này làm nhụt chí tiến đến mục tiêu của mình.

Lincoln thất bại trong kinh doanh. Lincoln thất bại khi làm nông dân. Ông thua cuộc khi tranh cử dân biểu. Ông gặp vấn đề về mặt tinh thần. Ông bị từ chối khi xin làm nhân viên địa chính. Khi cuối cùng ông được bầu làm dân biểu, ông lại thua khi tranh chức chủ tịch hạ viện. Ông tranh cử vào Quốc hội nhưng lại thất bại. Ông tranh chức Thượng nghị sĩ rồi lại mất chức. Ông tranh chức phó tổng thống nhưng cũng thua. Ông tranh chức Thượng nghị sĩ và lại thua nữa. Và, đến khi ông được bầu làm tổng thống, thì cái đất nước chờ đợi ông lại bị tách biệt làm đôi. Nhưng đến lúc này thì tất cả những hành động, những kinh nghiệm, những mối quan hệ mà ông tạo dựng qua thời gian đã giúp ông định hướng tương lai đất nước và trở thành một huyền thoại của nước Mỹ.

Tôi muốn nói là đằng sau mỗi một con người thành công là một loạt những thất bại. Nhưng sự ngoan cường, bền bỉ như Lincoln có thể giúp chúng ta vượt qua những khó khăn này. Lincoln hiểu rất rõ rằng con đường duy nhất để đứng lên, bước tiếp, biến mục tiêu thành thực tiễn, là phải học từ thất bại và kiên trì tiếp tục!

CHƯƠNG 12

Chia sẻ đam mê

Tôi có một lời thú tội. Tôi chưa bao giờ tham dự bất cứ một sự kiện "net working" nào trong đời.

Nếu được tổ chức chu đáo, những cuộc hội họp kiểu này trên lý thuyết vẫn có thể hiệu quả. Nhưng trên thực tế đa số chỉ dành cho những kẻ thiếu thông tin và mộng hão. Những người tham dự thường là thất nghiệp và chỉ mong muốn nhanh chóng ấn vào tay ai đó một bộ hồ sơ – mà thường thì ai đó cũng thất nghiệp và đang kiếm cách phát tán hồ sơ của mình. Thử tưởng tượng một buổi tụ tập của những người không có điểm gì chung ngoại trừ tình trạng thất nghiệp. Xem ra đây không phải là một công thức để tạo mối quan hệ khăng khít gì cả.

Khi nói đến gặp gỡ, bạn không chỉ quan tâm đến người cần gặp mà còn phải chú ý đến cả cách thức, nơi chốn gặp mặt.

Ví dụ, hãy lấy bối cảnh là khoang hạng nhất trên một chuyến bay. Mua vé hạng nhất không phải là chuyện dành cho người thường, nhưng bạn chắc chắn sẽ tìm được một người bạn đồng hành thú vị ngồi hàng ghế đầu mà không dễ gì tìm được trong số những người ngồi phía sau. Thứ nhất là vì đa số họ đều là những người có tiếng tăm, nay lại tập trung vào cùng một chỗ, liên tục trong nhiều giờ liền. Bởi vì họ đã vung một số tiền không nhỏ để mua lấy cái xa xỉ là được rời máy bay sớm hơn những hành khách khác ít phút, những người bạn khoang hạng nhất này mặc nhiên xem bạn cũng là một người quan trọng, vì vậy họ thường tò mò tìm hiểu bạn là ai và tại sao bạn lại điên rồ đến mức chấp nhận trả một khoản tiền cắt cổ tương tự như họ. Tôi không thể kể hết cho bạn biết những khách hàng hay mối quan hệ quý giá mà tôi thu thập được qua trao đổi trong lúc ăn. (Cũng cần nói thêm đây là khoảng thời gian duy nhất bạn có quyền làm phiền người bạn đồng hành ngồi cạnh bên.)

Tại những buổi "kết nối", tình thế hoàn toàn ngược lại. Người ta cho rằng bạn cũng đang trong tình trạng không khác gì họ - nghĩa là cũng đang hết sức vô vọng. Như thế thì rất khó tạo được niềm tin. Nếu bạn bị thất nghiệp, chẳng phải tốt hơn là nên đi tìm những ông chủ thay vì làm quen với những người cũng đồng thất nghiệp như mình?

Bạn có những cách khác, địa điểm khác, tốt hơn để tiêu phí thời gian của mình.

Cùng chung sở thích là viên gạch nền của bất cứ mối quan hệ nào. Dân tộc, tôn giáo, giới tính, khuynh hướng tình dục, ngành nghề làm việc, nghề nghiệp, hay những sở thích cá nhân chính là chất keo kết dính các mối quan hệ. Vì vậy, bạn sẽ thấy hợp lý hơn nếu tham dự vào những sự kiện hay hoạt động có liên quan đến những sở thích tâm đắc của mình.

Tình bạn được hình thành dựa trên chất lượng của thời gian giữa hai người, chứ không phải dựa trên số lượng. Người ta thường hiểu lầm rằng muốn tạo được sự gắn bó thì hai người cần phải dành rất nhiều thời gian ở bên nhau. Trường hợp này không đúng. Ngoài gia đình và công việc ra, bạn chỉ cần hai bàn tay để có thể đếm những người bạn đã dành nhiều thời gian cho họ trong vòng một tháng. Nhưng dĩ nhiên bạn có nhiều hơn mười người bạn chứ. Điều quan trọng là bạn bè cùng nhau làm gì, chứ không phải là thường xuyên gặp gỡ như thế nào. Đó là lý do vì sao bạn phải đặc biệt chú ý đến những nơi bạn cảm thấy thoải mái và những hoạt động bạn thật sự yêu thích.

Thường trong cuộc sống bạn đam mê những sự kiện hay hoạt động mà mình có thể nổi bật. Vì vậy cũng hợp lý nếu bạn tập trung nỗ lực vào chúng. Đối với bản thân tôi, tình yêu ẩm thực và tập thể dục đã giúp tôi thu xếp được những buổi gặp gỡ tuyệt vời. Đối với nhiều người khác, đó có thể là niềm đam mê sưu tập tem, hay các thẻ hình về bóng chày, hay chính trị, hay thú chơi tàu lượn để giúp bạn gần gũi với mọi người hơn.

Quyền năng gắn kết mọi người từ một niềm đam mê chung ngày nay được thể hiện rõ qua xu hướng ngày càng phổ biến của các trang blog. Blog là những trang nhật ký online, thường thể hiện sở thích của chủ nhân, chứa những lời bình luận hay những đường dẫn đến với thông tin cập nhật. Những trang blog phổ biến là nhờ thu hút được những người có cùng sở thích, cùng suy nghĩ. Thế giới blog đã nở rộ từ vài chục trang blog hồi năm 1999 đến con số khoảng 5 triệu trang hôm nay.

Khi viết lịch sử về cuộc vận động tranh cử tổng thống năm 2004, người ta có thể dành hẳn một chương để viết về blog. Chưa có phát minh nào trong vòng 20 năm qua lại có ảnh hưởng đến kết quả tranh cử bằng những cộng đồng ảo hết sức sôi động này. Họ đã khích động một lượng cử tri kỷ lục cùng tham gia bỏ phiếu, quyên góp được hàng triệu đôla, và cung cấp cho mọi người một diễn đàn để cùng tham gia vào quy trình chính trị. Thật khó mà tưởng tượng được một cá nhân, chỉ cần viết cảm nhận của họ về ai đó hay điều gì đó, là đã tạo ảnh hưởng sâu sắc hoặc tạo nên một làn sóng ý kiến nhanh như vậy.

Khi chúng ta thật sự đam mê một điều gì đó, nó sẽ có sức lan tỏa rất cao. Sự đam mê của chúng ta sẽ thu hút mọi người tìm hiểu xem ta là ai và ta quan tâm đến những gì. Có những người đáp lại sự đam mê của ta bằng cách hạ bức tường cảnh giác xuống. Đó chính là lý do tại sao chia sẻ niềm đam mê rất quan trọng trong kinh doanh.

Tôi có thể đoán biết phản ứng của một người trong môi trường kinh doanh bằng kinh nghiệm bản thân tích cóp được chỉ sau một buổi ăn tối với họ, hay sau một buổi tập thể dục mệt đừ, hơn là sau nhiều cuộc họp trong phòng kín. Bản chất chúng ta có khuynh hướng lơ là bên ngoài phòng họp. Hoặc cũng có thể chính nhờ vào nơi gặp gỡ – nếu không kể đến chai rượu sau bữa tiệc. Bạn sẽ thật sự ngạc nhiên về những gì mình tìm hiểu được ở người kia khi cả hai cùng chia sẻ một niềm đam mê.

Tôi có một người bạn là phó tổng giám đốc một ngân hàng lớn tại Charlotte. Điểm nóng để ông tạo mối quan hệ chính là YMCA. Ông cho biết tầm khoảng 5 - 6 giờ sáng nơi này tập trung đông nghẹt những người ham tập thể dục như ông, tranh thủ luyện tập trước khi đi làm. Ông đảo quanh khu vực này để tìm ra những doanh nhân, những khách hàng hiện tại, và khách hàng tiềm năng. Sau đó, khi ông đang hổn hển trên chiếc máy chạy bộ, ông trả lời những câu hỏi của họ về đầu tư và vay vốn.

Ngoài ăn uống và thể dục, đôi khi tôi còn dẫn mọi người đến nhà thờ. Đúng thế đấy, đi nhà thờ. Tôi nghe giảng tại một nhà thờ chủ yếu dành cho người Mỹ gốc Phi hay gốc Mỹ La tinh – nhà thờ St. Agatha tại Los Angeles. Nơi này là một nhà thờ "phi chính thống" thật tuyệt vời. Thay vì "ủng hộ hòa bình" bằng cách đơn giản là bắt tay nhau, tại đây có một dàn đồng ca cất lên những giai điệu thật rộn rã trong khi các giáo dân đi vòng quanh nhà thờ ôm hôn nhau trong khoảng 10 phút. Thật là một cảnh tuyệt vời. Tôi không có ý định nhồi nhét đức tin của mình cho ai hết; những người được tôi mời đến – cho dù là diễn viên, luật sư, người vô thần, hay người theo Do Thái giáo chính thống – thường xem lời mời này như một món quà có chủ đích. Nó cho thấy tôi rất quý trọng họ và sẵn sàng chia sẻ với họ một điều sâu thẳm trong tâm hồn của mình.

Khác với những suy nghĩ rất phổ biến trong giới kinh doanh, tôi không cho rằng giữa công việc và cuộc sống riêng tư có lằn ranh rõ ràng. Những trường phái kinh doanh cổ điển cho rằng bộc lộ tình cảm dễ dẫn đến tổn thương; thế hệ doanh nhân ngày nay xem đây là những yếu tố kết dính chúng ta lại với nhau. Khi mối quan hệ của chúng ta được củng cố, công việc và sự nghiệp của chúng ta càng thành công hơn.

Hãy xem ví dụ của Bonnie Digrius, nhà tư vấn từng làm việc tại Gartner Group. Bonnie gửi đến tất cả những người trong danh sách mối quan hệ và đồng nghiệp của mình một bản tin định kỳ hàng năm, thế nào nhỉ, viết riêng về bản thân. Cô viết về những dự án thú vị cô đang làm, hoặc về gia đình của mình. Cô viết về cái chết của người cha đã làm thay đổi cuộc sống của cô. Bạn đừng nghĩ là những người nhận được bản tin này cảm thấy khó chịu trước sự thể hiện tình cảm công khai như vậy. Hoàn toàn ngược lại. Ngày càng có thêm nhiều người – nam, nữ, đồng nghiệp, và cả những người lạ - đăng ký nhận thư của Bonnie. Họ viết thư trả lời và kể cho cô nghe những kinh nghiệm bản thân họ đã trải qua. Sau vài năm, Bonnie đã có một mạng lưới vượt qua biên giới nhiều nước. Cô đã trải lòng mình ra trang giấy, và vì vậy, cô nhận được sự tin cậy và ngưỡng mộ từ hàng trăm người như một sự đáp trả.

Hãy liệt kê một danh sách những thứ bạn đam mê. Dùng niềm đam mê của mình như một định hướng để tìm kiếm những sự kiện hay hoạt động cần tham gia. Tận dụng những sự kiện này để gắn kết với người cũ lẫn tìm kiếm người mới. Ví dụ, nếu bạn thích bóng chày, hãy rủ khách hàng tiềm năng và khách hàng hiện tại cùng đi xem một trận đấu. Sự kiện gì cũng được, miễn là bạn phải thích.

Sự đam mê cộng với những sự kiện được bạn tập trung xoay quanh chủ đề này sẽ giúp bạn đạt được sự thân tình sâu sắc. Lưu ý loại hình sự kiện và loại hình mối quan hệ bạn muốn tạo dựng nên hòa hợp với nhau. Tôi có một danh sách những hoạt động tôi thường áp dụng để giữ mối quan hệ làm ăn kinh doanh hay với bạn bè. Một số hoạt động tôi thích tham gia:

1. Mười lăm phút bên tách cà phê. Nhanh chóng, giúp bạn rời khỏi môi trường văn phòng, và là một cách tuyệt vời để gặp người mới.

2. Hội thảo. Giả dụ tôi sắp tham gia một hội thảo tại Seattle, tôi sẽ liệt kê một danh sách những người tại thành phố này mà tôi biết, hay muốn tạo tình thân, sau đó liên hệ hỏi xem họ có muốn cùng tham dự buổi ăn tối hay đến nghe một bài diễn văn đặc biệt hay nào đó không.

3. Mời một người nào đó cùng đi tập thể lực hay cùng tham gia một thú vui (chơi golf, chơi cờ, sưu tập tem, câu lạc bộ yêu sách,...)

4. Mời ai đó cùng ăn sáng, ăn trưa, ăn tối, hay uống ly nước sau giờ làm việc. Ẩm thực là một cách tuyệt vời để đi vào câu chuyện.

5. Mời ai đó đến một sự kiện đặc biệt. Đối với tôi, một sự kiện đặc biệt như buổi biểu diễn kịch, buổi hòa nhạc, buổi ký tặng sách sẽ càng trở nên đáng nhớ nếu tôi đi cùng với một vài người mà tôi nghĩ là cũng sẽ rất thích những dịp này.

6. Đãi tiệc tại nhà. Quan điểm của tôi là những buổi tiệc tại nhà rất đặc biệt. Tôi thích tổ chức một cách thân mật, càng thân càng tốt. Để giữ được điều này, tôi thường chỉ mời một đến hai người mà tôi chưa thân lắm. Đến cuối buổi, tôi muốn những người này ra về cảm thấy như họ vừa làm quen được thêm những người bạn mới, và điều này không dễ thực hiện nếu bữa tiệc chỉ toàn những người lạ.

Dĩ nhiên, ngoài ra bạn cũng cần dành thời gian hợp lý cho bạn bè, gia đình, hay cho bản thân để đọc sách hay thư giãn. Trong khi cố gắng làm giàu cuộc sống của mình bằng cách kết thân với nhiều người bất cứ lúc nào, mọi lúc mọi nơi, bạn không được bỏ quên những mối quan hệ chủ chốt kia.

Khi một ngày của bạn bắt đầu bằng những đam mê, gặp gỡ những người thú vị cùng chia sẻ đam mê này, việc kết thân không còn là một thử thách hay một công việc nhàm chán mà đã trở thành kết quả tất yếu của cách bạn làm việc.

CHƯƠNG 13

Theo dõi hay thất bại

Bạn có thường gặp tình huống mặt đối mặt với một người bạn đã từng gặp đâu đó, nhưng không thể nào nhớ được tên của họ?

Chúng ta đang sống trong một thế giới số luôn biến đổi và tràn ngập thông tin. Hộp thư nhận liên tục phải xử lý những cái tên cũ và mới mà chúng ta cần để mắt đến. Bộ não chúng ta liên tục ghi và xoá để theo kịp tin tức hay tên tuổi hiện ra trước mặt chúng ta mỗi ngày. Vì vậy hoàn toàn bình thường nếu chúng ta muốn giữ cho mình tỉnh táo, chúng ta phải biết quên và bỏ qua nhiều nút thông tin đang cố gắng chen chân vào khu vực đã đen kín trong não bộ của chúng ta.

Trong một thế giới hỗn loạn như thế này, thật khó tưởng tượng tại sao chỉ có một số ít người chịu khó nhắc lại sau khi chúng ta gặp được một nhân vật mới. Tôi thấy cần phải nhấn mạnh điểm này: Khi bạn gặp ai đó mà bạn cảm thấy muốn tạo dựng một mối quan hệ, hãy dành thêm chút thời gian để bảo đảm bạn không bị lạc lối trong mê cung tình cảm của họ.

Mới gần đây thôi, tôi vừa bay xuống Florida để đọc một bài diễn văn trong buổi lễ trao giải dành cho những thành viên cũ và hiện tại của hội ái hữu Sigma Chi tại trường đại học trước đây của tôi. Tôi chắc đã phân phát danh thiếp và địa chỉ email cho ít nhất là một trăm người trong buổi tối hôm đó. Sau khi buổi lễ trang trọng đã kết thúc, tôi rút lui về khách sạn vào lúc gần sáng và kiểm tra email. Nó nằm đó, ngay trong hộp thư của tôi, một lời nhắn cảm ơn từ một thành viên trẻ tuổi, cảm ơn tôi về bài diễn văn, ý nghĩa của nó với cuộc đời của anh ta là người xuất thân tương tự như tôi, và hy vọng một ngày nào đó được ngồi với tôi nhấm nháp ly cà phê. Trong vòng hai tuần sau đó, có hơn 100 người cùng email hay gọi điện để nói những lời tương tự. Tuy nhiên, chính cái email đầu tiên đó mới làm tôi nhớ đến nhiều nhất.

Những món quà đáng quý nhất tôi từng nhận được không phải là những món quà có thể tính bằng tiền mà chính là những lá thư, email, hay những tấm thiệp chân tình bày tỏ sự cảm ơn đã hướng dẫn và đưa ra lời khuyên hữu ích.

Bạn có muốn là người nổi bật giữa đám đông? Nếu thế thì bạn có cơ hội đi trước mọi người hàng cây số nếu bạn biết cách nhắc nhở hay hơn, khôn khéo hơn, khác xa với đám đông luôn tìm cách gây sự chú ý. Sự thật là, đa số mọi người không biết cách nhắc nhở, thậm chí cũng không quan tâm nhắc nhở. Chỉ cần bạn biết cách nhắc nhở khéo léo là bạn đã vượt lên hơn 95% những người đồng môn khác. Nhắc nhở chính là búa và đinh trong bộ dụng cụ tạo dựng mối quan hệ của bạn.

Nói chính xác hơn, nhắc nhở chính là chìa khóa thành công trong bất cứ lĩnh vực nào.

Bạn cần khởi động quy trình ngay sau khi bạn vừa gặp ai đó để chắc chắn họ nhớ tên bạn (và những ấn tượng tốt đẹp mà bạn bỏ công xây dựng).

Bạn có khoảng thời gian từ 12 - 24 giờ sau khi gặp mặt ai đó để nhắc lại với họ về bạn. Nếu bạn gặp ai đó trên máy bay, hãy gửi cho họ một email vào cuối ngày. Nếu bạn gặp ai đó trong một buổi tiệc nhẹ, một lần nữa, hãy gửi email cho họ vào sáng hôm sau. Đối với những cuộc gặp bất ngờ hay những cuộc họp tình cờ, email là một công cụ hữu dụng để bạn gửi cho họ vài dòng: "Tôi rất vui được làm quen với bạn. Chúng ta hãy giữ liên lạc nhé." Trong những email kiểu này, tôi thích nhắc lại một điểm đặc biệt nào đó mà chúng tôi đã trao đổi với nhau trước cuộc gặp mặt – có thể là một thú tiêu khiển chung hay một mối quan tâm kinh doanh – xem như là một điểm gợi nhớ về tôi. Khi tôi rời cuộc họp, tôi ghi nhận tên và địa chỉ email của người mới quen vào database và lập trình cho chiếc PDA hay BlackBerry nhắc tôi gửi lại cho họ một email khác sau khoảng một tháng, để giữ liên lạc.

Tại sao bạn phải mất rất nhiều thời gian để tìm gặp người mới nếu như sau đó bạn không cố gắng đưa họ thành một phần trong đời sống của mình cơ chứ?

Sau buổi họp bàn công việc, tôi có thói quen làm một điều mà anh bạn học cùng hồi ở trong Harvard đồng thời là cựu Giám đốc sản xuất James Clark không bao giờ quên. Đó là khi nhắc nhở lại, James luôn nhắc lại những lời hứa mà mọi người đã đề xuất, và hỏi xem khi nào có thể tổ chức một cuộc họp thứ hai để theo dõi những đề xuất này.

Khi đối phương đã đồng ý làm điều gì, cho dù đó chỉ là hẹn gặp uống cà phê lần sau hay là hẹn gặp ký kết một hợp đồng lớn, bạn nên đưa nó thành văn viết. Không nhất thiết phải là một cái gì đó nghiêm túc và cứng nhắc, bạn có thể thử viết đơn giản như sau: "Tôi rất vui được nói chuyện với anh trong bữa trưa hôm qua. Tôi muốn nhắc lại một số ý kiến chúng ta đã thảo luận. Tôi nghĩ là FerrazziGreenlight có thể giúp anh trong những vấn đề trên, và tôi đã dành thời gian để đưa ra kế hoạch cụ thể. Lần sau tôi vào thành phố, tôi muốn được gặp anh để trao đổi chừng năm hay mười phút."

Mười lần có đến chín, đối phương sẽ viết thư trả lời chấp nhận lời đề nghị gặp nhau lần nữa của bạn. Sau đó, khi đến lúc cần tận dụng lời đồng ý này để gặp nhau lần nữa, bạn có thể gọi cho anh ta, nhắc lại lời hứa bằng thư mà bạn đã có. Về cơ bản anh ta đã đồng ý gặp nhau. Vấn đề chỉ còn là thời gian, nên sự kiên trì của bạn là cơ sở bảo đảm cuộc gặp sẽ diễn ra một lúc nào đó.

Nhưng nên lưu ý – và điều này đặc biệt quan trọng – đừng nhắc nhở họ về những gì họ có thể làm cho bạn, hãy tập trung vào những gì bạn có thể làm cho họ. Bạn hãy cho họ một lý do để họ muốn gặp lại bạn.

Một cách hữu hiệu để nhắc nhở là lưu lại những bài viết trên báo và gửi cho những người trong mạng lưới mà bạn nghĩ có thể quan tâm. Khi tôi được nhận những bài báo này, tôi thật sự quý chúng: nó cho thấy người ta đang quan tâm đến tôi và những vấn đề mà tôi đang gặp phải.

Mặc dù email là một cách thức nhắc nhở hoàn toàn chấp nhận được, bạn cũng có thể cân nhắc nhiều phương pháp khác nữa. Một lời cảm ơn viết tay có thể thu hút được sự chú ý của người khác một cách đặc biệt trong thời hiện đại. Bạn có còn nhớ lần cuối cùng bạn được nhận một bức thư viết tay không? Khi bạn nhận được một vật gì được gửi riêng cho bạn, chắc chắn bạn sẽ mở nó ra.

Lời cảm ơn là một cơ hội để khẳng định sự liên tục trong mối quan hệ và tạo ra cảm giác thân thiện. Nhắc đến những thông tin thích hợp nào mà bạn quên nói trong cuộc gặp. Nhấn mạnh đến mong muốn được gặp lại đối phương đồng thời với lời đề nghị được giúp đỡ.

Sau đây là danh sách một số điểm bạn có thể nhắc đến trong những lời nhắn:

- Luôn nhớ thể hiện sự cảm ơn chân thành.
- Luôn nhớ nhắc đến một điểm thú vị nào đó về cuộc họp hay cuộc nói chuyện - chuyện cười hay một chuyện buồn cười.
- Nhắc lại những lời hứa của hai bên - có qua có lại.
- Ngắn gọn và đi thẳng vào vấn đề.
- Luôn nhớ gửi lời cảm ơn đến tên một người cụ thể.
- Gửi bằng email và thư tay. Sự kết hợp này tạo ra một ấn tượng rất riêng.
- Thời gian là mấu chốt. Nhanh chóng gửi thư ngay sau buổi gặp mặt hay phỏng vấn.
- Nhiều người đợi đến dịp lễ tết mới nói cảm ơn hay tìm cách liên lạc. Sao lại phải đợi? Những lời nhắc nhở của bạn sẽ đến sớm hơn, vào những lúc hợp lý hơn, và chắc chắn sẽ được nhớ đến lâu hơn.
- Đừng quên nhắc nhở những người đứng ra làm trung gian cho bạn gặp gỡ. Báo cho người giới thiệu biết kết quả cuộc gặp mặt, và cảm ơn họ đã giúp đỡ.

Hãy tập thói quen luôn nhắc lại. Biến nó thành một hành động không điều kiện. Nếu làm được như vậy, bạn sẽ không còn bao giờ phải vất vả cố nhớ tên người khác - và không gặp trường hợp người khác phải vất vả cố nhớ tên bạn nữa.

CHƯƠNG 14

Biến mình
thành viên tướng hội thảo

Những nhà chiến lược trong quân đội đều biết rằng đa số những trận đánh đều đã phân định thắng bại trước cả khi nổ phát súng đầu tiên. Bên nào có quyền quyết định địa điểm, thời gian, cách tấn công thường đạt được ưu thế gần như tuyệt đối. Điều này cũng đúng với những cuộc hội thảo thành công. Biến cuộc hội thảo thành chiến trường của bạn và đề ra mục tiêu ngay từ đầu chính là cách biến sự ngẫu nhiên có mặt của bạn tại một cuộc hội thảo trở thành một sứ mệnh quan trọng.

Đừng đến hội thảo với tư cách một người tham dự bình thường; hãy biến mình thành một viên tướng hội thảo!

Hội thảo chỉ hữu dụng ở một điểm duy nhất. Dĩ nhiên không phải tôi muốn nói đến trà bánh lúc giải lao. Cũng không phải sự mở mang kiến thức kinh doanh với giá hơi đắt. Hội thảo là diễn đàn để bạn gặp gỡ những người cùng ý tưởng có thể giúp bạn đạt được mục đích hay sứ mệnh của mình. Trước khi quyết định có tham dự một hội thảo nào đó, tôi thỉnh thoảng áp dụng lối suy nghĩ ROI (lợi nhuận trên số tiền đầu tư) giản lược. Liệu lợi ích tôi nhận được từ những mối quan hệ mà tôi sẽ tạo dựng có ngang bằng hay cao hơn số tiền lệ phí và thời gian tôi phải bỏ ra để tham dự hội thảo này không? Nếu có, tôi sẽ tham dự. Nếu không, tôi bỏ qua. Đơn giản thế thôi. Cách này nghe có vẻ như quá thực dụng, nhưng thật sự nó rất hiệu quả.

Ngay sau khi chúng tôi bán YaYa, người chủ mới đưa ra một loạt những quy định mới về chi phí đi lại và tham dự hội thảo nhằm cắt giảm chi phí. Tôi nghĩ những quy định này về cơ bản không hợp lý tí nào.

Những người chủ mới nhìn nhận hội thảo như một dịp vô tích sự - những cơ hội để các nhà quản lý tự thưởng cho mình hơn là một cách để tạo ra thu nhập. Công ty mới này cho rằng chi phí để gửi người đi tham dự vài hội thảo mỗi năm là một chi phí không cần thiết đối với một công ty mới thành lập.

Tôi phản đối kịch liệt và hứa sẽ thuyết phục họ thay đổi quan điểm. Tôi ngồi xuống liệt kê con số thực tế các dự án mang lại doanh thu bắt nguồn từ những người tôi đã gặp tại hội thảo. Những người chủ đã thật sự ngạc nhiên khi tôi trình bày một bảng tính đầy những thương vụ thành công và cho thấy một phần lớn thu nhập của công ty có thể được quy về những hội thảo riêng biệt.

Thái độ không ủng hộ của họ đối với những cuộc gặp gỡ trong kinh doanh - và quan điểm này hoàn toàn không xa lạ đối với nhiều nhà quản lý - xuất phát từ quan điểm sai lầm phổ biến rằng hội thảo là nơi tìm kiếm kiến thức. Sai lầm. Kiến thức thực tế, hữu ích đa số đến từ kinh nghiệm, sách báo, và con người. Thảo luận bàn tròn hay diễn giả nổi tiếng có thể là những hoạt động thú vị, thậm chí khơi dậy sự sáng tạo của bạn, nhưng hiếm khi có thể truyền tải kiến thức thực sự.

Nhưng hội thảo là nơi tuyệt vời để mở rộng mối quan hệ và thỉnh thoảng còn có thể ký kết hợp đồng làm ăn. Tôi sẽ cho bạn một ví dụ về bán hàng. Trong mô hình bán hàng trước đây, khoảng 80% thời gian của người bán hàng là dành cho gặp gỡ, tiếp xúc, trình bày, và cố gắng thuyết phục khách mua hàng. 20% thời gian còn lại được dành cho việc xây dựng mối quan hệ với khách hàng. Ngày nay, chúng ta tập trung chủ yếu vào việc bán mối quan hệ. Những người bán hàng giỏi – thậm chí cả những nhân viên giỏi và các ông chủ kinh doanh đủ loại – dành 80% thời gian của họ để xây dựng mối quan hệ thân thiết với những đối tác. Bài trình bày Powerpoint có hay đến mấy cũng không thể cạnh tranh với sự đồng cảm và tin tưởng khi bạn đã tranh thủ được con tim và khối óc của đối phương.

Những người biết cách tận dụng ưu thế của hội thảo thường rất xông xáo tại các cuộc hội họp trong ngành kinh doanh của mình. Trong khi có người chỉ lẳng lặng ngồi ghi chép, hài lòng vì được dùng nước tinh khiết miễn phí, có những người thu xếp trước những cuộc gặp trực tiếp với từng người, tổ chức ăn tối, và nói chung là biến hội thảo thành cơ hội để tiếp xúc với những người có thể thay đổi cuộc đời của mình.

Nếu bạn nhận thấy những người kiểu này hơi khác thường so với đám đông bình thường, bạn nhận xét đúng đấy. Họ không phải là những người nghe theo những lời khuyên truyền thống theo kiểu "Đeo bảng tên", "Niềm nở chào mọi người", "Nhìn thẳng vào mặt người đối diện", hay những kiểu cách khác khiến họ không thể nổi bật trong đám đông.

Và đúng như bạn nghĩ, người ta có cẩm nang giúp bạn tận dụng tối đa một buổi hội thảo. Bạn tôi, Paul Reddy, một nhà quản lý phần mềm, cho rằng có hai loại người tại hội thảo, một dạng là quả bóng bowling, một dạng là cây kim gút. Nếu bạn là quả bóng, bạn sẽ tiến vào (hay lăn vào) hội thảo, sự kiện, hay vào một tổ chức nào đó, và làm đổ tung mọi thứ. Với một chút can đảm và khéo léo, bạn sẽ tạo được một ấn tượng đẹp, tạo dựng được tình bạn, và đạt mục tiêu đặt ra trong chương trình của mình. Những chiếc kim gút chỉ ngồi lặng lẽ, chờ đợi một điều gì đó, hay bất cứ điều gì đó, sẽ diễn ra với bản thân.

Đừng nghĩ về cuộc hội thảo sắp tới như một dịp thư giãn trong công việc. Hãy xem đó là một cơ hội tuyệt vời để tiến tới hoàn thành sứ mệnh của mình. Sau đây là một số quy luật mà tôi luôn tuân thủ trong mọi sự kiện tôi tham dự:

Giúp ban tổ chức
(hay tốt hơn, tham gia vào ban tổ chức)

Hội thảo là những cơn ác mộng trong công việc hậu cần. Có hàng ngàn thứ khác nhau cần phải được chú ý để bảo đảm hội thảo thành công. Chính sự rắc rối này là cơ hội cho bạn tham gia và đề nghị được giúp đỡ - và tự nhiên trở thành người trong cuộc.

Một khi đã là người trong cuộc, bạn có thể nắm được ai sẽ tham dự và đâu là điểm chính của chương trình. Và chắc chắn bạn sẽ có mặt tại những buổi ăn tối hay tiệc cocktail không công bố cho công chúng được tổ chức cho những người có trách nhiệm trong hội thảo.

Nhưng làm thế nào để có cơ hội tham gia như người trong cuộc? Thật ra cũng không khó lắm đâu. Đầu tiên, hãy xem qua những tài liệu về sự kiện này, xem qua trang web của nó, và tìm người chịu trách nhiệm chính lo công việc tổ chức cho hội thảo này. Gọi điện thử xem. Người chịu trách nhiệm chính cho những sự kiện này thường phải làm việc quá sức và rất căng thẳng. Tôi thường gọi cho những người này khoảng vài tháng trước khi hội thảo diễn ra và nói: "Tôi rất muốn được tham dự vào hội thảo mà anh sắp tổ chức. Tôi muốn giúp đỡ đưa hội thảo lần này thành một sự kiện khó quên, và tôi sẵn sàng đóng góp nguồn lực của mình – cho dù đó là thời gian, sự sáng tạo, hay các mối liên hệ - để mang đến thành công cho sự kiện năm nay. Anh nghĩ tôi có thể giúp được gì không?"

Tôi cam đoan với bạn rằng anh chàng này sẽ ngạc nhiên đến sung sướng. Tôi nói thế vì tôi đã từng phải chịu trách nhiệm cho những sự kiện căng thẳng tương tự khi tôi còn làm Giám đốc tiếp thị tại Deloitte.

Công ty Tư vấn Deloitte lúc đó đang làm việc với Michael Hammer để phát triển một quy trình tái cấu trúc hiệu quả. Chúng tôi cho rằng tổ chức một buổi hội thảo là một cách hay để chính thức giới thiệu sự hợp tác với Michael cho thị trường, củng cố thương hiệu, và thuyết phục thêm một số khách hàng. Vì vậy chúng tôi đề nghị tổ chức một buổi hội thảo do hai bên Deloitte và Michael Hammer đồng chủ trì. Chúng tôi sẽ mang đến hội thảo những chuyên gia hàng đầu trong ngành và những tình huống cụ thể, và Michael sẽ mang đến kiến thức chuyên môn về tái cấu trúc cũng như kinh nghiệm điều khiển một buổi hội thảo tầm cỡ quốc tế.

Đó là cơ hội cho tôi biết nội tình cách điều hành một buổi hội thảo thành công và dĩ nhiên là được làm quen thân thiết với Mike. Nhờ vậy tôi thấu hiểu được tầm quan trọng của việc biết trước ai sẽ tham gia trong chương trình; tại sao chọn lựa diễn giả này mà không phải là diễn giả kia; và đâu là diễn đàn tốt nhất để tạo dựng mối quan hệ.

Ngay từ đầu, quan điểm của chúng tôi là phải có phương pháp để giải quyết những rắc rối thường gặp của một buổi hội thảo. Một hệ thống theo dõi được thiết lập để ghi nhận tiến trình hàng ngày của chúng tôi so với mục tiêu chúng tôi tự đặt ra cho mình. Mỗi nhà quản lý trong Deloitte có mục tiêu phải gặp hai người họ được chỉ định trong số những người khách mà chúng tôi biết sẽ đến tham gia hội thảo. Trong hai người này sẽ có một người là mục tiêu chính - người mà chúng tôi thật sự mong muốn thuyết phục trở thành khách hàng của mình. Người kia là một người mà chúng tôi cho rằng Deloitte sẽ được lợi nếu biết họ, ví dụ như một thành viên trong ngành truyền thông. Mục tiêu cơ bản vẫn là gặp gỡ mọi người.

Nhờ chúng tôi biết trước ai sẽ đến tham dự, mỗi nhà quản lý được giao một bảng lý lịch tóm tắt chừng một trang về nhân vật họ chịu trách nhiệm, trong đó cho biết họ là ai, làm gì, đạt những thành tích gì, thú vui của họ là gì, những khó khăn mà công ty họ đang phải đối mặt và những vấn đề Deloitte có khả năng giải quyết. Những thông tin này đã đủ giúp tạo nên một cuộc trao đổi thật sự khi các thành viên công ty tiếp xúc với người cần gặp.

Chúng tôi cũng giao cho các nhà quản lý một danh sách những gợi ý làm thế nào để tìm ra mục tiêu của mình và phải nói gì khi gặp được họ. Vào cuối mỗi ngày, các nhà quản lý sẽ báo cáo về những người mình đã gặp, ở đâu, kết quả thế nào. Nếu có người nào cảm thấy khó khăn khi tiếp xúc với đối tượng của mình, chúng tôi lên chiến lược cho ngày hôm sau, bảo đảm hai người này được sắp ngồi chung bàn vào tối hôm sau, hoặc tôi đích thân đứng ra giới thiệu, hoặc chúng tôi đề nghị Mike đến giới thiệu trong một số trường hợp.

Tôi đã vô tình tạo ra một đội ngũ những viên tướng hội thảo, được chuẩn bị thông tin chu đáo về những nhân vật họ sẽ gặp gỡ, trong trường hợp nào, và tại đâu. Kết quả thật bất ngờ. Hội thảo đông nghẹt người. Nhờ vậy Deloitte nhận được những hợp đồng tư vấn nhiều nhất từ trước đến giờ. Từ đó chúng tôi đã hoàn thiện kỹ năng thành một nghệ thuật tại FerrazziGreenlight, và chúng tôi không chỉ hướng dẫn cho các công ty tận dụng khai thác hội thảo, mà chính các công ty tổ chức hội thảo lớn cũng tìm đến chúng tôi để giúp họ thiết kế những buổi hội thảo mang lại kết quả xứng đáng cho tất cả các đối tác tham gia trong hội thảo, không kể đó là công ty hay cá nhân những người tham dự.

Điểm mấu chốt là phải dành công sức để đem thành công đến cho hội thảo từ quan điểm của tất cả mọi người. Tại hội thảo Hammer, tất cả những người tham gia, và hầu như tất cả các thành viên trong hội đồng quản trị, đều ngạc nhiên trước khối lượng công việc họ làm được. Mọi thứ đã sẵn sàng để tạo cơ hội mở rộng mạng lưới.

Dĩ nhiên Michael Hammer là một diễn giả tuyệt vời, đúng như danh tiếng của ông, và chúng tôi đã học được rất nhiều từ ông về mặt nội dung. Nhưng thành công của mọi người chính là tổ chức được một hội thảo theo đúng ý nghĩa của nó: một buổi tụ họp thân mật của những người làm cùng ngành, cùng quan điểm, trong một không khí phù hợp để tạo dựng các mối quan hệ có lợi về lâu dài.

Lắng nghe. Hay tốt hơn, hãy lên tiếng

Bạn có phải là một trong những người cho rằng trở thành diễn giả là một công việc vĩ đại? Điều này đúng đối với nhiều người. Nhưng theo tôi việc này không đến mức quá khó như bạn nghĩ, và tầm quan trọng của nó lại lớn hơn nhiều so với sự tưởng tượng của bạn.

Nhiều người sợ đến phát khiếp nếu phải nói chuyện trước công chúng khoảng 15 phút về công việc họ đang làm, ngay cả khi "công chúng" nhìn chung là những người rất ủng hộ (như gia đình hay bạn bè!).

Bạn hãy bình tĩnh đi. Thứ nhất, bạn phải biết rằng đứng lên phát biểu là cách đơn giản nhất và hiệu quả nhất để bạn tự giới thiệu, nhắc nhở về bản thân, công việc, hay ý kiến của mình, và thật ra bạn không phải là Tony Robbins mới thu hút được một nhóm người sẵn sàng lắng nghe bạn.

Mỗi ngày có bao nhiêu người phải đứng nói trước công chúng? Con số sẽ làm bạn kinh ngạc. Mỗi một ngày bình thường thế này có đến hàng ngàn diễn đàn hay sự kiện diễn ra, phục vụ bất cứ lý do nào bạn có thể nghĩ ra. Những diễn đàn này đều cần một nhân vật thu hút để nói một vài câu gì đó thú vị hay hữu ích cho các khách mời. Đáng buồn là nhiều diễn giả không làm tròn vai trò này.

Nếu bạn cho là những người đem đến những điều hữu ích phải là người đứng đầu trong ngành, bạn đã thật sai lầm. Nếu vậy làm thế nào bạn thu thập kinh nghiệm?

Lấy ví dụ ở Toastmasters International, họ tạo ra một diễn đàn để giúp bạn nâng cao kỹ năng nói chuyện trước công chúng. Họ có hơn 8.000 câu lạc bộ tổ chức gặp gỡ hàng tuần theo những nhóm từ 30 - 40 người, và góp phần đào tạo rất nhiều diễn giả cũng như tập hợp rất nhiều bài nói. Nhìn rộng hơn, mạng lưới các diễn giả toàn quốc lớn khủng khiếp. Hội các nhà quản lý Mỹ (American Society of Association Executives, ASAE) cho biết ngành công nghiệp hội họp là một thị trường khoảng 83 tỉ đôla, trong đó hơn 56 tỉ đôla được dành cho các hội nghị, hội thảo hàng năm. Với con số này, hội thảo - thật không thể tin được - là ngành công nghiệp đóng góp vào GDP lớn thứ 23 trong nước Mỹ. Qua đây tôi muốn nhấn mạnh là cơ hội được diễn thuyết xuất hiện ở khắp nơi, cho dù là có được trả thù lao hay không. Nói chuyện trước công chúng có thể mang lại niềm vui, mang lại lợi nhuận, và là một phương pháp tuyệt vời để tự giới thiệu bản thân - và làm quen với những người khác - tại các sự kiện. Rất nhiều cuộc nghiên cứu đã khẳng định rằng nếu bạn càng xuất hiện nhiều với tư cách người diễn thuyết, thì thu nhập của bạn ngày càng cao.

Khi bạn là người phát biểu tại một cuộc hội thảo, bạn tự nhiên có một vị thế đặc biệt, và điều này giúp bạn dễ dàng tiếp xúc với mọi người hơn. Những người tham dự mong muốn được bạn chào đón và tiếp xúc với họ. Ngược lại, họ cũng dành cho bạn sự trân trọng mà họ không hẳn sẽ phân phát cho những người cùng ngồi trong số khán giả. Người ta ngay lập tức tin tưởng và ngưỡng mộ bạn khi thấy bạn đứng trên sân khấu (thật tình mà nói, bất cứ sân khấu nào cũng vậy).

Vậy làm thế nào để trở thành diễn giả tại các buổi hội thảo? Đầu tiên, bạn cần có một chủ đề để nói: Bạn cần nội dung (mà tôi sẽ đi sâu hơn trong một chương khác). Bạn cần biết cách xây dựng một câu chuyện về một chuyên đề nào đó mà bạn biết rõ. Thật ra, bạn có thể xây dựng nhiều câu chuyện khác nhau để phù hợp với những nhóm khán giả khác nhau (mà tôi cũng sẽ đề cập sau).

Nếu bạn đã hoàn thành bước một và quen biết với ban tổ chức, để xin được tham gia với tư cách diễn giả cũng không quá khó. Trong thời gian đầu, tốt nhất nên bắt đầu với quy mô nhỏ.

Tôi sẽ đưa ra một ví dụ để làm rõ. Tôi có một người bạn mới vừa nghỉ việc tại một công ty lớn để ra làm dịch vụ tư vấn riêng. Anh ta cần phải tạo dựng danh tiếng là chuyên gia trong lĩnh vực xây dựng thương hiệu, và mặc dù anh ta rất sợ phải nói chuyện trước công chúng, anh ta hiểu đây là cách tốt nhất để tạo mối liên hệ với những khách hàng tiềm năng và truyền tải thông điệp về mình. Anh ta bắt đầu từ từ, làm quen với ban tổ chức của những sự kiện quy mô nhỏ, trong địa phương của mình, và trong những ngành cụ thể. Anh ta xin phép ban tổ chức, để bù lại cho công sức anh bỏ ra giúp họ, cho anh một khoảng thời gian trước khi kết thúc sự kiện để anh có cơ hội phát biểu trước một nhóm khán giả mà tự anh tập hợp được.

Thoạt đầu, tên anh thậm chí còn không được nhắc đến trong lịch trình làm việc của buổi hội thảo. Anh phải tiếp xúc từng người trong suốt buổi hội thảo và nói riêng với họ rằng anh sẽ tổ chức một buổi tụ họp thân mật những người cùng quan tâm đến vấn đề xây dựng thương hiệu. Không khí thân mật giúp anh phát biểu mà không bị áp lực của một nhóm khán giả quá lớn, đồng thời anh cũng được những người tham dự góp ý chân tình. Dần dần, nơi tổ chức buổi nói chuyện của anh ngày càng phải nới rộng ra, bài nói của anh được hiệu chỉnh một cách phù hợp, và nhóm khán giả cũng chuyển từ thân mật sang khủng bố - nhưng lúc này anh đã vượt qua giai đoạn sợ hãi rồi.

Còn nếu bạn đến tham dự hội thảo nhưng không phải là diễn giả thì sao? Bạn vẫn còn nhiều cơ hội để xuất hiện nổi bật. Nên nhớ, bạn không đến hội thảo để học hỏi cái mới – bạn đến đây để gặp gỡ người khác và để cho người khác tìm gặp mình và nhớ đến mình.

Khi kết thúc mỗi bài phát biểu đến phần đặt câu hỏi, cố gắng là người đầu tiên giơ tay đặt câu hỏi. Một câu hỏi hay, có ý nghĩa chính là một cơ hội thể hiện mình với khán giả. Nên nhớ phải tự giới thiệu mình, nói cho người ta biết bạn đang làm việc ở công ty nào, chức vụ của bạn là gì, và sau đó đưa ra câu hỏi khiến cả cử tọa phải xì xào bàn luận. Tốt nhất là câu hỏi phải liên quan đến chuyên môn của bạn để sau này bạn có cái mà nói nếu có ai đó tìm đến bạn và nói: "Câu hỏi ban nãy của bạn hay quá."

Chiến tranh du kích: Tổ chức một hội thảo trong buổi hội thảo

Những viên tướng thực thụ sẽ không bó tay trước bản lịch trình được trao tại lúc đăng ký. Ai bảo bạn không thể tổ chức bữa tiệc tối riêng của bạn tại hội thảo, hay không được đề xuất một cuộc thảo luận thân mật về một đề tài nào đó mà bạn quan tâm?

Các bữa tiệc tối thường là một buổi hỗn loạn. Người ta không tập trung chú ý vào một điểm nào nhất định; mọi người luôn cố nói thật to để át tiếng ồn, cố thể hiện mình là người lịch sự, và cố làm quen với cùng lúc mười người khác nhau, cố lắng nghe cho rõ bài phát biểu, và cố ăn lấy một ít thức ăn, và tất cả diễn ra cùng lúc. Đây không phải là một khung cảnh lý tưởng để trao đổi nghiêm túc.

Gặp những trường hợp này, tôi thường có ý định bỏ về phòng riêng, gọi thức ăn mang lên phòng, và ngồi cả đêm bên máy tính. Nhưng thật ra như vậy là bạn đã bỏ qua một dịp may hiếm có.

Cách hay hơn là bạn hãy trưng dụng những thời gian vô bổ này và tổ chức một bữa tối của riêng bạn.

Tôi thích được làm như thế ít nhất một lần tại hầu hết các buổi hội thảo. Trước khi vào hội thảo, tôi thường đi dạo một

vòng tìm một nhà hàng phù hợp gần đó và gửi thư mời tham dự
một bữa ăn tối dành riêng cho khách mời mà tôi sẽ chủ trì cùng
với chương trình thảo luận. Bạn có thể làm việc này bất ngờ
trong ngày diễn ra hội thảo hoặc bạn có thể gửi thư đi trước đó.
Một cách làm hữu hiệu là tôi gửi bản fax đến khách sạn (hầu hết
các hội thảo đều có đặt sẵn một khách sạn dành cho các khách
VIP ở) để khi khách đến là nhận được ngay thư mời tham dự bữa
ăn tối hay tiệc cocktail nhẹ vào đêm trước khi hội thảo diễn ra.
Thử tưởng tượng thuận lợi của bạn: không có thư ký để kiểm
duyệt thông tin. Thông thường những nhân vật này chưa có kế
hoạch gì khi mới đến, mà nếu giả sử họ đã có kế hoạch riêng,
bạn vẫn tạo được ấn tượng đối với họ khi bạn giới thiệu bản
thân trong buổi hội thảo, và tôi xin cam đoan với bạn rằng họ
rất cảm kích trước thái độ của bạn dành cho họ. Nếu người chịu
trách nhiệm trình bày trong bữa ăn thật sự là một người rất thú
vị, tôi sẽ tổ chức tiệc riêng của mình thành một buổi tụ họp
trước hoặc sau bữa ăn.

Thông thường, tạo diễn đàn riêng cho mình là cách tốt nhất
để đảm bảo rằng những người bạn muốn gặp sẽ tụ họp lại cùng
một chỗ trong cùng một thời điểm. Tốt hơn nữa là bạn nên mời
một số diễn giả cùng tham gia vào bữa tiệc, giúp bạn tạo một
sự kiện toàn nhân vật ngôi sao. Nên nhớ, ngay cả một người vô
danh cũng có thể trở thành ngôi sao nhỏ nếu họ có phát biểu
tại hội thảo.

Năm nào tôi cũng áp dụng phương pháp này tại Tuần lễ
Renaissance, một cuộc tụ tập cuối tuần diễn ra hàng năm tại
New York dành cho các chính trị gia, thương gia, và những nhà
chuyên môn khác. Tôi gửi thư mời vui nhộn đến một số người
hỏi họ có muốn chơi trò "trốn học" và trốn khỏi bữa ăn tối chính
thức để đến một nhà hàng xinh xắn khác hay không. Tại Tuần

lễ Renaissance, họ thậm chí còn để dành một buổi tối để bạn được tự do trốn đi đúng như lời mời này. Cách làm này hiệu quả nhất đối với những hội thảo kéo dài ba ngày. Giống như hồi còn đi học, ai cũng muốn trốn khỏi trường vậy. Nếu hội thảo diễn ra gần nơi bạn ở, hãy mạnh dạn mời mọi người đến nhà mình để tiếp đãi ân cần, như tôi vẫn thường làm tại hội thảo Milken Institute Global Conference tại Los Angeles. Đây là một cuộc hội thảo thuộc vào nhóm hàng đầu tại Mỹ xét về mặt nội dung và khách mời tham dự. Mỗi năm tôi đều tổ chức ăn tối tại nhà vào đêm ngay trước buổi khai mạc hội thảo. Khách mời thường có khuynh hướng đến nơi sớm hơn một ngày, và rõ ràng một bữa tiệc tối thân mật ấm cúng sẽ thú vị hơn ăn tối một mình trong khách sạn.

Tiệc tối tuy vậy không phải là cách duy nhất để tổ chức hội thảo trong một hội thảo. Những cuộc hội thảo dài ngày thường có những lúc thư giãn bên ngoài - đánh golf, tổ chức tour, hay viếng thăm các địa danh lịch sử. Đa số những sự kiện này đều không được tổ chức chu đáo. Bạn có bao giờ đến viện bảo tàng cùng một đoàn 400 người chưa? Bạn sẽ thấy mình giống một đàn bò bị lùa đi.

Chẳng có lý do gì bạn không thể chủ động thiết kế một tour riêng hay tổ chức đến một nơi ít người biết đến mà ban tổ chức đã bỏ qua. Tôi có một người đồng nghiệp cũ ở Starwood thường làm đúng như vậy tại các buổi hội thảo mùa đông. Bản thân anh là một người đam mê trượt tuyết, anh thường tìm hiểu những khu vực trượt tuyết đẹp nhất trong vùng - và thường là những triền dốc hơi khuất mà ít ai chịu bỏ công khám phá. Anh ta dễ dàng thuyết phục được vài tay trượt tuyết khác khi nhắc đến cơ hội khám phá những điều mới lạ.

Bạn càng năng động trong việc thể hiện vai trò "chủ nhà" của mình tại buổi hội thảo, bạn càng có nhiều cơ hội giúp mọi người tạo dựng mạng lưới, và bạn tất nhiên trở thành nhân vật quan trọng. Khi bạn gặp người mới tại một bữa tiệc tối hay một sự kiện nào đó, đừng chỉ đơn giản giới thiệu bản thân; hãy giới thiệu người bạn mới này với những người quen khác của bạn. Nếu những người bạn mới quen này không có vẻ tâm đầu ý hợp để nói chuyện ngay, bạn có thể đưa ra một số chi tiết của người này cho người kia. "Sergio là người chịu trách nhiệm xây dựng thương hiệu cho Coke trong thời hoàng kim. David, tôi nhớ là anh đang tìm người để gầy dựng lại thương hiệu cho công ty anh đúng không? Anh không tìm được ai tốt hơn Sergio đâu."

Làm quen với nhân vật chính

Nếu bạn quen biết với nhân vật nổi tiếng nhất tại buổi hội thảo – người mà ai cũng biết và biết mọi người – bạn sẽ có cơ hội tham gia cùng họ gặp gỡ những nhân vật quan trọng nhất tại hội thảo. Ban tổ chức, diễn giả, các CEO công ty danh tiếng, và các nhà chuyên môn tham gia sự kiện đều có thể được xem là những nhân vật chính.

Trước khi tham gia, hãy kiểm tra tên tuổi của những nhân vật uy tín và nổi danh này. Ghi nhớ tham gia các buổi nói chuyện của họ. Nhớ đến sớm một chút và tranh thủ đứng gần bàn đăng ký hay cửa ra vào. Chuẩn bị sẵn sàng để tự giới thiệu, hoặc đứng ngay sau lưng để có cơ hội nói chuyện ngắn gọn với họ.

Bạn nhớ phải nói chuyện với họ trước khi họ bước lên sân khấu. Thường thì ngay cả anh chàng vô danh tiểu tốt buổi sáng còn mút sữa chua thì sau khi diễn thuyết trên sân khấu cũng mang quanh mình một hào quang của người nổi tiếng. Tìm đến họ trước khi họ nổi danh thì bạn sẽ có xác suất làm quen với họ cao hơn. Hoặc bạn có thể hỏi nhà tổ chức (lúc này đã xem bạn như bạn thân rồi) chỉ cho nếu bạn thật sự chưa thấy mặt họ bao giờ.

Đóng vai trò kho thông tin

Một khi bạn đã tạo được cơ hội để gặp gỡ người mới, hãy biến mình thành một "kho thông tin" - vai trò quan trọng của một người biết quan hệ giỏi. Nhưng làm thế nào đây? Hãy sử dụng trí tưởng tượng nhiều hơn là chỉ học thuộc tờ quảng cáo về hội thảo. Xác định đâu là những thông tin mà mọi người mong muốn được biết, và chuẩn bị sẵn sàng. Thông tin có thể là những tin đồn trong ngành, những nhà hàng ngon nhất trong vùng, những bữa tiệc riêng, v.v. Hãy chia sẻ những thông tin chính yếu, hoặc chỉ cho mọi người cách tìm thông tin. Và dĩ nhiên vai trò này không chỉ kết thúc khi hội thảo chấm dứt. Khi bạn có trong tay nguồn tin hữu dụng, thế nào cũng có người tìm đến làm quen với bạn.

Chuyên nghiệp hóa nghề gặp gỡ nhanh

Gặp gỡ bất ngờ là vũ khí chính trong kho đạn của vị tướng hội thảo. Nói ngắn gọn, đây là hai phút ấn tượng mà bạn có khi bạn "bất ngờ" gặp được người cần tìm. Mục tiêu của bạn là phải để lại cảm giác muốn được tiếp xúc lại trong một lần khác.

Gặp gỡ bất ngờ, cũng như bất cứ công việc nào, cũng có nhiều mức độ. Cuộc gặp hoàn hảo để lại cho cả hai cảm giác ngắn gọn và ý nghĩa. Tôi đặt tên cho nó là "cuộc gặp sâu".

Cuộc gặp sâu thể hiện nỗ lực của đôi bên nhanh chóng làm quen, thu thập đủ thông tin cho cuộc gặp lần sau, và chuyển sang tìm đối tác mới. Bạn đã phải chi rất nhiều tiền để có cơ hội tham dự hội thảo này (trừ phi bạn cũng là diễn giả, thì thường miễn phí), và bạn muốn gặp được càng nhiều người càng tốt trong khoảng thời gian giới hạn này. Bạn hẳn không có ý định kết bạn tâm giao. Bạn chỉ cần tạo được ấn tượng và thu thập đủ thông tin để bảo đảm sẽ còn gặp lại nhau.

Để tạo được sự gắn kết giữa hai người đòi hỏi phải đạt đến mức độ thân tình nhất định. Trong vòng hai phút, bạn cần phải nhìn thẳng vào đôi mắt và trái tim của người đối diện, lắng nghe chăm chú, đặt những câu hỏi vượt ra khỏi phạm vi công việc, tiết lộ một ít thông tin về bản thân để họ thấy bạn có thể bị tổn thương (vâng, sự tổn thương là một yếu tố lây lan rất nhanh) trong lúc nói chuyện. Tất cả những điểm này phải kết hợp hoàn hảo với nhau để tạo được sự gắn kết chân thành.

Bạn sẽ kêu lên, làm thế nào được. À há, vậy mà tôi đã chứng kiến người ta làm được và tôi cũng đã làm được. Gặp gỡ sâu không phải chỉ là một mớ lý thuyết suông đâu.

Có một số người chỉ cần vài giây, đừng nói gì đến vài phút, để hình thành một cuộc gặp sâu. Cựu tổng thống Bill Clinton là một bậc thầy. Tôi đã từng chứng kiến từ một cự ly rất gần khi ông tiếp xúc với một hàng dài những người hâm mộ và ủng hộ (và đôi khi cả những đối thủ nữa). Với mỗi người, tổng thống Clinton đều đưa tay ra bắt. Thông thường ông sẽ bắt bằng hai tay hoặc nắm vào khuỷu tay của người đó để tạo được sự gần gũi ngay lập tức. Ông sẽ nhìn thẳng vào mắt người đối diện, và trong thoáng giây đó, đặt một vài câu hỏi riêng tư. Tôi đã từng nghe không biết bao nhiêu lần rất nhiều người sau những sự kiện như vậy đều nhận xét rằng thật tuyệt vời được làm trung tâm chú ý của tổng thống. Và thậm chí những người ủng hộ đảng Cộng hòa cũng đồng ý như thế.

Sự gắn kết sâu sắc này có được mà không cần đến Tổng thống

phải chia sẻ ý kiến hay phát biểu về chính sách này kia. Mục tiêu của ông rõ ràng rất đơn giản nhưng cũng rất quyền lực. Tổng thống muốn bạn phải thích ông ấy (hay như cách nói nay đã nổi tiếng của ông, ông "cảm nhận" được những gì bạn muốn nói). Khi ông thể hiện trong những phút giây ngắn ngủi đó sự quan tâm và chia sẻ của mình, phản ứng tự nhiên của con người là đền đáp. Ông ấy đã hòa nhập hoàn toàn vào chương trình radio mà tất cả chúng ta đều lắng nghe WIIFM, là chữ viết tắt của "Tôi được lợi gì nào?" (What's In It For Me). Tôi chưa bao giờ nghe ông Clinton yêu cầu người ta bầu cho mình hay nói về bản thân mình khi ông thực hiện những cuộc tiếp xúc thân mật, ngắn gọn này. Câu hỏi của ông bao giờ cũng xoay quanh người kia đang nghĩ gì, đang lo lắng về điều gì.

Nhiều người lầm tưởng rằng hội thảo là một cơ hội để giới thiệu sản phẩm. Họ hối hả chạy từ phòng này sang phòng khác để cố gắng giới thiệu mình. Nhưng một vị tướng phải biết rằng cần phải làm cho người khác thích bạn trước. Buôn bán gì thì sẽ đến sau – bạn sẽ có nhiều cuộc thảo luận với nhau sau buổi hội thảo. Bây giờ là thời điểm để bắt đầu xây dựng niềm tin và mối quan hệ.

Nắm rõ mục tiêu

Giờ đây bạn đã sẵn sàng cho những cuộc gặp bất ngờ. Bạn chỉ cần có một đối tác để bất ngờ gặp nhau nữa mà thôi.

Khi đi tham dự hội thảo, tôi thường viết ra một danh sách khoảng ba hay bốn người mà tôi muốn gặp và gấp lại bỏ vào túi áo. Tôi đánh dấu x khi nào tôi đã gặp được họ. Bên cạnh tên, tôi ghi lại ngắn gọn những gì chúng tôi đã thảo luận và cách nào để liên lạc lần sau. Và bạn sẽ thấy là một khi bạn đã gặp và gắn kết với một ai đó, bạn sẽ còn gặp lại họ liên tục trong suốt buổi hội thảo.

Tuy nhiên, bạn không thể chỉ mong được may mắn gặp họ một cách tình cờ tại quầy thức uống hay trong giờ giải lao. Tôi thường yêu cầu ban tổ chức chỉ ra khu vực họ sẽ xuất hiện và tôi quan sát nơi họ ngồi. Đa số người tham dự có khuynh hướng ngồi cùng một chỗ trong suốt buổi hội thảo.

Ví dụ, Barry Diller là CEO công ty InterActiveCorp mà tôi rất muốn được gặp gỡ từ nhiều năm qua. Ông là một thần tượng trong ngành thương mại và truyền thông, có khả năng thiên phú để dự báo, trước hết thảy mọi người, những sáng kiến nào có thể mang lại lợi nhuận. Ông ấy là người biết đánh hơi mùi tiền.

Tôi nghiên cứu những buổi hội thảo và nhận thấy ông đã được mời phát biểu. Tôi truy ra thời gian và địa điểm và tiếp cận khu vực ông sẽ chuẩn bị để lên và xuống sân khấu. Tôi dành cho mình một vị trí mà bất cứ ai đi ngang qua nhất định sẽ phải chạm vào tôi.

Khi ông đi ngang, tôi đã buộc được ông phải chú ý. "Ông Diller, tên tôi là Keith Ferrazzi. Tôi làm Giám đốc Tiếp thị, chung với Barry Sternlicht tại Starwood. Ông ấy có lần đề cập là chúng ta nên gặp gỡ nhau vì vậy tôi nghĩ mình nên tự giới thiệu với ông trước. Tôi biết ông đang bận, nhưng ông nghĩ tôi có thể gọi cho văn phòng và sắp xếp một thời điểm thuận tiện để gặp gỡ khi ông bay về nhà được không? [Ngừng lại - và ông trả lời, "Được thôi, ông cứ gọi cho văn phòng tôi ở New York."] "Thế thì tuyệt quá. Tôi muốn trình bày với ông một số ý tưởng có liên quan đến công việc kinh doanh của ông, nhưng tôi cũng rất ngưỡng mộ sự nghiệp và công việc tiên phong của ông từ lâu lắm rồi." Vậy là nhiệm vụ đã hoàn thành. Tôi đã sử dụng quân bài lớn nhất và khó khăn nhất, đó là sếp của mình, cũng là một doanh nhân có tầm nhìn mà Diller kính trọng. Với những tên tuổi lớn như Diller, cuộc gặp có thể không được sâu như ý bạn muốn. Tuy nhiên, trong thời gian giới hạn tôi đã kịp tạo được niềm tin bằng cách nhắc đến một cái tên quen thuộc và đáng tin cậy, thể hiện một chút yếu đuối khi thừa nhận rằng mình ngưỡng mộ sự nghiệp của ông, và gợi ý cho ông thấy tôi có ý tưởng hay để trao đổi. Cuộc gặp này sau đó đã mang đến cho tôi một lời mời làm việc và nhiều lời giới thiệu trong nội bộ công ty để họ trở thành những khách hàng quan trọng của FerrazziGreenlight.

Đoạn intro (giới thiệu) của bạn có thể phải thay đổi tùy theo tình huống. Thông thường, bạn có sẵn từ 2-3 câu mở đầu, chuẩn bị sẵn cho từng sự kiện, về những gì bạn có thể làm và muốn làm cho người đối diện.

Giải lao không phải là thời gian nghỉ

Giải lao chính là lúc thật sự bắt tay vào việc tại các hội thảo.

Đảm bảo bạn chiếm được vị trí tốt. Bạn có để ý là khách đến nhà thường tụ tập trong nhà bếp hay tại một nơi trung tâm mỗi khi bạn tổ chức tiệc tùng? Một nơi ấm cúng và ngay giữa thường trở thành trung tâm của buổi tiệc. Điều này cũng tương tự tại các cuộc họp bàn kinh doanh. Hãy xác định nơi mọi người sẽ tụ tập, hoặc ít nhất là cũng sẽ đi ngang qua, và chiếm cho mình một chỗ. Nơi này có thể là gần quầy thức ăn, thức uống, hay khu vực tiếp tân.

Bạn phải biết tận dụng tuyệt chiêu của mình trong những lúc như thế này. Tờ *U.S. News & World Report* đã tiết lộ kỹ thuật thu hút chú ý của Henry Kissinger như sau: "Bước vào phòng. Bước sang phải. Nhìn quanh phòng. Quan sát những người có mặt. Bạn cần để cho mọi người nhìn thấy mình."

Kissinger hiểu rằng người giao tiếp giỏi phải biết cách tạo ấn tượng đầu tiên khó phai. Họ nhìn một căn phòng đầy người giống như một sân thi đấu. Nên nhớ phải tỏ ra nghiêm trọng. Đừng coi thường tầm quan trọng của việc ăn mặc sang trọng tại những nơi bạn có thể bị nhận ra. Và bắt đầu tiếp xúc thôi.

Nhắc nhở

Nếu bạn vẫn còn nghi ngờ liệu tôi có bị điên không, thì bây giờ bạn đã chắc chắn rồi đó. Tôi biết tôi đã nói bạn phải nhắc nhở, nhưng tôi vẫn lặp lại ở đây cho thấy tầm quan trọng của nó. Tôi nhắc lại một lần nữa: phải nhắc nhở. Sau đó, tiếp tục nhắc nhở. Và sau khi đã làm đủ hai bước, nên tiếp tục nhắc một lần nữa.

Tôi không thích để dành hôm sau vì như thế dễ bị lãng quên. Có ai trong số các bạn vẫn còn giữ những danh thiếp từ các sự kiện đã diễn ra cách đây nhiều tháng hay lâu hơn thế? Mỗi một danh thiếp như vậy là một cơ hội bị bỏ qua. Trong lúc diễn giả đang nói, tôi thường ngồi phía sau và viết email nhắc nhở gửi đến những người tôi mới vừa gặp trong giờ giải lao trước đó. Tất cả mọi người bạn đã gặp tại buổi hội thảo cần phải được nhận một email nhắc nhở họ về lời hứa sẽ gặp lại nhau. Tôi cũng thường gửi email đến diễn giả, ngay cả khi tôi không có dịp tiếp xúc với họ.

Đây là một ví dụ thực tế về email nhắc nhở mà tôi đã viết:

Chào Carla,

Wow, tôi nghĩ lúc đó thật vui. Tôi không hề nghĩ rằng tại buổi hội thảo của các Giám đốc Thông tin Forbes lại được uống tequila. Chúng ta chắc chắn phải ghi vào sổ để tham dự hàng năm. À, tôi cũng muốn bàn tiếp về chiến lược marketing của công ty bạn cũng như chiến lược trung thành FerrazziGreenlight mà chúng tôi đã thực hiện để áp dụng vào cho nhóm phụ nữ mà bạn đang hướng đến. Tuần này bạn có rảnh lúc nào không, hay bạn muốn gặp lúc khác?

Ngoài lề một chút, tôi chỉ muốn nói để bạn biết là tôi nghe ít nhất ba người khác nhau nhắc đến phần phát biểu của bạn với lời khen dành cho diễn giả đó. Chúc mừng nhé!

Thân,

Keith

Quan trọng là con người, không phải diễn giả

Có thể bạn đã phát hiện ra quy luật này rồi sau khi đọc qua những quy luật trên. Tôi thường không quan trọng hóa nội dung của buổi hội thảo. Tôi đọc khá nhiều. Tôi thường xuyên suy nghĩ về các chủ đề này và thảo luận với nhiều người. Khi tôi đến tham dự hội thảo, tôi thường đã biết khá rõ cốt lõi của vấn đề được trình bày.

Dĩ nhiên, đôi khi cũng có những ngoại lệ, như khi Michael Hammer nói về tái cấu trúc và khéo léo biến buổi nói chuyện thành một bài học cuộc sống cộng với sự độc diễn hài.

Nói cho cùng, hầu hết những bài phát biểu tại hội thảo đều là một giám đốc IBM hay Microsoft nào đó đứng lên kể về dự án hoàn thiện quy trình của họ. Ngay cả khi diễn giả là một người thú vị, thì quan điểm của tôi cũng không thay đổi: Tất cả đều quy về con người.

Tránh các dạng người này

Giấy dán tường: Bắt tay lợt lạt, kiếm chỗ đứng trong góc phòng, cư xử khiêm tốn – đây là những dấu hiệu cho thấy người này chỉ đến hội thảo để xem diễn giả mà thôi.

Người ôm chân: Người này hoàn toàn phụ thuộc vào người khác và cho rằng người đầu tiên họ gặp chính là cứu tinh của họ. Họ đi như hình với bóng với vị cứu tinh này suốt cả hội thảo để tránh cảm giác sợ hãi. Bạn đã đóng rất nhiều tiền cho buổi hội thảo này và cần phải tranh thủ gặp càng nhiều người càng tốt. Hãy tìm cách gặp gỡ nhanh. Bạn có cả một quãng đời còn lại để xây dựng mối quan hệ với họ. Tìm cách nhắc nhở ngay sau buổi hội thảo càng nhiều càng tốt.

Kẻ săn đuổi ngôi sao: Dạng người này hướng toàn bộ công sức của mình vào việc tìm gặp nhân vật quan trọng nhất tại hội thảo. Vấn đề là, nếu người họ muốn tìm gặp thật sự là nhân vật quan trọng nhất tại hội thảo, người đó luôn trong trạng thái cảnh giác, thậm chí họ có thể được bảo vệ, theo đúng nghĩa đen của từ này. Tôi có một người bạn trẻ gần đây đi xem Vua Jordan nói chuyện và trở về hoàn toàn bị mê hoặc. Anh ta mất hơn một giờ đồng hồ xếp hàng cùng với khoảng 500 người khác để được bắt tay nhà vua. Tôi hỏi anh ta: "Vậy chính xác thì anh có được lợi gì không?"

"Tôi có thể khoe là tôi đã gặp nhà vua," anh ta trả lời một cách rụt rè. Tôi nói với anh ta rằng trong phòng ngày hôm đó có ít nhất hàng chục nhân vật cấp cao hay thành viên nội các của nhà vua mà không ai biết hay muốn biết. Chẳng phải tốt hơn nếu anh ta bắt chuyện với mấy người này, thay vì chỉ là một cái bắt tay với một người mà không bao giờ nhớ đến anh ta sau cái bắt tay đó. Đáng lẽ anh ta đã có thể tạo được một mối quan hệ. Thay vào đó, anh ta nhận được một tấm hình bắt tay.

Kẻ láo liên xun xoe: Láo liên xun xoe không giúp bạn tạo ấn tượng tốt. Hãy noi gương Bill Clinton. Nếu bạn chỉ có được 30 giây với một người, hãy thể hiện sự chân thành giản dị. Không có gì vượt qua được cách này để tạo ấn tượng tốt.

Người chuyên phân phát/ sưu tầm danh thiếp: Dạng người này cố phân phát danh thiếp của mình như thể mặt sau nó có ghi phương pháp chữa trị ung thư. Thật tình mà nói tôi thấy người ta đã đề cao quá mức danh thiếp. Nếu bạn tập trung gặp gỡ sâu, nhận được một lời hứa sẽ tiếp tục thảo luận, thì mảnh giấy này chẳng cần thiết nữa. Dạng người này hả hê với số người anh ta đã "gặp mặt". Trên thực tế, anh ta không làm được gì ngoài sưu tập một quyển danh bạ điện thoại với tên và số điện thoại không thể tiếp cận được.

CHƯƠNG 15

Kết nối với người nối kết

Chúng ta đã quá quen với khái niệm "cách nhau sáu bước", cho rằng giữa người này với người kia trên thế giới này chỉ thật sự cách nhau sáu bước. Sao lại thế? Bởi vì có những bước (hay người) quen biết nhiều, rất nhiều người hơn bình thường.

Chúng ta hãy tạm gọi họ là người siêu nối kết. Trong chúng ta ai cũng biết ít nhất một người như vậy, một người có vẻ như biết tất cả mọi người khác và ngược lại được tất cả mọi người biết đến. Bạn có thể thấy đa số những người siêu nối kết này là chuyên viên tuyển dụng, người vận động hành lang, người kêu gọi đóng góp cho quỹ từ thiện, chính trị gia, nhà báo, chuyên gia quan hệ công chúng, vì bản chất công việc yêu cầu họ phải có những đặc tính riêng. Tôi sẽ chỉ cho bạn thấy rằng những người này cần được đặt vào vị trí trung tâm của bất cứ mạng lưới nào.

Những người này có thể đóng góp được rất nhiều cho mạng lưới của bạn, giống như vai trò của Michael Jordan trong bóng rổ, và Tiger Woods trên sân golf. Vậy, thật sự họ là ai, và làm thế nào bạn thuyết phục họ trở thành một thành viên sáng giá trong nhóm bạn bè cộng sự của mình?

Malcolm Gladwell đã trình bày lại trong quyển sách hàng đầu *The Tipping Point* của mình kết quả nghiên cứu năm 1974 của nhà xã hội học Mark Granovetter về cách thức tìm việc của một nhóm nam giới tại Newton, Massachusetts. Cuộc nghiên cứu này được đặt tên một cách tượng hình là "Tìm việc" đã trở nên kinh điển trong lĩnh vực này, và kết quả của nó đã được kiểm chứng liên tục.

Granovetter phát hiện rằng 56% những người tham gia cuộc nghiên cứu đã tìm được việc nhờ một người nối kết. Chỉ có 19% sử dụng những biện pháp tìm việc truyền thống như xem báo hay thông qua dịch vụ tuyển dụng. Khoảng 10% nộp đơn trực tiếp cho công ty và được mời làm việc.

Tôi muốn nói gì ở đây? Quan hệ cá nhân chính là chìa khóa để mở cửa - mặc dù đây không phải là phát kiến gì mới. Điều ngạc nhiên là, trong số những người đóng vai trò nối kết mang lại lợi ích cho người khác trong cuộc nghiên cứu, chỉ có khoảng 17% thường xuyên gặp gỡ với họ - giống như giữa hai người bạn với nhau - và 55% thỉnh thoảng có gặp họ. Và thử nghĩ xem, 28% hầu như không hề gặp gỡ người được giới thiệu tìm việc.

Nói cách khác, không nhất thiết phải là những mối quan hệ khăng khít, như gia đình hay bạn bè thân, mới chứng tỏ uy lực; ngược lại, thường thì những người quan trọng nhất trong mạng lưới của chúng ta là người quen mà thôi.

Từ kết quả nghiên cứu này, Granovetter đã đưa thuật ngữ "sức mạnh của những nối kết yếu" trở thành bất hủ bằng cách chỉ ra một cách thuyết phục rằng khi cần tìm việc mới - hoặc mở rộng ra, thông tin mới, ý tưởng mới - các "nối kết yếu" thường trở nên quan trọng hơn những nối kết mà bạn đánh giá là mạnh. Tại sao lại thế? Thử nghĩ xem. Rất nhiều trong số những người bạn thân thiết đều cùng dự một buổi tiệc, nhìn chung làm cùng một loại công việc, và sống trong cùng một thế giới như bạn. Vì vậy họ ít khi biết được những thông tin nào mà bạn chưa biết.

Những nối kết yếu, ngược lại, thường sống trong một thế giới rất khác biệt so với bạn. Họ đi chơi với nhóm người khác, tiếp cận được một kho kiến thức và thông tin mà bạn và những người thân thiết của mình không được biết.

Lời khuyên của mẹ ta xưa giờ không còn đúng nữa – nói chuyện với người lạ cũng có cái lợi đấy chứ. Như Malcolm Gladwell đã viết: "Người quen, nói tóm lại, thể hiện một nguồn năng lượng xã hội, và bạn càng có nhiều người quen, bạn càng có nhiều quyền lực."

Xuyên suốt quyển sách này, tôi muốn nhấn mạnh rằng điều quan trọng nhất là phải tạo được những mối quan hệ sâu sắc và tin cậy, chứ không phải chỉ là quan hệ bề mặt. Ngược lại với nghiên cứu của Granovetter, tôi tin rằng tình bạn chính là nền tảng của một mạng lưới thật sự uy lực. Đối với đa số chúng ta, nếu phải nuôi dưỡng một danh sách dài những người quen bên cạnh những nỗ lực dành cho cộng đồng bạn bè là quá khả năng. Ý nghĩ bị ràng buộc với khoảng vài trăm người – gửi thiệp mừng sinh nhật, gửi thư mời ăn tối, và nhiều hoạt động khác mà chúng ta làm cho người thân yêu – cũng đủ làm chúng ta chán ngán lắm rồi.

Tuy nhiên, một số người lại không nghĩ thế. Đây là những người siêu nối kết. Họ là những người như tôi giữ mối quan hệ với hàng ngàn người khác. Điểm cốt yếu là chúng tôi không chỉ biết hàng ngàn người, mà chúng tôi biết hàng ngàn người trong nhiều thế giới khác nhau, và chúng tôi biết họ đủ thân để có thể bốc điện thoại gọi khi cần. Một khi bạn trở thành thân thiết với một người siêu nối kết, bạn chỉ còn hai bước chân ngăn cách với hàng ngàn người khác mà chúng tôi biết.

Một nhà tâm lý học xã hội tên là Dr. Stanley Milgram đã chứng minh ý kiến này trong một cuộc nghiên cứu năm 1967. Ông thiết kế một thí nghiệm để chứng minh rằng thế giới rộng lớn và vô tình của chúng ta thực ra rất nhỏ và thân thiện.

Chính thí nghiệm của Milgram đã đưa đến khái niệm "phân cách sáu bước". Trong thí nghiệm này, ông gửi một gói hàng đến vài trăm người được chọn ngẫu nhiên tại bang Nebraska với lời yêu cầu họ chuyển gói hàng này đến cho một nhà môi giới ẩn danh tại Boston mà họ không quen biết. Mỗi người chỉ được gửi gói hàng này đến một người khác mà họ chỉ biết tên (không quen biết rõ đến mức biết cả họ lẫn tên) mà họ cho rằng có thể biết rõ về nhà môi giới này hơn bản thân họ. Khoảng 1/3 số thư đến được địa chỉ cuối cùng, sau khi được chuyển qua tay sáu lần.

Điều ngạc nhiên là khi phân tích những gói hàng này, Milgram phát hiện ra rằng đa số chúng đều cùng qua tay ba người Nebraska. Kết quả này càng khẳng định thêm rằng nếu bạn muốn tiếp cận năng lượng xã hội từ số người quen, bạn nên làm thân với một vài người siêu nối kết.

Người nối kết có thể làm việc trong bất cứ ngành nghề nào bạn nghĩ ra, nhưng tôi sẽ chỉ tập trung vào bảy ngành chuyên môn mà bạn dễ dàng tìm thấy họ mà thôi. Mỗi người nối kết này sẽ là cầu nối dẫn tôi đến một thế giới riêng với những con người, ý tưởng, thông tin đã giúp tôi rất nhiều trong việc làm cho cuộc sống mình vui tươi hơn, phát triển sự nghiệp cá nhân, và giúp doanh nghiệp của tôi thành công hơn.

1. *Chủ nhà hàng*

Đường số 57 không hẳn là khu kinh doanh sầm uất phía nam Manhattan, nhưng đối với Jimmy Rodriguez, nó chính là khu trung tâm, khi ông chủ kinh doanh giải trí này đã biến khu Bronx thành thời thượng với giới hạng A bằng nhà hàng đầu tiên của mình. Downtown, nhà hàng thứ hai của Jimmy cũng thu hút được giới nghệ sĩ ngôi sao, chính trị gia, vận động viên chuyên nghiệp đi tìm một nơi thú vị với thức ăn ngon.

Khi tôi đến New York, tôi nhất định phải ghé qua đây. Khung cảnh nhà hàng rất độc đáo mà không phô trương: ánh sáng nhẹ, quầy bar bằng mã não lấp lánh, tiếng nhạc R&B biến nơi này thành một câu lạc bộ đồng quê thời thượng. Jimmy đi quanh các bàn, mời bạn ăn món khai vị miễn phí và giới thiệu bạn với những người ông cho là bạn muốn được gặp.

Nơi này giống như một câu lạc bộ tư nhân, có điều là không phải trả phí hội viên.

Tôi luôn nhớ về Jimmy như một người nối kết thật sự. Thật ra, đó chính là điều kiện cần cho bất cứ ai muốn làm chủ nhà hàng. Khi tôi đến Chicago, tôi nhất định phải đến Gordon's Restaurant, và tại L.A. là Wolfgang Puck. Thành công của những doanh nghiệp này lệ thuộc vào một nhóm khách hàng quen xem nhà hàng như nhà của mình.

Muốn làm quen với một người chủ nhà hàng cũng không khó lắm. Những người khôn khéo sẽ tìm mọi cách để bạn cảm thấy thích thú khi đến nhà hàng. Tất cả những gì bạn cần làm là hãy cởi mở và thường xuyên đến nơi đó.

Khi tôi đến một thành phố mới, tôi thường yêu cầu người ta cho tôi một danh sách vài nhà hàng danh tiếng nhất. Tôi thích gọi điện đến trước và yêu cầu được gặp chủ (hoặc quản lý cũng được) và cho họ biết rằng tôi là người thích đi ăn ngoài thường xuyên, thỉnh thoảng đi thành nhóm lớn, và tôi cần có một nơi mới để giải trí, rất nhiều!

Nếu bạn không phải là người thường đi ăn ngoài như tôi, hãy tìm một hay hai nhà hàng mà bạn thích rồi đến đó thường xuyên mỗi khi bạn muốn ăn ngoài. Hãy trở thành một khách hàng quen. Chủ động tiếp xúc với nhân viên nhà hàng. Khi bạn cần đãi khách, hãy dẫn họ đến đây. Khi bạn cần đặt tiệc, hãy gọi cho họ.

Một khi bạn đã quen với người chủ, nhà hàng bỗng dưng trở thành như của bạn - một nơi có cảm giác riêng tư và đặc biệt như một câu lạc bộ tư nhân, với tình thân ấm áp và thoải mái như ở nhà.

Chỉ cần một chút kế hoạch cộng thêm một chút trung thành, người chủ nhà hàng sẽ không chỉ chia sẻ với bạn những món ngon trong bếp mà còn giới thiệu bạn với những khách hàng khác của họ nữa.

2. Săn đầu người

Nhà tuyển dụng. Chuyên viên tư vấn nghề nghiệp. Săn đầu người cao cấp. Họ giống như những người giữ cửa. Tuy nhiên, thay vì chỉ giữ cửa cho một vị lãnh đạo, những săn đầu người thành công có thể đáp ứng cho hàng trăm nhà lãnh đạo trong lĩnh vực họ tuyển dụng.

Săn đầu người là những nhà môi giới chuyên nghiệp, tạo thu nhập bằng cách giới thiệu ứng viên đến những công ty cần tuyển dụng. Nếu bạn tìm được việc, săn đầu người sẽ nhận được khoản hoa hồng kha khá, thông thường tính bằng phần trăm số lương năm đầu tiên của bạn.

Vì vậy, săn đầu người là sự kết hợp khéo léo giữa người bán hàng và người giao tiếp rộng trong xã hội. Để tìm được ứng viên, họ thường đăng quảng cáo tìm người. Họ cũng chọn cách liên lạc trực tiếp với ứng viên phù hợp, nhờ vào giới thiệu của bạn bè hay đồng nghiệp. Nếu tính riêng trong những ngành nghề mà họ chuyên phục vụ, họ là những nguồn thông tin tên tuổi quý giá.

Điểm mạnh rõ ràng của săn đầu người xoay quanh hai vấn đề. Hoặc là bạn thuê họ tìm thông tin, hoặc là bạn giúp họ tìm thông tin cho người khác. Nếu bạn đang đi tìm việc, hãy để cho càng nhiều săn đầu người giúp bạn càng tốt.

Tôi có riêng một hồ sơ dành cho săn đầu người: họ là ai, và họ cần tìm những gì. Và tôi luôn trả lời tất cả các cuộc gọi của họ, giúp họ tiếp cận mạng lưới của tôi để tìm người cho công việc. Tôi biết họ sẽ giúp tôi nếu tôi cần tiếp cận một vài khách hàng của họ khi cần thiết. Dù gì thì họ cũng đang làm trong một ngành kinh doanh mạng lưới mà!

Có phải ai cũng liên lạc được với săn đầu người? Thật tình mà nói, săn đầu người thích được là người liên lạc với bạn hơn. Nhưng nếu bạn cẩn thận không quá phô trương về bản thân trước khi khoe với họ về số thành viên trong mạng lưới của mình, họ có thể chú ý đấy. Khi tôi mới bắt đầu sự nghiệp, chưa có nhu cầu sử dụng dịch vụ của họ và cũng không biết ai là người cần sử dụng dịch vụ tìm người chuyên nghiệp này, tôi thường hỏi thẳng: "Bạn đang cần tìm cái gì? Tôi có thể giúp bạn tìm người được không?"

Một lời khuyên nữa về mặt này là hãy giả làm một săn đầu người, lúc nào cũng sẵn sàng kết nối người tìm việc với nơi cần người hoặc giữa nhà tư vấn với công ty. Khi bạn giúp được ai đó tìm việc mới, họ sẽ phải nhớ đến bạn khi họ biết có chỗ cần người. Ngoài ra, giả dụ bạn giúp cho người cung cấp dịch vụ tìm được một khách hàng mới, họ thường sẽ thoải mái hơn về vấn đề giá cả khi bạn sử dụng dịch vụ của họ lần sau. Giúp người khác tìm được chỗ làm tốt cũng chính là tiền đó.

3. Người vận động hành lang (lobbyist)

Lobbyist là những người có trong tay thông tin đầy đủ, biết cách thuyết phục, tự tin, và vì vậy họ là những người ngoại giao đầy ấn tượng.

Do tính chất công việc, họ quen thuộc với cách làm việc của nhiều tập đoàn lớn hay chính quyền địa phương và trung ương. Họ có một điểm chung là đều đam mê mục tiêu thay đổi quan điểm nhà chính trị để bỏ phiếu ủng hộ một đạo luật theo hướng phục vụ lợi ích mà họ đại diện.

Họ làm thế nào để đạt được điều này? Lobbyist thường tổ chức các bữa tiệc cocktail hay tiệc tối để có cơ hội tiếp xúc với các chính trị gia – và đối thủ của họ - trong một không khí thân mật. Những nỗ lực thực tế hơn bao gồm dành hàng nhiều giờ nói chuyện qua điện thoại hay thảo thư kêu gọi, cố gắng kích động công chúng tham gia vào một vấn đề nào đó. Những điều này biến họ thành một nhóm người dễ dàng làm hài lòng. Bạn có thể giúp họ tổ chức một sự kiện không? Tình nguyện hợp tác với công sức của mình? Giới thiệu họ đến những người tình nguyện cùng chí hướng khác? Giới thiệu họ đến những khách hàng tiềm năng?

Lobbyist có khuynh hướng gặp gỡ nhanh với rất nhiều người mà bạn thấy cần quen biết, kể cả những người quyền lực và rất thành công.

4. Người kêu gọi đóng góp từ thiện (fundraiser)

"Theo dấu chân tiền" là những từ fundraiser thuộc lòng. Họ biết tiền nằm ở đâu, làm thế nào để lấy được, và quan trọng hơn, ai là người dễ mở hầu bao đóng góp nhất. Kết quả là, fundraiser, cho dù họ làm việc cho ai, tổ chức chính trị, trường đại học, tổ chức phi lợi nhuận, đều hầu như biết rất rõ tất cả mọi người. Và mặc dù họ đang làm một công việc mà ít người tranh giành là hàng ngày cố gắng thuyết phục người ta đóng góp số tiền nhọc nhằn kiếm được, họ luôn được mọi người yêu mến. Đây là một công việc vì người khác đầy ý nghĩa, và hầu như ai cũng nhận thấy rằng nếu họ có người bạn là fundraiser, họ có trong tay chiếc chìa khóa mở cánh cửa đến một thế giới mới với những con người mới, cơ hội mới.

5. Quan hệ công chúng (public relations)

Những người làm công việc quan hệ công chúng dành cả ngày để gọi điện thoại, năn nỉ, tạo áp lực, tán tỉnh các nhà báo để họ viết bài cho khách hàng của mình. Mối quan hệ giữa giới truyền thông và PR thường không suôn sẻ, nhưng nói cho cùng, họ cần nhau nên phải liên kết với nhau như những người bà con lâu ngày không gặp.

Nếu bạn có một người bạn thân làm công việc PR, bạn có thể nhìn thấy cánh cửa bước vào thế giới truyền thông, và đôi khi, cả thế giới người nổi tiếng nữa. Elana Weiss, đồng lãnh đạo công ty PR mà tôi thường gọi vui là The Rose Group, đã từng giới thiệu tôi với Arianna Huffington (thông qua một người quen của bà tại văn phòng của Arianna), một tác giả nổi tiếng và người chuyên giữ mục chính trị trên báo. Arianna từ đó đã trở thành bạn tâm giao và là một ngọn đèn chói sáng tại các buổi tiệc tối của tôi ở L.A.

6. Chính trị gia

Chính trị gia dù ở cấp nào cũng là những người nối kết thâm niên. Họ phải như thế. Họ bắt tay, ôm hôn các em nhỏ, đọc diễn văn, đi dự tiệc tối, tất cả đều vì mục đích giành được sự tín nhiệm của người dân để còn được bầu chọn. Vị thế của một chính trị gia được tính trên quyền lực chính trị của họ chứ không phải trên tài sản. Bất cứ điều gì bạn có thể làm để giúp họ thu hút được thêm phiếu bầu, hoặc thể hiện quyền lực trong nhiệm kỳ, đều có thể bảo đảm cho bạn một chỗ trong nhóm của họ.

Chính trị gia giúp ích được gì cho bạn? Chính trị gia cấp địa phương có thể chỉ dẫn cho bạn vượt qua lề thói quan liêu cửa quyền. Và chính trị gia, dù ở cấp nào, nếu thành công, cũng trở thành người nổi tiếng - và mạng lưới của họ sẽ thể hiện đúng điều này.

Làm thế nào bạn bắt nhịp được với họ? Hãy tham gia vào Phòng Thương mại tại địa phương. Các nhà lãnh đạo công ty, doanh nhân, những người mới khởi nghiệp thường tụ tập tại đây. Trong bất cứ cộng đồng nào cũng có những chính trị gia trẻ tuổi mong muốn được leo cao hơn nữa trên bậc thang danh vọng. Ngay từ đầu, trước khi họ trở nên nổi bật, bạn có thể tạo dựng sự trung thành và tin cậy bằng cách ủng hộ mục tiêu của họ và đóng góp công sức khi họ quyết định chạy đua tranh cử.

7. Nhà báo

Nhà báo rất có quyền lực (một bài giới thiệu của họ có thể đưa một công ty lên hàng đầu hay biến một người vô danh thành nổi tiếng), luôn khao khát (họ luôn tìm một ý tưởng hay), và thường ít người biết tiếng (không có mấy người đạt được tầm cỡ ngôi sao đến mức khó gặp mặt).

Trong nhiều năm liền, khi tôi còn làm việc tại Deloitte, tôi thường tụ họp nhà báo từ nhiều tạp chí khác nhau, rủ họ đi ăn tối và cung cấp cho họ những đầu mối hấp dẫn. Giờ đây tôi quen biết những người nắm quyền cao trong hầu hết các tạp chí chuyên ngành chính tại Mỹ. Đó cũng là một phần vì sao chỉ trong vòng chưa đầy một năm từ lúc tôi điều hành YaYa, chưa tạo được nguồn thu nhập đáng kể nhưng tên tuổi công ty, và quan trọng hơn, ý tưởng sáng tạo mà YaYa đang cố giới thiệu, đã được xuất hiện trên các tạp chí lớn như *Forbes, Wall Street Journal*, CNN, CNBC, *Brand Week, Newsweek, New York Times*... và còn nhiều nữa.

Trên đây là bảy ngành chuyên môn được dành riêng cho những người siêu nối kết. Hãy tìm đến họ. Ngoài ra cũng còn những ngành khác, ví dụ như luật sư, môi giới chứng khoán... Hãy tham gia vào mạng lưới của họ và biến họ thành một phần trong mạng lưới của bạn. Đừng quá lệ thuộc vào những người quen trong công ty hay tụ tập uống nước chung. Hãy đa dạng hóa nhóm bạn của mình. Tìm đến những người không có điểm gì giống bạn cả trong lẫn ngoài. Tham khảo ý kiến của những người bình thường bạn ít khi gặp gỡ do làm việc trong những ngành không thuộc chuyên môn của bạn.

Nói ngắn gọn: hãy kết nối. Hay nói đúng hơn: Kết nối với người nối kết.

TIỂU SỬ NGƯỜI NỔI TIẾNG VỀ KẾT NỐI

Paul Revere (1734 – 1818)

Muốn hiểu được di sản Paul Revere để lại cho thế giới nối kết đơn giản chỉ cần hiểu được câu nói sau: Có những người giỏi kết nối hơn người khác.

Nếu bạn chuyển đến một thị trấn nhỏ và, vì một lý do nào đó, muốn gặp gỡ tất cả mọi người tại đây, bạn sẽ làm gì? Đi gõ cửa từng nhà và chào hỏi từng người một? Hay bạn sẽ tìm đến một người uy tín trong vùng để mở tất cả các cánh cửa cho bạn?

Câu trả lời đã quá rõ.

Ngày nay, nhân vật uy quyền này có thể là ông giám hiệu trường phổ thông, hay ủy viên hội đồng tổ chức Giải Bóng chày thiếu niên (Little League), hay cha xứ trong nhà thờ. Nhưng trong thời của Paul Revere – nhớ lại những năm 1770 trong khu nội ô Boston – người uy tín nhất là những người tương tự như Revere, chủ tiệm bạc tại vùng North End, người kinh doanh buôn bán với tất cả mọi người thuộc nhiều tầng lớp xã hội khác nhau ở Boston.

Revere cũng đồng thời là một cá nhân có mối quan hệ xã hội rất rộng: Ông đã thành lập nhiều câu lạc bộ cho riêng mình, và tham gia nhiều hội đoàn khác. Khi còn nhỏ, ông và sáu người bạn đã thành lập hội những người rung chuông nhà thờ; khi lớn lên ông tham gia Hội Kín Miền Bắc, một hội đoàn do chính cha của Samuel Adams sáng lập để chọn ứng viên cho chính quyền địa phương. Năm 1774, khi quân đội Anh bắt đầu tịch thu vũ khí, Revere thành lập thêm một câu lạc bộ nữa, hay gần như vậy, chịu trách nhiệm theo dõi các diễn biến của quân đội Anh. Ngoài ra, Revere cũng tham gia vào Hội Tam điểm St. Andrew, qua đó ông đã trở nên thân thiết với những nhà hoạt động chính trị như James Otis hay Dr. Joseph Warren.

Tất cả những thông tin trên giúp giải thích vì sao trong số tất cả những người sinh sống tại Boston trong năm trước cuộc Cách mạng, chính Revere là người đóng vai trò đưa tin cho Ủy ban liên lạc Boston và Ủy ban an ninh Massachusetts, hàng ngày đáp chuyến tàu nhanh đến Quốc hội tại Philadelphia. Cũng chính ông là người đưa tin về Boston Tea Party đến New York và Philadelphia. Nói ngắn gọn, Revere là một người không chỉ quen biết rộng – ông còn biết những tin đồn thổi, những lời bàn tán, tin tức đến từ mọi ngóc ngách của xã hội Boston.

Tháng 4/1775, Revere nghe ngóng được tình hình quân đội Anh sẽ bắt giam các lãnh đạo nhóm phiến loạn và bắt buộc đội ngũ thuộc địa phải từ bỏ vũ khí. Vì vậy Revere và các thủ lĩnh phiến loạn khác thiết lập một hệ thống cảnh báo: Hai cây đèn lồng tỏa sáng trên gác chuông nhà thờ Old North tại Boston (tòa nhà cao nhất thành phố) báo hiệu quân đội Anh đang tiến vào Boston bằng đường biển; một cây nến đang cháy báo hiệu họ tiến vào bằng đường bộ. Dù theo đường nào thì nhóm phiến loạn tại Boston và các vùng lân cận cũng biết rõ khi nào thì phải tránh đi đâu và chuẩn bị vũ khí như thế nào.

Chúng ta đều biết rất rõ câu chuyện "một là đường bộ, hai là đường thủy" này. Điều ít người biết là chính nhờ kỹ năng nối kết của Revere đã cho phép ông – và có thể chỉ mình ông mới làm được – là người được tin tưởng giao cho trách nhiệm thắp đèn trên gác chuông nhà thờ.

Nhà thờ này là nhà thờ của giáo hội Anh, và vị linh mục tại đây hoàn toàn ủng hộ triều đình. Nhưng Revere quen với người giữ lễ,

John Pulling, thông qua Hội Kín Miền Bắc. Và nhờ vào tiệm bạc của mình, Revere làm quen với Robert Newman, người kéo chuông, và có chìa khóa vào tháp chuông.

Những mối quan hệ của Revere đóng vai trò quyết định trong đêm định mệnh đó. Sau khi thắp sáng đèn lồng, Revere cần phải đến Lexington để cảnh báo cho hai nhà lãnh đạo quân phiến loạn là Sam Adams và John Hancock. Đầu tiên, hai người quen chèo thuyền đưa Revere qua sông Charles đến Charlestown, tại đây một con ngựa đang đứng chờ Revere, cũng là mượn từ người bạn Deacon John Larkin.

Khi bị đội quân áo đỏ (lính Anh) đuổi bắt, Revere chuyển sang phía bắc Lexington, vào thị trấn Medford. Do có quen biết với thủ lĩnh quân đội tại Medford, Revere phi ngựa đến nhà ông này và cảnh báo cho ông. Nhờ sự giúp đỡ của viên tướng, Revere đã cảnh báo cả thị trấn Medford trước khi đi tiếp đến Lexington.

Hầu hết chúng ta đã biết được phần tiếp theo từ lúc Lexington. Nhưng ít ai biết rằng trong cùng đêm đó, một người đàn ông khác tên là William Daves cũng phi nước đại sang hướng khác để kêu gọi binh lính tụ họp tại phía tây Boston. Trong khi chuyến đi của Revere khuấy động cả một đội ngũ, thì tại những thị trấn Daves ghé qua chỉ có chừng vài ba người xuất hiện. Tại sao? Vì Revere là một người nối kết. Ông biết tất cả mọi người, vì vậy có thể băng băng vào hết thị trấn này đến thị trấn khác, gõ đúng cửa, gọi đúng tên.

Các nhà sử học cho rằng Revere "có thiên phú không ai bằng" là luôn xuất hiện tại trung tâm của các sự kiện. Nhưng thật ra không cần phải là thiên tài mới làm được điều này – chỉ cần bạn tích cực tham gia và thể hiện sự quan tâm đến cộng đồng cộng với một hay hai người bạn là người nối kết mà thôi.

CHƯƠNG 16

Mở rộng mạng lưới

Phương pháp hiệu quả nhất để mở rộng và tận dụng hết tiềm năng của cộng đồng bạn bè, thật ra rất đơn giản, là hãy kết nối mạng lưới của bạn với mạng lưới của người khác. Tôi không suy nghĩ về mạng lưới theo nghĩa đen của từ này như cách những chú cá chí chóe với nhau trong tấm lưới. Mạng lưới, cũng giống như Internet, là một loạt những nút liên kết với nhau, các chiếc nút cùng hợp lực để củng cố và mở rộng cộng đồng liên kết nói chung.

Sự hợp tác này bắt buộc bạn phải xem mỗi người trong mạng lưới của bạn như một đối tác. Giống như trong một doanh nghiệp mà người chủ phải chịu trách nhiệm nhiều mảng khác nhau trong công ty, các đối tác trong mạng lưới cũng giúp đỡ lẫn nhau, bằng cách mở rộng mạng lưới của riêng họ, hoặc chịu trách nhiệm phần mạng lưới thuộc quyền họ và cho phép người khác tiếp cận khi cần thiết. Nói cách khác, các đối tác này trao đổi mạng lưới cho nhau. Ranh giới giữa các mạng lưới luôn linh hoạt và thường xuyên rộng mở.

Để tôi lấy ví dụ từ chính cuộc đời tôi để minh họa cho bạn thấy. Một ngày thứ bảy, tôi đến chơi với gia đình bạn tôi là Tad và Caroline tại Khách sạn Bel-Air, Los Angeles. Tad giới thiệu tôi với Lisa, người quản lý khách sạn có dáng vẻ thật tuyệt vời: cao ráo, tóc vàng, biết tiếp chuyện, duyên dáng, hài hước, và thân mật trong cùng một lúc.

"Nếu tại L.A này có người nào mà hai người không biết đến, chắc tôi ngạc nhiên lắm," Tad nói. Trong mắt anh ta, cả hai chúng tôi đều là những người nối kết siêu đẳng. Lisa, cũng như những người làm trong ngành nhà hàng khách sạn, là một người siêu nối kết.

Chỉ sau mười phút gặp mặt, chúng tôi biết mình sẽ trở thành bạn thân với nhau. Lisa và tôi có cùng chung một ngôn ngữ.

Lisa có nghe nói đến những bữa ăn tối mà tôi thường tổ chức vì mục đích kinh doanh. Khách của anh sẽ đến trú tại Bel-Air khi họ đến L.A chơi, cô ấy bảo tôi. Ngược lại, tôi cũng nhìn quanh khách sạn Bel-Air và tự nhủ nếu tổ chức sự kiện trong một không khí hợp thời như thế này thì sẽ tạo được ấn tượng khó phai lắm đây. Lisa và tôi có thể tạo mối liên kết xã hội không?

Thế là tôi đưa ra một đề nghị đơn giản.

"Lisa, chúng ta hãy cùng nhau tổ chức một số bữa tiệc tối trong vài tháng tới. Cô tổ chức tiệc tại Bel-Air và cho phép tôi mời phân nửa số khách. Sau đó tôi sẽ tổ chức tiệc của tôi và cô được mời phân nửa số khách. Chúng ta chia nhau trả tiền chi phí cho mỗi sự kiện này, như vậy chúng ta tiết kiệm được khá nhiều, mà chúng ta còn có dịp gặp gỡ hàng loạt người mới thú vị hơn. Nhờ đồng chủ trì, các bữa tiệc của chúng ta sẽ thành công vang dội."

Lisa đồng ý, và những bữa tiệc tối của chúng tôi thực sự rất thành công. Sự kết hợp của hai nhóm người thuộc hai thế giới khác nhau là kinh doanh và giải trí thật vui và thú vị. Chúng tôi không chỉ làm được công việc giới thiệu bạn bè mình với người mới, mà không khí tại buổi tiệc cũng sôi động hơn.

Các chính trị gia, những bậc thầy thiên bẩm về xây dựng mạng lưới, đã trao đổi mạng lưới theo cách này từ rất lâu. Họ có một "ủy ban chủ trì", những nhóm người đến từ những thế giới khác nhau, trung thành với một nhà chính trị, và có trách nhiệm giới thiệu ứng cử viên với mạng lưới bạn bè của mình. Một nhà chính trị vững vàng thường có một ủy ban chủ trì bao gồm bác sĩ, luật sư, chuyên gia bảo hiểm, sinh viên đại học, và còn nhiều nữa. Mỗi ủy ban như vậy thường bao gồm những người quan hệ rộng trong thế giới của họ, giúp tổ chức các buổi tiệc, các sự kiện để nhà chính trị dễ dàng tiếp cận đến bạn bè của họ. Theo tôi, đây là một mô hình tuyệt vời nếu bạn muốn mở rộng mạng lưới của mình.

Bạn có bao giờ tha thiết được tham gia vào một thế giới nào không? Nếu có, thử xem bạn có tìm được một nhân vật trung tâm trong thế giới đó để làm "ủy ban chủ trì một thành viên" không. Trong môi trường kinh doanh, giả dụ bạn định bán một sản phẩm mới mà công ty của bạn vừa tung ra thị trường một vài tháng, và đối tượng khách hàng chủ yếu là luật sư. Bạn hãy liên lạc với vị luật sư riêng của mình, kể cho anh ta nghe về sản phẩm này, và hỏi xem anh ta có sẵn lòng đến tham dự buổi tiệc tối do bạn tổ chức và dẫn theo vài người bạn luật sư khác hay không. Hãy thuyết phục họ rằng không chỉ họ là những người đầu tiên được nhìn thấy sản phẩm mới thật tuyệt vời này, mà họ còn có cơ hội gặp những người quen của bạn, biết đâu sẽ trở thành khách hàng tiềm năng của họ. Họ sẽ thấy có trách nhiệm tổ chức những sự kiện để giúp bạn làm quen với nhóm bạn của họ. Và bạn cũng có trách nhiệm thực hiện những việc tương tự để giúp họ. Đây chính là phương pháp mà chúng tôi áp dụng cho chương trình Huấn luyện và Phát triển FerrazziGreenlight khi chúng tôi giới thiệu khóa học "Tạo mối quan hệ để tăng doanh thu" cho giới luật sư. Khóa học này đã được giới thiệu thành công với nhiều công ty tư vấn, công ty dịch vụ tài chính và đội ngũ bán hàng trong ngành công nghệ phần mềm, và nhiều công ty khác. Nhưng hưởng lợi nhiều nhất từ các mối quan hệ vẫn là các luật sư.

Cách hợp tác này đem lại hiệu quả rất tuyệt vời. Nhưng nên lưu ý nguyên tắc lợi ích hỗ tương; mối hợp tác này phải là một tình huống cùng thắng cho tất cả mọi người. Nếu bạn đang tiếp cận mối quan hệ bạn bè của một người khác, bạn cần nhớ đến công sức người đó đã giúp bạn đặt chân vào thế giới này, và đừng quên điều đó ngay cả trong những lần giúp đỡ của họ sau này.

Đừng bao giờ quên cảm ơn người đã dẫn bạn đến với cuộc vui. Tôi đã có lần do lơ đãng mà chỉ gửi thư mời đến người bạn mới quen mà bỏ qua người bạn chung đã giới thiệu chúng tôi với nhau. Đó là một sai lầm khủng khiếp, một sự sai sót không may đối với tôi. Niềm tin là một yếu tố không thể thiếu khi trao đổi mạng lưới cho nhau, và vì vậy đòi hỏi chúng ta phải cư xử với những người quen của nhau một cách hết sức trân trọng.

Khi cộng đồng trong thế giới của bạn ngày càng mở rộng, hợp tác là điều cần thiết vì nó mang lại hiệu quả cao. Mỗi người chịu trách nhiệm hun đúc những mối quan hệ trong mạng lưới riêng của mình. Mỗi người đóng vai trò gác cổng cho một thế giới riêng. Bạn có thể gặp gỡ hàng chục, hàng trăm người khác thông qua mối quan hệ với một người nối kết chính như vậy.

Hai quy luật nhỏ cần nhớ:

1. Bạn và đối tác mà bạn đang chia sẻ mối quan hệ với nhau phải cùng trong một trạng thái cân bằng giữa cho và nhận.

2. Bạn phải cảm thấy có thể tin tưởng được đối tác kia, bởi vì, xét cho cùng, bạn đang đứng ra bảo đảm cho họ, và cách họ cư xử với những người trong mạng lưới của bạn sẽ có ảnh hưởng dây chuyền đến chính bạn.

Một điểm cần thận trọng – không bao giờ cho phép ai tiếp cận hoàn toàn tất cả mọi người trong danh sách các mối quan hệ của bạn. Đây không phải là một tổ chức từ thiện. Bạn cần phải biết tâm tính của những người quen mình và biết liệu họ có muốn làm quen với một người khác hay không. Trao đổi mối quan hệ nên dựa trên những sự kiện, chức năng, nhiệm vụ hay mối quan tâm cụ thể. Hãy cân nhắc cách đối tác sẽ tận dụng mối quan hệ của bạn và ngược lại bạn có thể làm gì với những mối quan hệ của họ. Bằng cách này, bạn sẽ thể hiện mình có thể giúp đỡ được người kia, và đây chính là nền tảng hoạt động của mối quan hệ đối tác, trao đổi qua lại trên thế giới này.

CHƯƠNG 17

Nghệ thuật nói chuyện xã giao

Trong chúng ta ai cũng có khả năng quyến rũ người khác – cho dù đó là đồng nghiệp, người xa lạ, bạn bè, hay sếp của mình. Nhưng có khả năng khác với biết cách vận dụng nó, và đó là lý do tại sao có những người đi qua cuộc đời này lặng lẽ như những cái bóng, trong khi có người luôn thu hút được sự chú ý bất cứ nơi đâu họ xuất hiện.

Bạn cho rằng mình không được trời phú cho yếu tố cần thiết để vận dụng khả năng quyến rũ của mình – tài bẻm mép. Vậy thì sao? Có mấy người được trời ưu ái đâu.

Tất cả chúng ta đều mang trong người nỗi sợ hãi truyền kiếp khi phải bước chân vào một căn phòng đông nghẹt những người hoàn toàn xa lạ và chẳng biết phải nói gì với ai. Thay vì nhìn thấy một biển những mối quan hệ tiềm năng có thể biến thành bạn bè hay người cộng tác, chúng ta chỉ nhìn thấy những rào cản đáng sợ ngăn chúng ta không thể đến được với quầy phục vụ nước giải khát. Đây là một tình huống hết sức phổ biến tại các cuộc gặp gỡ trong kinh doanh, tại các hội thảo, hay bất cứ một diễn đàn nào mà người ta quan trọng hóa việc giao tiếp. Cũng vì vậy mà nói chuyện xã giao rất quan trọng. Cũng vì vậy mà đối với những người không có khiếu nói chuyện xã giao, những tình huống tưởng chừng như là cơ hội gặp gỡ mở rộng mối quan hệ thì lại biến thành những tình huống hết sức khó khăn, ngượng ngùng như thể tất cả những con mắt kia đang sắp lột trần mình ra.

Thêm vào đó, công nghệ tiên tiến không giúp ích được gì nhiều trong khía cạnh này. Những người thuộc dạng giấy dán tường (xem chương 14) mong muốn dùng email hay nhắn tin, chat để trốn thoát khỏi việc phải giao tiếp trực diện với nhau. Nhưng thực tế thì những phương tiện giao tiếp này không phải là tối ưu để tạo mối quan hệ mới. Công cụ điện tử chỉ có ưu thế về thời gian và tính ngắn gọn. Nó có thể giúp việc giao tiếp nhanh gọn hơn, nhưng nó không thể hiện được hiệu quả khi cần phải kết bạn.

Tuy nhiên có những người tham gia vào những tình huống xã hội này một cách rất thoải mái. Họ đã làm thế nào?

Câu trả lời, mà nhiều người dễ dàng thừa nhận, là khả năng nói chuyện xã giao được trời phú, người ta sinh ra đã thế rồi. Mặc dù câu trả lời này có thể giúp bạn thấy dễ chịu hơn, giả định này hoàn toàn sai. Giao tiếp là một kỹ năng phải học mới hình thành. Nếu bạn quyết tâm, và có đầy đủ thông tin, thì bạn cũng có thể học được kỹ năng này, như bất kỳ một kỹ năng nào khác.

Vấn đề là đa số những thông tin phổ biến đều gần như sai hoàn toàn. Tôi biết có rất nhiều vị CEO rất tự hào về hành vi cư xử cộc lốc, cụt ngủn của mình. Họ tự hào khẳng định mình không "tham gia vào cuộc chơi"; họ vui sướng thể hiện mình không có tài nghệ gì ngoài việc hành xử cộc lốc.

Trên thực tế, nói chuyện xã giao – những câu chuyện giữa hai người không quen biết nhau – chính là những câu chuyện quan trọng nhất. Ngôn ngữ chính là phương pháp trực tiếp và hữu hiệu nhất để trao đổi với nhau mục tiêu của chúng ta. Khi các nhà viết kịch bản xây dựng nhân vật, điều đầu tiên họ xác định là động lực của nhân vật đó. Nhân vật này muốn gì? Anh ta theo đuổi điều gì trong cuộc sống? Anh ta có những mong ước, tham vọng gì? Câu trả lời sẽ quyết định nhân vật sẽ nói gì và không nói gì trong câu chuyện tiếp sau. Bài tập này không chỉ xuất hiện trong thế giới phim ảnh giải trí, nó phản ánh bản chất của con người. Chúng ta sử dụng từ ngữ không chỉ để diễn đạt những mong ước sâu xa nhất của bản thân, chúng ta còn muốn kêu gọi mọi người cùng mình tham gia đạt được những mong ước này.

Cách đây chừng 10 năm, Thomas Harrell, giáo sư về tâm lý học ứng dụng tại Khoa Kinh tế, trường ĐH Stanford, bắt đầu nghiên cứu về sự nghiệp của những cựu học viên giỏi nhất tại trường. Ông thu thập thông tin của một nhóm sinh viên MBA trong vòng 10 năm sau khi họ tốt nghiệp và nhận thấy điểm số tốt nghiệp của họ không ảnh hưởng gì đến mức độ thành công trong sự nghiệp. Một đặc điểm chung của tất cả những người thành đạt là "khả năng diễn đạt bằng ngôn ngữ". Những người đã tạo dựng được tên tuổi trong giới kinh doanh hay chiếm vị trí cao trong các tập đoàn với tốc độ đáng kinh ngạc đều là những người có thể tự tin giao tiếp với bất cứ ai trong bất cứ tình huống nào. Nhà đầu tư, khách hàng, cấp trên đối với họ cũng không đáng sợ gì hơn đồng nghiệp, thư ký, hay bạn bè của mình. Đứng trước một đám đông khán giả, tại một bữa tiệc tối hay trong xe taxi, họ đều biết cách nói chuyện.

Nghiên cứu của Harrell đã khẳng định, nếu bạn biết cách sử dụng ngôn ngữ, bạn sẽ nhanh chóng thành công trong cuộc sống.

Quay lại với chúng ta, vậy mục tiêu của bạn là gì khi nói chuyện xã giao? Câu hỏi hay đấy. Mục tiêu rất đơn giản: Bắt chuyện, giữ cho câu chuyện tiếp nối, tạo sự thân thiện giữa hai người, và để cho người đối diện nghĩ rằng "Tớ thấy thích bạn rồi đấy" (hay một cách diễn đạt khác cho giống 8X, 9X miễn là ý nghĩa không thay đổi).

Đã có rất nhiều người chỉ dẫn cách đạt mục tiêu này. Nhưng theo thiển ý của tôi, các chuyên gia trong lĩnh vực này đã sai lầm chính tại điểm mà họ cho là hiệu quả nhất. Điều đầu tiên các chuyên gia về nói chuyện xã giao làm là chỉ ra những quy định điều gì nên nói, điều gì không nên đề cập. Họ cho rằng khi bạn gặp một người lạ, bạn nên tránh những chủ đề không vui, quá riêng tư, hay dễ gây tranh cãi.

Sai lầm! Đừng có nghe lời họ! Chính họ đã làm cho mọi người *chit chat* buồn chán làm sao. Khái niệm cho rằng bất cứ ai cũng có thể biến đổi cho phù hợp với tất cả mọi người bất cứ lúc nào thật không còn gì sai lệch hơn. Cá nhân tôi, tôi thà được thích thú lắng nghe người khác nói, ngay cả khi tôi không đồng ý với họ, còn hơn ngày nào cũng như bị tâm thần phân liệt.

Khi cần phải tạo ấn tượng, sự khác biệt mới là điểm mấu chốt. Đừng làm theo đúng những gì được chờ đợi. Hãy khuấy động mọi thứ lên. Bằng cách nào ư? Có một cách đảm bảo bạn sẽ nổi bật trong thế giới nghề nghiệp: Hãy là chính mình. Tôi tin rằng sự tổn thương – vâng, chính sự tổn thương – là một tài sản không được sử dụng hết mức trong kinh doanh ngày nay.

Rất nhiều người bị lầm lẫn giữa bí mật với tầm quan trọng. Các trường kinh tế dạy chúng ta rằng phải giữ mọi thứ dưới lớp áo khoác. Nhưng thế giới đã thay đổi. Ngày nay quyền lực đến khi chia sẻ thông tin, chứ không phải giấu giếm thông tin. Càng ngày lằn ranh giữa riêng tư và công việc càng mờ nhạt. Chúng ta sống trong một xã hội mở, và chúng ta phải có hành vi mở. Và nhìn chung, không có mấy bí mật đáng bỏ công để giữ bí mật cho chúng cả.

Thẳng thắn ngay từ đầu thường được người ta tôn trọng; ít nhất cũng được khen là trung thực. Những vấn đề chúng ta quan tâm nhất là những vấn đề chúng ta muốn được nhắc đến nhiều nhất. Dĩ nhiên ở đây tôi không muốn các bạn phải tỏ thái độ chống đối hay thiếu tôn trọng. Tôi khuyên bạn nên trung thực, cởi mở, và thể hiện sự tổn thương đủ để người đối diện cảm thấy họ được chào đón, và vì vậy cũng sẽ chia sẻ hết mình với bạn.

Những cuộc thương lượng sẽ mang đến kết quả tốt hơn biết chừng nào nếu cả hai bên tham gia cùng trung thực và thẳng thắn ngay từ đầu về nhu cầu của họ. Ngay cả khi đôi bên không đồng thuận, tôi nhận thấy người ta vẫn tôn trọng bạn nhiều hơn nếu bạn lật hết những lá bài của mình trong thế trận.

Cho dù ngồi vào bàn thương lượng hay ngồi vào bàn tiệc, khuynh hướng kềm chế tạo ra một rào cản về mặt tâm lý ngăn cách chúng ta với những người chúng ta muốn tiếp xúc và tìm hiểu kỹ hơn. Khi chúng ta kết thúc một cuộc nói chuyện mang tính hình thức, không tự nhiên, ngập ngừng do chúng ta không dám bộc lộ mình, chúng ta tự an ủi mình bằng cách đánh giá thấp cuộc gặp gỡ này, hoặc nhiều khi là đánh giá thấp người đối diện bằng lối suy nghĩ "đằng nào thì giữa mình với họ cũng không có điểm gì chung."

Nhưng thực tế là ai cũng có một điểm gì đó chung với người khác. Và bạn không thể tìm ra được điểm chung này nếu bạn không trải lòng mình và nói về những mối quan tâm lo lắng của mình, tạo cơ hội cho người đối diện làm tương tự.

Điều này có một số lợi ích rất đáng chú ý.

Một khi bạn hiểu được rằng sự chân thành từ trái tim sẽ mang đến hiệu quả cao hơn những lời nói nước đôi rập khuôn khi cần bắt chuyện, khái niệm "làm quen" bỗng trở nên thật dễ dàng. Rất nhiều người trong chúng ta tin rằng "làm quen" là phải tìm ra một lời nhận xét nào đó thật xuất sắc, thật hài hước, hoặc rất ý nghĩa. Nhưng chúng ta có phải là Jay Leno hay David Letterman đâu. Khi bạn nhận ra rằng công cụ để làm quen chỉ là những từ ngữ từ tận đáy lòng, thì hành động làm quen bắt chuyện thật sự không đáng sợ nữa.

Tôi thường xuyên ngạc nhiên trước quyền uy của nguyên tắc tổn thương ứng dụng trong nghệ thuật nói chuyện xã giao. Gần đây tôi có tham dự cuộc họp Conference Board, một cuộc họp hàng năm dành cho các nhà lãnh đạo trong lĩnh vực tiếp thị và truyền thông. Theo thông lệ, các thành viên tham gia đều đến dự bữa tiệc vào buổi tối trước khi sự kiện diễn ra.

Đêm hôm đó, ngồi quanh bàn là những vị đứng đầu bộ phận tiếp thị của những công ty tầm cỡ như Wal-Mart, Cigna, Lockheed, Eli Lilly, eBay, Nissan. Họ đều là những người nắm giữ trong tay nguồn ngân sách tiếp thị khổng lồ. Họ có vai trò hết sức quan trọng đối với công việc kinh doanh của tôi. Đây là một cơ hội mà tôi phải trổ hết tài của mình.

Vấn đề là, hình như tôi đã gửi hết tài nghệ của mình lại Pittsburgh trên chuyến bay ngang qua đó. Bản nhạc đời tôi hôm đó là một bản nhạc Blue buồn. Cách đó vài giờ, tôi đã nhận được một bức email cuối cùng và khẳng định chắc chắn nỗi sợ hãi của tôi: tôi lại là một người độc thân. Tôi vừa mới trải qua những ngày khó khăn đau khổ khi phải chấm dứt một mối quan hệ thân thiết. Tôi không có tâm trạng nào để nói chuyện.

Sherry là người phụ nữ tôi mới quen và ngồi cạnh tôi mà cũng không hề biết tôi đang trong tâm trạng không còn là chính mình. Khi cuộc nói chuyện đã rôm rả bên bàn tiệc, tôi nhận thấy mình đang làm chính những điều mà tôi thường khuyên mọi người không bao giờ được làm. Tôi đang tự giấu mình sau những câu hỏi lịch sự trống rỗng chẳng về cái gì hết.

Thế đấy, Sherry và tôi đang nhìn nhau, trò chuyện với nhau, nhưng thực tế là chẳng nói gì với nhau cả. Tình hình rõ ràng là cả hai đều mong đến lúc tính tiền ra về.

Bỗng dưng tôi nhận thấy mình đang cư xử thật là lố bịch. Tôi luôn nói với mọi người tôi tin rằng mỗi cuộc nói chuyện là một cơ hội thử bộc lộ con người thật của mình. Nếu tôi làm thế thì điều tệ hại nhất có thể xảy ra là gì? Người ta không đáp lại một cách tử tế. Thì sao chứ? Họ có thể không đáng được tôi trải lòng ra ngay từ đầu. Nhưng nếu may mắn, thì giờ đây bạn đã biến một cuộc trao đổi cứng nhắc thành một cuộc trò chuyện thú vị hay thậm chí còn mang lại ý nghĩa cho bản thân - và trong nhiều trường hợp, xây dựng được một mối quan hệ thật sự.

Chính suy nghĩ này đã buộc tôi thay đổi và chia sẻ những gì tôi đang trải qua. "Cô biết không, Sherry, tôi phải xin lỗi cô. Chúng ta không biết nhau nhiều lắm, nhưng tôi thường vui vẻ hơn tối nay rất nhiều. Tôi vừa trải qua một ngày tồi tệ. Tôi mới dự một cuộc họp hội đồng quản trị và bị các thành viên chất vấn tơi tả. Tôi lại vừa mới trải qua một cuộc chia tay khá khó khăn mà đến giờ tôi vẫn còn thất vọng." Chỉ cần thế thôi, sự thật đã được tiết lộ. Một chút mạo hiểm, một thoáng tổn thương, một phút sự thật, và cách nói chuyện của chúng tôi đã thay đổi ngay lập tức.

Dĩ nhiên, cô ấy có thể sẽ cảm thấy không thoải mái khi nghe

được câu chuyện quá riêng tư. Tuy nhiên, lần này nó làm cho cô ấy thấy mình đồng cảm hơn. "Ôi Chúa ơi, nhưng tôi muốn nói chuyện này không đáng lo đâu. Tin tôi đi, tôi hiểu rất rõ mà. Ai cũng phải một lần trải qua cảm giác này hết. Để tôi kể cho anh nghe về vụ ly dị của tôi."

Chúng tôi trở nên gắn bó với nhau theo chiều hướng hoàn toàn bất ngờ. Đôi vai của Sherry thư giãn ra. Gương mặt cô ấy cũng không còn căng thẳng. Lần đầu tiên tôi cảm thấy mình thèm được nói chuyện từ lúc bắt đầu bữa tiệc tối hôm đó. Cô ấy đã kể cho tôi nghe về vụ ly dị đau đớn và những cảm giác mà cô ấy phải vượt qua trong những tháng sau đó. Tự nhiên cuộc thảo luận đã tập trung vào chủ đề những trạng thái tinh thần sau đổ vỡ và làm thế nào để vượt qua chúng. Cả hai chúng tôi đều xem đây là một cơ hội để giãi bày cho nhẹ lòng. Hơn thế nữa, Sherry đã cho tôi một số lời khuyên hữu ích.

Những gì xảy ra sau đó làm ngạc nhiên ngay cả chính tôi. Ngồi bên cạnh chúng tôi, những vị khách cổ cồn đạo mạo nghe qua câu chuyện này và đều bỏ dở cuộc nói chuyện của họ để tham gia với chúng tôi. Cả một bàn tiệc giờ đây như đoàn kết trước những thử thách và đau khổ trong hôn nhân và các mối quan hệ khác: nam cũng như nữ, người đồng tính hay bình thường, tất cả không còn ngăn cách nữa. Những nhân vật trước đó còn trầm ngâm và xa cách giờ đây bỗng dưng tham gia vào bằng chính câu chuyện của họ, và tất cả chúng tôi đều cùng bình luận ủng hộ một cách nhiệt tình. Đến cuối buổi tối, chúng tôi đã cười đùa và nói chuyện thân mật; và đó là một buổi tối thật tuyệt vời. Cho đến hôm nay, tôi vẫn mong đến dịp này để được gặp lại những người bạn của mình. Họ là những người rất quan trọng với tôi - vâng, một số đã trở thành khách hàng, nhưng trên hết họ là những người bạn thật sự mà tôi có thể trông cậy.

Ý nghĩa của câu chuyện này là chúng ta có thể dành cả đời, đặc biệt là tại các cuộc hội thảo hay các buổi hội họp chuyên ngành khác, để nói chuyện xã giao một cách thủ tục và hời hợt với những người xa lạ mãi vẫn là người xa lạ. Hoặc chúng ta có thể thêm một chút gì đó riêng tư, thật sự ấn tượng của riêng mình vào trong câu chuyện, cho người đối diện chia sẻ bản chất của con người mình, và mang lại một cơ hội để gắn bó sâu sắc. Chúng ta có quyền chọn lựa mà.

Ngày nay tôi không còn quá e ngại khi phải đề cập đến những chủ đề xã giao bị xem là quá đà nữa. Niềm tin tâm linh, tình cảm lãng mạn, chính trị - đây là những vấn đề góp phần làm cuộc sống ý nghĩa hơn.

Dĩ nhiên, ngoài ra còn có những cách khơi chuyện đảm bảo an toàn hơn tại bất cứ cuộc hội họp trong kinh doanh nào: Bạn đã khởi nghiệp như thế nào? Bạn thích điểm nào nhất trong nghề nghiệp của mình? Kể cho tôi nghe một số thử thách trong công việc của bạn. Nhưng sự an toàn - cho dù là trong giao tiếp, kinh doanh, hay trong cuộc sống - thường đem lại kết quả "an toàn" (nên hiểu là: chán).

Người thắng trận thật sự - những người công thành danh toại, quan hệ thân tình và có sức thu hút mãnh liệt - là những người biết bày tỏ lòng mình và không mất thời gian công sức cố thể hiện mình khác đi hay bắt chước người khác. Sức hút chỉ đơn giản là thể hiện chính mình. Chính sự độc đáo của mình là điểm tạo nên quyền năng của bạn. Tất cả chúng ta đều được sinh ra với những đặc điểm cần thiết để trở thành một bậc thầy trong quan hệ xã giao.

Cách tốt nhất để trở nên xuất sắc khi nói chuyện xã giao là đừng chỉ nói để xã giao mà thôi. Nói chuyện xã giao là một nghệ thuật; và sau đây tôi xin được chỉ ra một số công thức khoa học:

Tìm hiểu quyền năng của những yếu tố hành vi phi ngôn ngữ

Bạn đang có mặt tại một buổi họp và quay sang người đứng bên cạnh. Cô ấy cũng quay sang nhìn bạn, và chỉ trong một tích tắc đầu óc bạn đã làm hàng ngàn phép tính. Trong khoảnh khắc đó, bạn cố gắng nghĩ xem mình nên bỏ chạy, nên đánh nhau, hay nên tỏ ra thân thiện. Các nhà nhân loại học phân tích rằng lúc này bạn đang suy nghĩ như một người tiền sử.

Chúng ta bị chi phối bởi những gene quy định chúng ta phải biết sợ người lạ. Liệu họ sẽ ăn thịt chúng ta hay cho chúng ta ăn thịt đây? Đó là lý do vì sao chúng ta hình thành ấn tượng đầu tiên một cách nhanh chóng đến như vậy; chúng ta phải quyết định liệu rằng tiếp cận người này có an toàn không.

Bạn có khoảng 10 giây trước khi người khác quyết định, trong tiềm thức, liệu họ sẽ thích hay ghét bạn. Trong giai đoạn ngắn ngủi này chúng ta không dùng ngôn ngữ nhiều; phán đoán của chúng ta chủ yếu dựa trên những cử chỉ phi ngôn ngữ.

Làm thế nào bạn khuyến khích một người không biết rõ về bạn cảm thấy thoải mái nói chuyện với bạn?

Đây không phải là lúc bạn thể hiện thái độ xa cách, khó gần, hay hơi bí ẩn. Thái độ kiểu cách này có thể hiệu quả nếu bạn là Marlon Brando, nhưng đối với đa số chúng ta, nó chỉ thể hiện một thông điệp "tránh xa tôi ra!" trong trí óc tiền sử của mình. Thay vào đó, chúng ta nên tranh thủ tạo ra ấn tượng mà bạn muốn người khác nhìn thấy. Con người dễ dàng bị lôi kéo vào vòng xã hội nếu lời mời đi kèm với sự chân thành và nồng nhiệt. Người ta đánh giá bạn như thế nào tùy thuộc vào một số điều bạn làm ngay cả trước khi bạn cất tiếng nói.

- Thứ nhất, hãy nở nụ cười ấm áp. Nó thể hiện thông điệp "Tôi là người dễ gần."

- Giữ ánh mắt với người đối diện ở mức vừa phải. Nếu bạn chăm chăm nhìn thẳng vào người khác trong suốt 100% thời gian, nó đã trở thành cái nhìn đểu cáng. Thật đáng sợ. Nếu bạn giữ ánh mắt dưới mức 70% thời gian, bạn có vẻ không quan tâm và hơi vô duyên. Khoảng giữa của hai thái cực này là phù hợp nhất.

- Đừng khoanh tay và hãy thư giãn. Khoanh tay lại làm cho bạn có vẻ phòng thủ và khép kín. Nó cũng thể hiện sự căng thẳng. Hãy thư giãn. Người ta sẽ nhìn vào ngôn ngữ cơ thể bạn và sẽ phản ứng một cách tương thích.

- Gật đầu và hướng người về phía trước, nhưng không xâm phạm vào không gian riêng của người đối diện. Bạn chỉ muốn thể hiện sự chú ý và quan tâm.

- Học cách chạm vào người khác. Chạm nhẹ là một cử chỉ rất quan trọng. Đa số mọi người thể hiện thành ý thân thiện bằng cách bắt tay; một số người còn bắt tay bằng cả hai tay. Tôi có cách phá vỡ khoảng cách giữa mình với người tôi đang cố tạo tình thân bằng cách chạm vào khuỷu tay của họ. Nó thể hiện một mức độ thân tình vừa phải, và vì vậy, trở thành một vũ khí yêu thích của những chính trị gia. Khuỷu tay không quá gần với ngực, nơi chúng ta luôn cố bảo vệ, nhưng đồng thời chạm khuỷu tay lại thân tình hơn cái bắt tay.

Hãy thành thật

Cho dù bạn dành 5 giây hay 5 giờ cho một người mới quen, hãy sử dụng cho hết thời gian này. Tại Los Angeles, nơi tôi đang sống, con mắt ngó nghiêng đã trở thành một công cụ không thể thiếu tại các buổi tiệc. Người ta liên tục đảo mắt khắp nơi để cố tìm ra nhân vật quan trọng nhất trong phòng. Nói thật, tôi thấy đây là một thói quen đáng ghét, và chắc chắn sẽ làm cho những người xung quanh thêm ghét bạn.

Cách chắc chắn nhất để trở thành đặc biệt trong mắt ai đó là trước hết phải làm cho họ thấy mình đặc biệt. Và mặt kia dĩ nhiên cũng không sai: Làm cho người khác cảm thấy mình tầm thường thì đối với họ tầm quan trọng của bạn cũng ngày càng giảm dần.

Xây dựng một đề tài chung

Khi mới gặp ai đó, hãy chuẩn bị sẵn một số chủ đề nói chuyện. Cập nhật thông tin mới nhất về những vấn đề được nhiều người quan tâm. Tạo cho mình những mối quan tâm riêng. Một chủ đề hẹp (nấu ăn, golf, sưu tập tem) mà bạn thật sự đam mê có thể giúp bạn mở rộng mối quan hệ với kết quả bất ngờ.

Sau khi học xong trường kinh tế, tôi chiều ý thích được tìm hiểu về ẩm thực của mình và dành vài tháng để tham gia Trường dạy nấu ăn Le Cordon Blue tại London. Thời điểm đó, tôi chỉ xem nó như một cách tiêu thời gian hoang phí. Nhưng kiến thức và niềm đam mê nấu nướng mà tôi tích lũy được từ kinh nghiệm này đã trở nên hữu dụng rất nhiều lần trong các cuộc tiếp xúc xã giao. Ngay cả những người không đặc biệt thích thú về ẩm thực cũng say mê nghe tôi kể những câu chuyện cười hay những tình huống bất đắc dĩ khi tôi còn lơ ngơ trong một nhà bếp Pháp tại London. Nội dung câu chuyện rõ ràng không quan trọng bằng cách bạn kể chuyện. Khi người ta nói về một chủ đề họ đam mê thì cách họ thể hiện và nội dung đều rất thú vị. Điều này có nghĩa là bạn cũng có thể đề cập đến niềm đam mê của người đối diện. Ví dụ như Giám đốc Sản xuất tại YaYa, James Clark, đã leo đỉnh Everest hầu như suốt thời gian khi còn trong quân đội, ngoại trừ tuần cuối khi ông đã lên đến đỉnh. Những câu chuyện bất ngờ mà ông kể cho tôi nghe về kinh nghiệm này đã trở thành mâm cỗ dọn sẵn để bắt chuyện xã giao.

Chỉ cần bạn nhớ là không nên dành hết thời gian để kể chuyện của mình hay sa đà vào những câu chuyện dông dài. Chia sẻ niềm đam mê chứ không phải thuyết giáo về nó.

Điều chỉnh cửa sổ Johari (Johari Window)

Johari Window là một mô hình được hai nhà tâm lý học người Mỹ sáng chế nên, giúp tìm hiểu thái độ hành vi của con người. Một số người hướng nội, ít chia sẻ; họ giữ cửa sổ tâm hồn mình tương đối khép. Những người khác thuộc dạng người hướng ngoại, bày tỏ rất nhiều về bản thân và giữ cho cửa sổ tâm hồn mở toang. Khuynh hướng này cũng thay đổi tùy tình huống. Trong những môi trường mới lạ, với những người ta không quen biết, cửa sổ của chúng ta thường chỉ mở nhẹ; chúng ta tiết lộ rất ít và hy vọng đối phương cũng thế. Tuy nhiên, khi môi trường an toàn, tin cậy bên cạnh những người thân thuộc, chúng ta chia sẻ bản thân mình nhiều hơn. Chúng ta để ngỏ cửa sổ của mình.

Giao tiếp thành công, theo mô hình này, tùy thuộc vào khả năng chúng ta điều chỉnh bản thân và cửa sổ của mình cho tương thích với người đối diện.

Greg Seal, một trong những người hướng dẫn đầu tiên của tôi và tuyển tôi vào làm tại Deloitte, đã giới thiệu khái niệm này với tôi, và đến bây giờ tôi vẫn còn biết ơn ông. Tôi là một thằng còn trẻ, xông xáo, kênh kiệu, cửa sổ của tôi mở rộng hết cỡ. Cho dù tôi đang cố gắng thuyết phục về dịch vụ tư vấn của mình cho một CEO kín đáo của một công ty kỹ thuật hay làm việc với đám nhân viên bán hàng om sòm của họ, phong cách xênh xang của tôi cũng không thay đổi. Lúc đó tôi không hiểu tại sao đám nhân viên bán hàng ra khỏi phòng họp hớn hở còn ông CEO thì chỉ muốn tôi biến đi cho nhanh. Khi Greg chỉ cho tôi biết khái niệm cửa sổ Johari và cần thiết phải điều chỉnh đóng mở nó tùy thuộc vào người bạn đang tiếp chuyện, tôi bỗng hiểu ra tất cả. Greg vẫn không thay đổi cho dù đang nói chuyện với ai, nhưng ông thay đổi cách trò chuyện về giọng điệu và phong cách cho phù hợp nhất.

Cửa sổ tâm hồn của mỗi người có thể mở to hay khép lại tùy theo tình huống. Những nghề nghiệp khác nhau thu hút những người có khuynh hướng cửa sổ tương ứng. Ví dụ, có những nghề nghiệp đòi hỏi phải có kỹ năng giao tiếp rất giỏi, như nghề bán hàng; và có những nghề như kế toán thường thiên về nội tâm hơn. Cửa sổ của một kỹ sư tin học có thể không rộng mở trừ khi anh ta đang ở bên cạnh bạn bè. Ngược lại, cửa sổ của một nhân viên tiếp thị giỏi thường có khuynh hướng mở toang cho dù trong môi trường nào.

Điểm mấu chốt cần lưu ý là khi nói chuyện xã giao, chúng ta nên biết về những phong cách khác nhau và tự điều chỉnh cho phù hợp với người đối diện. Tôi hiểu rằng khi họp hành với nhân viên trong đội ngũ Đào tạo và Phát triển FerrazziGreenlight, tôi có thể đàn đúm, vui đùa, hay oang oang. Khi họp với những nhà tư vấn chiến lược quản lý độ trung thành trong công ty, những người có khuynh hướng phân tích nhiều hơn, tôi kềm chế sự phấn khích và tập trung nhiều hơn thể hiện sự thận trọng và chính xác. Nếu chúng ta trao đổi với người khác bằng một phong cách không phù hợp, cửa sổ có thể sập lại và chúng ta không tìm thấy được gì. Chẳng có sợi dây tình cảm nào được thiết lập.

Trong suốt quá trình làm việc tôi tiếp xúc với hàng trăm người khác nhau, mỗi người đều có phong cách giao tiếp riêng. Khái niệm cửa sổ Johari đã giúp tôi nhận thức mình phải điều chỉnh cách nói chuyện cho phù hợp với người đối diện mà tôi muốn tạo dựng quan hệ.

Tôi thường áp dụng một kỹ thuật rất hữu ích là cố gắng tưởng tượng mình là tấm gương phản ánh người tôi đang tiếp chuyện. Giọng điệu nói chuyện của họ như thế nào? Họ nói chuyện lớn tiếng hay nhỏ nhẹ? Ngôn ngữ hình thể của họ thể hiện như thế nào? Khi bạn tự điều chỉnh mình thành một tấm gương của người kia, họ sẽ tự động cảm thấy thoải mái hơn. Dĩ nhiên điều này không có nghĩa là bạn không thành thật. Trên thực tế, nó thể hiện bạn đặc biệt nhạy cảm trước tính khí của người khác. Và bạn chỉ hơi biến đổi phong cách của mình một chút để đảm bảo cho cánh cửa vẫn rộng mở.

Kết thúc khéo léo

Bạn kết thúc cuộc nói chuyện như thế nào? Trong các cuộc họp hay tụ tập xã giao, tôi thường kết thúc một cách thẳng thừng. Tôi sẽ nhắc lại một điều ý nghĩa nào đó đã được đề cập đến trong câu chuyện và nói: "Hôm nay có nhiều người thú vị quá; tôi sẽ rất tiếc nếu tôi không cố gắng làm quen với thêm vài người nữa. Xin phép anh nhé." Người ta thường hiểu và thông cảm, trân trọng sự thẳng thắn của tôi. Hoặc bạn cũng có thể chọn giải pháp đi lấy nước uống. Tôi sẽ nói: "Tôi đi lấy thêm ly nước. Anh có muốn uống gì không?" Nếu họ nói không, tôi không có trách nhiệm phải quay lại nữa. Nếu họ nói có, tôi sẽ cố gắng kiếm người khác để nói chuyện trên đường đi lấy nước. Khi tôi mang ly nước về, tôi sẽ nói: "Tôi mới vừa gặp một người rất hay mà anh nên làm quen. Đi lại đây với tôi."

Hẹn gặp lại

Để tạo được sự kết nối lâu bền, cuộc nói chuyện xã giao phải được chấm dứt bằng một lời mời tiếp tục kéo dài mối quan hệ này. Hãy rộng rãi và đồng ý sẽ gặp nhau lần nữa, ngay cả khi nó không liên quan đến công việc. "Anh có vẻ biết rất rõ về rượu. Nói chuyện với anh thật thú vị; chúng ta nên gặp nhau lúc nào đi để nói tiếp về rượu. Chúng ta cũng nên mang theo mỗi người một chai rượu nữa."

Học cách lắng nghe

William James đã từng chỉ ra: "Nguyên lý sâu thẳm nhất trong bản chất con người là niềm khao khát được thừa nhận."

Bạn cũng sẽ bị chi phối bởi ý niệm rằng người ta phải cố gắng hiểu, sau đó mới làm cho người khác hiểu mình. Chúng ta thường quá lo lắng về những gì chúng ta sắp nói đến mức chúng ta không còn nghe thấy những gì người khác đang nói với mình.

Có nhiều cách để thể hiện cho người đang lắng nghe bạn rằng bạn cũng quan tâm và đang lắng nghe chăm chú. Hãy chủ động và là người đầu tiên cất tiếng chào. Điều này thể hiện sự tự tin và ngay lập tức cho thấy bạn quan tâm đến người đối diện. Khi cuộc nói chuyện bắt đầu, đừng ngắt lời. Thể hiện sự thông cảm và thấu hiểu bằng cách gật nhẹ đầu và sử dụng những ngôn ngữ hình thể để giao tiếp với người đối diện. Đặt câu hỏi để chứng tỏ (một cách thành thật) bạn tin rằng ý kiến người kia là đáng giá. Tập trung vào những điểm tốt của họ. Cười khi họ kể chuyện tiếu lâm. Và luôn luôn, luôn luôn phải nhớ tên của họ. Không có gì dễ chịu hơn khi được nghe người ta gọi đúng tên mình. Ngay lúc vừa giới thiệu nhau, tôi thường hình tượng tên và gương mặt của người đó. Vài giây sau, tôi sẽ lặp lại tên người này để chắc rằng mình vẫn còn nhớ và sau đó thỉnh thoảng lại nhắc đến tên họ trong cuộc nói chuyện.

Nếu mọi cách đều thất bại, sử dụng phương pháp cuối cùng

"Bạn thật tuyệt vời. Kể cho tôi nghe thêm nữa đi."

TIỂU SỬ NGƯỜI NỔI TIẾNG

Dale Carnegie (1888 – 1955)

"Học cách nói chuyện xã giao vô cùng quan trọng."

Giáo sư quá cố Thomas Harrell tại Khoa Kinh doanh trường ĐH Stanford thích nghiên cứu về đặc điểm tính cách của các cựu sinh viên. Kết quả quan trọng của ông, như bạn đã biết, là những người cựu sinh viên thành công là những người biết giao tiếp, xã giao, hướng ngoại. "Kỹ năng hòa nhập" chính là điểm quan trọng nhất quyết định sự thành công.

Và chính vì vậy tên tuổi của Dale Carnegie – người đầu tiên giới thiệu khái niệm nói chuyện xã giao như một kỹ năng nghề nghiệp – vẫn được mọi người nhắc đến, sau hơn 70 năm kể từ khi ông tung ra quyển sách bán chạy nhất "Đắc Nhân Tâm" vào năm 1936.

Ngay cả Carnegie cũng phải vận dụng công cụ nói chuyện xã giao như một phương pháp tiến thân.

Carnegie sinh năm 1888, là con trai của một người nuôi heo sống một đời chật vật, và lớn lên trong sự mặc cảm vì nghèo khổ. Cảm giác này không thể nào gột sạch được trong ông, vì vậy, khi còn là một thanh niên, ông đã nghĩ đến việc tự tử. Năm ông 24 tuổi, khi vẫn còn vất vả kiếm sống tại New York, ông đề nghị được dạy lớp đêm về kỹ năng nói chuyện trước đám đông tại YMCA trên đường số 125. Lớp đầu tiên của ông có chưa đầy chục học viên. Trong nhiều tuần lễ, Carnegie chia sẻ với nhóm học viên này những kỹ năng ông tích cóp được nhờ tham gia nhóm hùng biện tại trường trung học và từ thời sinh viên trường Sư phạm bang Missouri. Ông dạy cho người ta biết cách tránh nhút nhát, tăng tự tin, bớt căng thẳng, bằng những kỹ thuật mà cho đến bây giờ vẫn còn phù hợp. Phải nhớ tên người nói chuyện. Phải biết cách lắng nghe. Đừng chỉ trích, chê bai, hay cằm ràm.

Sau vài buổi lên lớp, Carnegie không còn chuyện gì để kể. Thế là ông đề nghị các học viên đứng trước lớp trình bày về kinh nghiệm của riêng mình – sau đó ông đưa ra những lời nhận xét về cách trình bày của họ. Chính lúc đó ông nhận ra rằng một khi các học viên vượt qua được nỗi sợ trình bày trước công chúng và cảm thấy thoải mái kể về bản thân mình, sự tự tin của họ tăng lên đáng kể.

Tham gia lớp học của Carnegie, các doanh nhân, nhân viên bán hàng, và những người theo các nghề nghiệp chuyên môn khác đều tìm thấy nơi đây là một cơ hội tuyệt vời để tự rèn luyện mình bằng những phương pháp thực tế, đơn giản, rẻ tiền. Đến năm 1916, khóa học của Carnegie đã quá thành công đến mức, lần đầu tiên trên thế giới, ông phải huấn luyện các nhà hướng dẫn chính thức cho "Khóa học Dale Carnegie". Đến năm 1920, Carnegie đã cho ra đời quyển sách "Nghệ thuật nói chuyện trước công chúng", giáo trình chính thức dùng để giới thiệu các khóa học Carnegie tại Boston, Philadelphia, và Baltimore.

Tất cả những điều tuyệt diệu trên sẽ không xảy ra nếu Carnegie không khuyến khích những lớp học viên đầu tiên tự tin chia sẻ câu chuyện của họ. Cũng không ngạc nhiên khi Carnegie bao giờ cũng nhấn mạnh tầm quan trọng của việc lắng nghe như là một kỹ năng xây dựng mối quan hệ giao tiếp. Trong thời đại của máy tính và email làm cho công việc kinh doanh mất đi sự thân thiết, logic đơn giản của Carnegie vẫn còn đầy tính ứng dụng. Con người, dù thế nào thì vẫn là con người, và ai lại chẳng cần đến những bài học như thế này:

- "Hãy thể hiện sự quan tâm thật sự đến người khác."
- "Hãy biết cách lắng nghe. Khuyến khích người khác tự nói về bản thân họ."
- "Hãy nhường cho người khác được nói thật nhiều."
- "Mỉm cười."
- "Nói những gì người khác muốn nghe."
- "Khen ngợi thành thật và thẳng thắn."

Mặc dù ông đã áp dụng thành công những kỹ thuật cơ bản trong nói chuyện xã giao cho bản thân, Carnegie đã rất phân vân – ít nhất là lúc đầu – khi muốn chia sẻ những bí mật này thành sách. Học phí cho mỗi khóa học là $75, và Carnegie không muốn phải cho không nội dung của nó. Nhưng Leon Shimkin, biên tập viên tại Simon & Schuster, một học viên nhiệt tình của các lớp của Carnegie, cuối cùng đã thuyết phục được Carnegie viết một quyển sách, và nhờ vậy ngày nay chúng ta cũng được hưởng lợi. "Có thể là nhờ áp dụng kỹ thuật khen ngợi và kiên trì mà ông Carnegie từng giới thiệu một cách tự hào mà ông Shimkin đã thắng," Edwin McDowell đã viết như vậy trên tờ *New York Times* năm 1986.

Đối với Shimkin, và hàng triệu người khác như ông, Carnegie đã khuyến khích chúng ta với niềm tin rằng chúng ta có thể học để biết cách hòa hợp với người khác – và đạt được thành công rực rỡ - cho dù chúng ta là ai, chúng ta giàu nghèo khác nhau.

PHẦN 3

Biến nối kết thành bạn đồng hành

CHƯƠNG 18

Sức khỏe, của cải và con cái

Thật sự anh muốn gì? Năm chữ này có thể nói là cụm từ phổ biến nhất trong tiếng Anh. Như tôi đã trình bày trong chương "Sứ mệnh của bạn là gì?", câu trả lời cho câu hỏi "Thật sự anh muốn gì?" sẽ quyết định tất cả những gì bạn làm và đóng góp của mọi người xung quanh để giúp bạn đạt được ước nguyện. Nó đề ra phác thảo cho những nỗ lực của bạn để tìm và kết nối với mọi người. Tương tự, khi bạn hiểu được sứ mệnh của người khác, bạn nắm trong tay chìa khóa mở những cánh cửa có ý nghĩa nhất đối với họ. Biết được thông tin này sẽ giúp bạn tạo dựng những mối quan hệ sâu sắc và lâu bền.

Khi mới tiếp xúc với ai đó, cho dù đó là một người tôi sẽ đỡ đầu hay chỉ là một đối tác kinh doanh, tôi đều cố gắng tìm hiểu động lực của họ. Những động lực khác nhau rồi cũng thường quy về ba điều chính yếu: kiếm tiền, kiếm tình, hay thay đổi thế giới. Bạn đừng cười - nhiều người cũng đã cười khi phải nhìn nhận bản chất thật sự của ước mong sâu lắng trong cuộc đời mình.

Hãy cứ thoải mái trước thực tế này. Học làm một người nối kết theo một nghĩa nào đó cũng giống như học trở thành nhà trị liệu. Khi bạn càng đi sâu vào công việc này, bạn sẽ thấy mình càng giống một người quan sát kiên nhẫn về tâm lý con người. Bạn phải học để biết những điều người khác quan tâm và làm thế nào thỏa mãn những quan tâm này của họ. Nhờ vậy bạn có thể định danh "nhảm nhí" khi thấy người nào không trung thực với ngay chính bản thân họ.

Nhà xây dựng quan hệ thành công trên thực tế là tổng hợp hoàn hảo từ nhiều người khác nhau: chuyên gia tài chính, nhà trị liệu tình dục, và một người luôn làm việc tốt.

Kết nối là một triết lý trong cuộc sống. Nguyên tắc cơ bản là con người, tất cả mọi người, bất cứ ai bạn gặp, cũng là một cơ hội để bạn giúp đỡ hoặc được giúp đỡ. Tại sao tôi lại đặt nặng vấn đề phụ thuộc lẫn nhau? Trước hết là vì, do nhu cầu căn bản, chúng ta là những tế bào trong xã hội. Sức mạnh của chúng ta là do sự tích hợp của những điều chúng ta biết và chúng ta làm. Sự thực là, trong thế giới này, không ai đi lên mà không cần đến sự giúp đỡ.

Nếu loại bỏ những yếu tố ép buộc hay lừa lọc, chỉ còn một cách duy nhất để khiến người ta làm bất cứ điều gì bạn muốn. Bạn có biết cách này không?

Đây không phải là một câu hỏi cho vui trong chương trình trò chơi truyền hình. Kinh doanh, nói cho cùng, là khả năng kêu gọi một nhóm người để biến ý tưởng từ giai đoạn khái niệm đến thực tiễn, để áp dụng một lý thuyết vào thực tế, để thuyết phục được sự ủng hộ của nhân viên và đồng nghiệp, để khuyến khích mọi người triển khai kế hoạch của bạn.

Nếu bạn vẫn còn phân vân chưa dám trả lời, hãy cứ mạnh dạn lên; nhiều người không được vậy đâu. Mỗi năm trên thế giới có hàng trăm quyển sách mới được xuất bản để hướng dẫn làm thế nào tạo được động lực và sự trung thành. Đa số đều đưa ra câu trả lời sai.

Họ sai vì những giả định của họ sai. Mọi người chạy theo thời thượng và tuyên bố: Mọi thứ đều mới cả! Mọi thứ đều khác xưa! Kinh doanh bây giờ đã thay đổi! Người ta cho rằng câu trả lời phải đến từ công nghệ mới hay các dạng lãnh đạo mới hay các lý thuyết về tổ chức rất buồn cười. Nhưng về mặt con người thì sao, có gì mới hay khác biệt nhiều không? Chưa hẳn.

Nguyên tắc làm việc với người khác chính là những nguyên tắc được Dale Carnegie ủng hộ cách đây hơn 70 năm và đã được chứng minh là phổ quát và trường tồn theo thời gian.

Cách duy nhất để khiến người khác làm bất cứ điều gì là phải công nhận tầm quan trọng của họ, từ đó làm cho họ thấy mình quan trọng. Sự khát khao sâu thẳm cả đời của mỗi người là được trở nên quan trọng và được mọi người nhìn nhận.

Để thể hiện sự công nhận và khen ngợi thoải mái một người nào đó, có cách nào tốt hơn là quan tâm đến họ và tìm hiểu sứ mệnh cuộc đời của họ?

Tìm hiểu biết được người ta quan tâm đến điều gì nhất còn mang lại thêm một tầng lợi ích nữa. Giúp đỡ ai đó để họ đạt được khao khát sâu thẳm không chỉ quan trọng khi cần tạo kết nối với họ mà còn cần thiết để giữ cho mối liên hệ này được vững bền và ngày càng thắt chặt. Trung thành có thể là một đức tính không còn mấy ai quan tâm trong thời đại ngày nay, nhưng nó vẫn là dấu hiệu xác tín của một mối quan hệ vững chắc và nhiều công ty đang tìm mọi cách đưa nó vào trong thói quen tác nghiệp hàng ngày của mình.

Trung thành, theo thiển ý của tôi, là thể hiện thực trước ai đó (hoặc điều gì đó, như một thương hiệu hay một phân khúc

khách hàng) cho dù trong tình huống tốt hay xấu. Trung thực
là một quá trình chứ không phải chỉ có một sớm một chiều. Ai
làm giám đốc nhãn hiệu cũng biết đấy, bạn không thể thu phục
được sự trung thành của khách hàng trong tích tắc. Bạn phải lao
động vất vả mới mong được nhận lại. Nhưng làm thế nào?

Để tôi kể cho bạn câu chuyện về Michael Milken. Mike là một
người nổi tiếng trong lĩnh vực tài chính và thương lượng, nhưng
đồng thời ông cũng là một nhà từ thiện và người phân tích hành
vi con người đầy thuyết phục. Thông qua Entertainment Media
Ventures (EMV) Mike đã đầu tư vào công ty mới thành lập mà tôi
về đầu quân sau thời gian làm tại Starwood. Và, trong giai đoạn
làm CEO tại đây, tôi đã nói thẳng với ông và cô bạn Sandy
Climan, người điều hành EMV, rằng một động lực mạnh thúc
đẩy tôi nhận công việc này là được học hỏi từ Mike. Trước đó
mấy năm tôi đã quen biết Mike một cách độc lập khi còn là cố
vấn cho DuPont, khi công ty bắt đầu thành lập liên doanh sản
xuất sữa đậu nành. Mike là một người mà tôi vẫn luôn muốn
được gặp gỡ - một trong những tên tuổi đáng khao khát của tôi.
Tôi khám phá qua một số bài báo viết về ông rằng ông rất quan
tâm đến đậu nành cũng như tác dụng chữa bệnh của nó. Ông
đã từng bị ung thư tuyến tiền liệt, từ đó thúc đẩy ông đam mê
công tác chăm sóc sức khỏe và chú trọng đến tầm quan trọng
của các loại thuốc phòng ngừa. Đối với Mike, ăn uống là một
thành tố không thể thiếu khi nhắc đến sức khỏe, nó trở thành
một niềm đam mê cá nhân và một chủ đề từ thiện.

Ngay từ những tháng ngày đầu tiên làm CEO, tôi đã tìm cách
xây dựng công ty lớn mạnh và củng cố mối quan hệ của mình
với Mike. Ngược lại, ông cũng chấp nhận giúp đỡ tôi và mở cho
tôi cánh cửa bước vào thế giới của ông.

Nếu ông phải đi New York để tham gia vận động ủng hộ từ thiện cho CapCure, tổ chức tài trợ nghiên cứu khoa học để tìm phương thức chữa trị căn bệnh ung thư tiền liệt tuyến, hay phải đi đến một nơi nào đó để trao giải thưởng dành cho những giáo viên xuất sắc từ Quỹ Milken Family Foundation, tôi đều cố tranh thủ được đi theo. Mục tiêu duy nhất của tôi là quan sát cách ông làm việc và may ra học hỏi thêm được ít nhiều. Tôi đặt ra chỉ tiêu là mình cũng phải tìm đến khách hàng hoặc tiềm năng tại bất cứ thành phố nào ông đặt chân đến, do đó đây cũng là thời gian quý báu đối với YaYa.

Trong đa số trường hợp, chúng tôi thường ngồi làm việc trong im lặng. Ông sẽ lục lọi trong hàng chục túi đựng sách mà ông tha theo bất cứ đi đâu, và tôi thì dĩ nhiên là hùng hục gõ máy tính, gửi email, săn lùng các mối quan hệ để mang lại doanh thu và phát triển kinh doanh cho YaYa. Chỉ cần quan sát cách ông đọc hay cách ông tư duy và diễn giải cũng học được nhiều điều.

Có một lần trên chuyến đi, Mike và tôi bắt đầu trò chuyện về niềm đam mê của mỗi người, những điều thật sự quan trọng đối với mọi người. Chính lần đó tôi đã hiểu thêm rất nhiều về con người và lòng trung thành. Bạn biết rồi đó, Mike không chỉ là một bộ óc tính toán xuất sắc, ông còn là một nghệ sĩ trong việc xây dựng quan hệ.

Tôi đã từng thấy ông dành hàng nhiều giờ nói chuyện với những người mà bạn không thể nghĩ rằng ông có thể quan tâm đến: thư ký, những người rất già hoặc rất trẻ, người có quyền và người trắng tay. Ông yêu quý mọi người, thích những câu chuyện của họ, và thú vị trước cách họ nhìn nhận thế giới. Khi tôi nhắc điều này với ông, tôi được ông nhắc nhở về Ralph Wado Emerson, người đã từng phát biểu: "Mỗi người tôi gặp đều có những điểm giỏi hơn tôi. Tôi học từ họ." Ai cũng có một điều gì đó để dạy lại ông.

Sự quan tâm đến con người chính là lý do khiến nhiều người thể hiện lòng trung thành với ông. Tôi cũng cảm nhận được sự trung thành này của mình dành cho ông. Tôi hỏi ông tại sao nhiều người dành công sức xây dựng mối quan hệ với ông. Có điều gì ông biết mà người khác không biết chăng? Mike suy nghĩ một lúc lâu, như cách ông thể hiện khi ông đặc biệt thích (hoặc không thích) một câu hỏi. Sau đó ông mỉm cười.

"Keith," ông nói, "trên thế gian này có ba điều tạo nên sự gắn kết sâu sắc giữa con người với nhau. Đó là sức khỏe, của cải, và con cái."

Có rất nhiều thứ chúng ta có thể làm cho người khác: đưa ra những lời khuyên bổ ích, giúp họ rửa xe, hoặc giúp họ dọn nhà. Nhưng sức khỏe, của cải và con cái tác động đến ta khác hơn so với những hành động tử tế khác.

Khi bạn giúp ai đó về một vấn đề sức khỏe, hay tác động tích cực đến của cải của họ, hay thể hiện mối quan tâm thật sự đến con cái họ, bạn sẽ tạo ra sự trung thành gắn kết cả đời.

Kinh nghiệm của Mike thật ra đã được kiểm chứng bằng nghiên cứu khoa học. Nhà tâm lý học Abraham Maslow đã đưa ra lý thuyết về tháp nhu cầu của con người. Chúng ta đều có cùng những nhu cầu, như Maslow tin tưởng, và chúng ta phải được thỏa mãn những nhu cầu căn bản trước khi đề cập đến nhu cầu cao hơn.

Nhu cầu cao nhất của con người, theo Maslow là tự thể hiện bản thân – niềm khát khao được thể hiện hết sức mình. Dale Carnegie cũng công nhận điều này. Nhưng Maslow lý luận rằng chúng ta không thể thỏa mãn nhu cầu này nếu chúng ta chưa giải quyết những nhu cầu nằm dưới đáy kim tự tháp, những nhu cầu cần thiết để tồn tại, nhu cầu an toàn, và nhu cầu tình cảm. Chính trong nhóm nhu cầu dưới đáy kim tự tháp này – nơi sức khỏe, của cải và con cái ngự trị - là nơi theo Mike sẽ hình thành lòng trung thành. Khi đề cập đến những vấn đề căn bản này, bạn sẽ đạt được hai điểm: 1) Bạn giúp người khác thỏa mãn những nhu cầu tối thiểu đối với họ, và 2) Bạn giúp họ có cơ hội tiến lên những nấc thang nhu cầu cao hơn của kim tự tháp.

Tôi nhìn lại kinh nghiệm bản thân mình và nhận thấy ý kiến của ông hoàn toàn đúng.

Gần đây, tôi có một người bạn bị chẩn đoán ung thư tiền liệt tuyến. Nhờ có mối quan hệ tốt với tổ chức CapCure, tôi biết vị bác sĩ hàng đầu tại đây. Tôi gọi điện hỏi ông có thể dành ít thời gian cho bạn tôi hay không. Một người bạn khác, Mehmet Oz, điều hành Viện Tim tại ĐH Columbia, nhà sáng lập đồng thời là giám đốc Chương trình Y tế Bổ trợ tại Bệnh viện Giáo hội Trưởng lão New York, luôn sẵn sàng tiếp nhận giúp đỡ những người do tôi giới thiệu đến.

Tôi hiểu rất rõ từ kinh nghiệm bản thân trong giai đoạn băn khoăn lo lắng như thế này một ý kiến dặn dò của chuyên gia đáng giá hơn toàn bộ của cải trên thế giới. Trong suốt quá trình cha tôi bị căn bệnh liên quan đến tim, một người bạn của gia đình là Arlene Treskovich đang làm việc cho một trong những vị bác sĩ chuyên khoa tim giỏi nhất tại Pittsburgh, đã giúp chúng tôi nhận được những lời tư vấn sức khỏe mà hiếm có mấy gia đình thuộc tầng lớp lao động tại Pittsburgh đủ tiền để trả. Bà ấy chỉ làm những gì bà được dạy; mẹ của bà, bà Marge, đã làm việc cho Bệnh viện Latrobe và từng nhận trách nhiệm đảm bảo cho mọi thành viên trong gia đình chúng tôi hoặc bạn bè của gia đình nếu chẳng may phải nằm viện đều được đối xử như bậc vương giả, cho dù nhiều khi chỉ là một phần Jell-O khi nhà bếp đã đóng cửa. Đến bây giờ, tôi sẵn lòng làm bất cứ điều gì chỉ cần Arlene lên tiếng.

Nhưng nhiều khi chỉ đơn giản là ta thể hiện mối quan tâm và ủng hộ về mặt tinh thần. Để tôi lấy một ví dụ. Robin Richards là vị chủ tịch sáng lập trang chủ MP3.com và đưa nó thành một trong những công ty Internet nổi đình nổi đám nhất trên thế giới. Ông đã khéo léo lèo lái MP3.com qua khỏi giai đoạn khó khăn trước khi bán cho Vivendi Universal; công ty này sau đó lại thuê ông làm một thành viên điều hành chủ chốt. Tôi gặp Robin khoảng thời gian này vì ông đang đứng đầu nhóm thương lượng mua lại công ty chúng tôi.

Cuộc thương lượng đã không thành công, nhưng trong quá trình này, tôi được biết Robin có một đứa con nhỏ mắc một dạng ung thư rất khủng khiếp. Khi ông chia sẻ thông tin rất riêng tư và đầy đau đớn này với tôi trong một bữa tiệc tối, cái không khí ngột ngạt thường thấy sau cuộc thương lượng đã vút bay qua cửa sổ. Chúng tôi nói về những kinh nghiệm cả hai đã trải qua và tôi giới thiệu ông với Mike, người cũng rất mong muốn tìm ra phương thuốc chữa trị dạng ung thư này. Robin và tôi đến giờ vẫn là bạn tốt của nhau, và tôi biết cả hai đều sẵn sàng làm mọi việc để giúp nhau.

Bạn có bao giờ giúp ai giảm cân bằng cách cho họ một lời khuyên hữu ích về chế độ dinh dưỡng không? Bạn có phát hiện ra một vitamin đặc biệt tốt cho sức khỏe và giới thiệu nó cho mọi người chưa? Những chuyện này có vẻ như rất nhỏ nhặt. Nhưng khi nó liên quan đến ba vấn đề ở trên, trong đó có sức khỏe và dinh dưỡng, thì những điều dù nhỏ nhặt cũng mang lại ý nghĩa thật lớn lao.

Khi nhắc đến của cải, tôi nghĩ đến rất nhiều nam thanh nữ tú mà tôi đã giúp họ tìm được công việc. Mặc dù việc này không thể so sánh với việc giúp ai đó kiếm được hàng triệu đô từ những công cụ tài chính độc đáo như Mike đã làm với nhiều người, một công việc ổn định dẫu sao cũng làm thay đổi hoàn toàn tình hình tài chính của họ. Nếu một người tôi quen biết cần tìm việc, tôi thường nhờ đến mạng lưới của mình để giới thiệu. Nếu họ đã tìm được một công việc yêu thích, tôi sẽ gọi đến cho người có thẩm quyền quyết định. Đôi khi tôi chỉ giúp cho người ta chỉnh sửa lại bản sơ yếu lý lịch, hoặc nhận lời đóng vai người nhận xét. Tôi làm bất cứ chuyện gì có thể. Và tôi cũng thực hiện đúng như thế trong kinh doanh. Chẳng hạn, với nhà hàng tôi thường xuyên lui tới, tôi đặt ra mục tiêu phải giới thiệu cho càng nhiều người đến càng tốt. Tôi đầu tư công sức tìm ra khách hàng cho những người trong mạng lưới của tôi là nhà tư vấn, nhà cung cấp, người bán hàng của đủ loại sản phẩm dịch vụ. Tôi biết họ là người tốt, tôi tin tưởng họ, và tôi muốn người khác cũng được hưởng lợi từ khả năng chuyên môn của họ như tôi.

Con cái có ý nghĩa rất lớn đối với mọi người. Tôi tự nhận trách nhiệm làm người đỡ đầu cho các em. Công việc này rất vui, thú vị, và truyền dạy là một phương pháp tuyệt vời để học hỏi. Lòng trung thành mà tôi nhận được khi gửi giúp con cháu ai đó vào thực tập, hoặc tại công ty tôi hay công ty bạn tôi, thật không diễn tả hết.

Để tôi kể cho bạn về kinh nghiệm của tôi với Jack Valenti, cựu Chủ tịch và Giám đốc Hiệp hội Điện Ảnh. Valenti sinh ra tại Texas, từng theo học Harvard, và có một cuộc đời thật sôi động: phi công máy bay ném bom trong thời chiến, nhà sáng lập công ty quảng cáo, nhà tư vấn chính trị, Cố vấn đặc biệt cho Nhà Trắng, và nhà lãnh đạo ngành công nghiệp điện ảnh. Ông biết tất cả mọi người; quan trọng hơn, những người biết ông đều rất kính trọng ông (nhất là trong một ngành công nghiệp không có khuynh hướng dành sự kính trọng cho bất cứ ai).

Valenti là một người tôi khao khát được gặp trong suốt một thời gian dài. Tôi chưa bao giờ cố công theo đuổi ông, nhưng tôi biết ông là một người rất thú vị nếu được làm quen, một gã trai người Ý cật lực xây dựng thành công từ con số 0. Tôi đoán chắc chúng tôi có rất nhiều điểm tương đồng.

Cuộc gặp gỡ đầu tiên của chúng tôi diễn ra hoàn toàn tình cờ. Tôi tham dự bữa trưa dành cho các thành viên quốc hội tại Hội nghị toàn quốc Đảng Dân chủ tổ chức ở Los Angeles trong năm cuối cùng đương chức của tổng thống Clinton. Tôi bắt gặp Jack cũng là một trong số những người tham dự. Khi đến lúc ngồi vào bàn, tôi tìm cách sao cho chúng tôi được ngồi cạnh nhau.

Buổi trò chuyện chiều hôm đó phải nói là tốt đẹp, thú vị, và hơi lịch sự. Lúc đó tôi không có mục tiêu cụ thể nào. Tôi chỉ hy vọng nó trở thành một bước đệm để đi đến một điều gì đó lớn lao hơn sau này.

Không lâu sau, một người bạn gọi điện cho tôi vì biết rằng tôi là người rất đam mê công việc đỡ đầu. "Anh biết không, con trai của Jack Valenti đang tìm việc làm trong ngành của anh đấy. Tôi nghĩ anh nên gặp và cho cậu bé một vài lời khuyên."

Con trai của Jack là một người rất nổi bật, sáng dạ và dễ thương. Tôi cho cậu bé vài lời khuyên, giới thiệu cậu cho vài nhân vật chủ chốt trong ngành mà cậu nên biết, tất cả chỉ có thế.

Vài tháng sau, tôi lại gặp Jack tại hội nghị CEO của Yale.

"Jack", tôi nói, "tôi biết ông không nhớ tôi đâu. Chẳng có lý do gì khiến ông phải nhớ tôi cả. Chúng ta từng ngồi cạnh nhau tại bữa trưa ở hội nghị Đảng Dân chủ. Nhưng tôi có gặp con trai ông cách đây vài tháng và cho cậu ấy vài lời khuyên nghề nghiệp. Cho tôi hỏi thăm cậu ấy giờ sao rồi?"

Jack bỏ ngang tất cả những gì ông đang làm và thể hiện sự quan tâm chăm chú. Ông đặt cho tôi rất nhiều câu hỏi về con trai mình và cách nào tốt nhất để đặt chân vào ngành của tôi.

Tôi nhấn mạnh cuộc tiếp xúc lần này bằng một lời mời tham dự tiệc tối vào ngày hôm sau, cùng với nhiều nhân vật chính trị và giải trí khác.

"Chắc rồi, tôi sẽ đến buổi tiệc nếu tôi có thời gian," ông nói. "Nhưng quan trọng hơn, tôi muốn chúng ta gặp nhau ăn trưa hôm nào đó, giữa ông, tôi và con trai tôi."

Jack rõ ràng không quan tâm lắm đến lời mời ăn tối của tôi. Biết đâu được? Nhưng ông rất quan tâm cho con trai mình. Jack xem trọng lời mời của tôi, và thể hiện sự hào hứng nhiều hơn bình thường nếu trước đó tôi không có cơ hội được dặn dò con trai ông vài lời dù rất bình thường và đơn giản.

Nhiều người cho rằng chỉ cần một lời mời là đã đủ để tạo nên sự trung thành. Từ lúc tôi còn làm cho Deloitte, cũng như hiện nay khi tôi có công việc tư vấn riêng, rất nhiều người cho rằng cách xây dựng lòng trung thành ở khách hàng là dẫn họ đi đến một bữa tiệc hào nhoáng, hay đến một trận thi đấu thể thao, hay một buổi trình diễn nào đó. Thậm chí bản thân tôi cũng đã từng bị rơi vào cái bẫy này. Trong giai đoạn đầu của mối quan hệ, đây là những dịp để bạn nối kết sâu đậm với đối phương để giúp họ giải quyết những vấn đề họ đang quan tâm. Ngoài ra, chúng tôi cũng khuyến khích những khách hàng của mình thuộc nhóm Fortune 100 hãy bắt đầu mời khách hàng hiện tại và tiềm năng về nhà của các vị lãnh đạo dùng bữa tối, gặp gỡ gia đình, và tìm hiểu thêm những cách khác nhau họ có thể giúp cho khách hàng thật sự với tư cách cá nhân.

Nhưng hãy nhớ, nếu bạn sắp giải quyết những vấn đề tối quan trọng với người khác, hãy dành cho chúng sự tận tâm xứng đáng. Nếu không, ý định tốt cũng trở thành tồi. Không gì làm cho người ta nổi giận bằng việc bạn hứa hẹn giúp đỡ một cách chân thành rồi bỏ trốn.

Bạn có làm được không? Nói thì rất dễ: "Tôi quan tâm đến mọi người. Tôi tin tưởng vào việc phải giúp đỡ và được giúp đỡ. Tôi tin rằng giúp đỡ người khác về sức khỏe, giúp họ kiếm tiền, giúp họ nuôi dạy con cái thành công là mục tiêu cao cả trong cuộc đời." Nhiều người đã từng nói rất huyênh hoang – nhưng khi bạn nhìn vào hành động của họ, bạn nghe chính những người trong mạng lưới của họ nói về họ, và bạn khám phá ra rằng họ không tin vào bất cứ lời nào của mình. Tôi đảm bảo với bạn rằng những thành viên trong mạng lưới của bạn sẽ phơi bày sự thật một cách nhanh chóng và nhắc đi nhắc lại cho tất cả mọi người.

Bạn phải bắt đầu từ đâu? Hãy bắt đầu với quan điểm triết lý, nhân sinh quan, rằng mọi cá nhân là một cơ hội giúp đỡ và được giúp đỡ. Những gì tiếp nối – có thể là giúp đỡ về mặt sức khỏe, của cải, con cái, hay bất cứ khao khát nào – sẽ tự động hiện ra.

CHƯƠNG 19

Môi giới xã hội

Có những người sử dụng quyền lực và ưu thế của mình để ép buộc người khác; có những người, khéo léo hơn, học cách trở nên thiết yếu để người ta luôn cần đến mình.

Tôi vẫn còn nhớ lời khuyên giúp tôi nhìn nhận rõ ràng về hai con đường dẫn đến quyền lực này. Greg Seal gọi tôi vào phòng riêng không lâu sau khi tôi được nhận vào làm tại Deloitte, bảo tôi ngồi xuống rồi nói: "Anh đừng buộc mình - và buộc tất cả những người khác nữa - phải phát điên lên để tìm cách giúp anh thành công. Hãy suy nghĩ xem anh sẽ giúp những người quanh mình thành công bằng cách nào."

Ngay từ lúc mới đặt chân vào Deloitte, tôi là một vị tướng có sứ mệnh rõ ràng. Tôi muốn làm việc nhiều giờ hơn nữa, gặp nhiều đối tác hơn nữa, muốn được tham gia vào những dự án lớn nhất để giải quyết những vấn đề lớn nhất - và tôi muốn làm tất cả mọi thứ ngay lập tức, chỉ vì tôi đang tuyệt vọng cố gắng tạo dấu ấn của riêng mình. Nhiều người nhìn thấy tham vọng này và vì vậy không có thiện cảm với tôi. Và tại Deloitte, cũng như tại bất cứ tổ chức nào, thật không dễ dàng làm được gì nếu nhân viên hay đồng nghiệp không thích bạn.

Trước đây, người ta chấp nhận cho phép bạn được quyền làm nổi giận hay lợi dụng một số người để tìm đường đi lên. Michael Korda trong quyển sách năm 1975 về những bí quyết để trở thành một vị tướng lĩnh trong công ty *Power! How to Get It, How to Use It* đã khuyên rằng "những tay chơi có hạng... cố gắng thu thập thông tin vào tay mình càng nhiều càng tốt và giấu không cho càng nhiều người không biết càng tốt." Nhưng nếu cách đây 30 năm quyền lực đến từ việc nắm giữ độc quyền thông tin, thì hôm nay phương pháp tốt hơn là môi giới xã hội: sự trao đổi thông tin và hành động giúp đỡ lẫn nhau một cách thông thoáng và liên tục, như Greg đã gợi ý với tôi.

Môi giới xã hội là gì? Hãy tưởng tượng đó là một trò chơi. Khi ai đó đề cập đến một vấn đề, hãy cố gắng tìm ra giải pháp. Giải pháp đến từ kinh nghiệm và kiến thức, và công cụ của tôi là bạn bè đồng nghiệp. Ví dụ, tôi đang nói chuyện với ai đó thì họ có nhắc đến rằng họ cần tìm mua một căn nhà tại Los Angeles, điều đầu tiên tôi nghĩ đến là "Mạng lưới của tôi có giúp họ được không?" Và không có nhiều thời gian để suy nghĩ thêm. Giữa cuộc nói chuyện, tôi rút chiếc di động và gọi cho một người mà tôi nghĩ có thể giúp bạn tôi mua nhà. Trong lúc gọi điện, tôi có thể nói với người bạn muốn mua nhà như sau: "Anh cần phải gặp cô môi giới bất động sản này tên là Betty. Không ai biết rõ khu Los Angeles bằng Betty. Số điện thoại của cô ấy đây, nhưng đợi chút đã..." Bây giờ tôi đã gọi được cho Betty. "Chào Betty, rất vui lại được nghe giọng cô. Lâu lắm rồi chúng ta không gặp nhau. Mà này, tôi đang ngồi cùng một người bạn và cần được cô giúp đỡ. Tôi mới vừa cho anh ta số của cô rồi và tôi chỉ muốn gọi để nói trước cho cô biết." Như vậy là mối liên kết đã được thiết lập, công việc đã hoàn tất, và cho dù sau đó chuyện gì diễn ra, thì cả hai bên đầu hài lòng trước nỗ lực của tôi đã hết mình giúp họ.

Đấy chính là cách thức hoạt động của môi giới xã hội. Và điều cốt yếu đầu tiên là, đừng đợi đến khi được hỏi. Hãy cứ hành động.

Để tôi đưa ra thêm một ví dụ nữa, lần gặp gỡ của tôi với Hank Bernbaum, CEO High Sierra, một công ty nhỏ sản xuất túi xách nằm ở ngoại vi Chicago. Hank đã đọc qua bản giới thiệu về tôi và kinh nghiệm trong ngành tiếp thị trên tờ tạp chí *Fast Company*. Ông tự gọi điện cho tôi và nói: "Bài báo viết về anh hay quá."

Thế là tự nhiên ông ta đã gây chú ý cho tôi.

"Chúng tôi là một công ty nhỏ," ông nói, "và chúng tôi không biết làm tiếp thị. Chúng tôi sản xuất những chiếc túi xách tốt nhất nước Mỹ, nhưng không ai biết đến chúng cả. Doanh thu và thị phần của chúng tôi hiện chỉ bằng một phần tư tiềm năng thực thụ của mình. Ông có thể giúp chúng tôi được không?"

Ông nói thêm "Thêm nữa, chúng tôi không có nhiều tiền để phung phí."

Tôi thường thích được nhận những cuộc gọi tương tự như thế này khi tôi có thời gian, bởi vì nó cho phép tôi được đóng vai người tâm tình, người tư vấn, hay thậm chí người giúp việc, cho rất nhiều người khác nhau. Tôi thường xuyên giới thiệu hai người thuộc hai thế giới khác nhau nhưng có thể giúp ích được cho nhau. Điều này cũng giống như một trò chơi ghép hình không bao giờ kết thúc, làm thế nào để ghép cho đúng người vào đúng cơ hội. Bạn cũng vậy, một khi bạn nhìn nhận thế giới theo cách này, bạn sẽ thấy nó mở ra rất nhiều cơ hội thú vị. Bạn sẽ cảm thấy rất vui và hài lòng. Hank trong trường hợp này cần được tư vấn và những chiếc túi xách của ông cần được giới thiệu cho nhiều người biết đến. Tôi gọi đến Peter, một nhà tư vấn tôi đã từng làm việc cùng tại Starwood Hotels, một tay tiếp thị tuyệt vời và rất yêu thiên nhiên. Một mảnh ghép thật vừa vặn. Sau đó tôi gọi cho một người bạn khác đang điều hành bộ phận tiếp thị tại Reebok. Những chiếc túi xách của Reebok cũng không bán chạy bằng các mặt hàng khác của họ, và vì vậy tôi nghĩ hai người sẽ có nhiều điểm chung để chia sẻ với nhau về mặt kinh nghiệm và kiến thức. Tôi còn "nhân bản" một cuộc họp với một giám đốc tiếp thị tại Reebok, và dẫn Hank theo để giới thiệu tận mặt.

Sau đó tôi hỏi Hank trước giờ ông đã làm quảng cáo bao giờ chưa. Chưa hề. Tôi gửi mấy chiếc túi thời trang của Hank cho Alan Webber, biên tập viên của *Fast Company*. Vài tháng sau, tạp chí này viết một bài về các sản phẩm của High Sierra sau khi Alan đã đánh giá cẩn thận giá trị chiếc túi du lịch mà chúng tôi gửi đến cho ông.

Hank vui không thể tưởng. Nhưng sau đó tôi nói thêm một điều: "Hank ạ, những cuộc điện thoại mà tôi đã thực hiện, đáng lẽ ông phải tự làm cho mình. Ông có tham gia CLB Giám đốc tại Chicago không?"

"Tôi có nghĩ đến điều này," ông nói. "Sao vậy?"

"Ông phải bỏ ngay cái lối suy nghĩ về bản thân mình và công ty mình như một hòn đảo tách biệt. Ông cần phải gặp gỡ người khác. Nếu ông tham gia CLB Giám đốc thì họ đã có thể giúp ông những gì tôi đã làm cho ông, chỉ khác là nó đã có thể diễn ra cách đây nhiều năm rồi. Ông cần phải tạo cho mình những nối kết như thế."

Không lâu sau đó, Hank bắt đầu tạo mạng lưới với những vị

giám đốc trong vùng. Sản phẩm của Hank có chất lượng, tất cả những gì ông cần chỉ là một mạng lưới. Tuy nhiên, sau vụ này, không chỉ có ông và tôi được hưởng lợi. Anh bạn Peter cựu đồng nghiệp của tôi, nhà tiếp thị tại Starwood, cũng vận dụng kinh nghiệm này để tạo tự tin và quyết định kinh doanh riêng. Peter hiện có một công ty tư vấn ăn nên làm ra tại New York. Còn vị giám đốc tiếp thị tại Reebok? Ông lấy làm hàm ơn vì được giới thiệu với một người có thể giúp ông phát triển bộ phận túi xách. Câu chuyện ban đầu là một người với một vấn đề, cuối cùng kết thúc là nhiều người và nhiều giải pháp.

Tôi muốn nói gì ở đây? Quyền lực thực sự là khi bạn trở nên thiết yếu. Sự thiết yếu thể hiện khi bạn hoạt động giống như một bảng điều khiển, phát ra những thông tin, mối liên hệ, lòng tốt đến càng nhiều người, trong càng nhiều thế giới khác nhau, càng tốt.

Đây cũng là một dạng nghiệp chướng trong nghề nghiệp. Bạn nhận được những gì bạn đã cho đi. Nói cách khác, nếu bạn muốn kết bạn và nhờ vả họ cho công việc trôi chảy, bạn phải khởi xướng làm điều gì đó cho mọi người - những thứ có thể đòi hỏi bạn phải hy sinh thời gian, sức lực, hay khả năng tư duy của mình.

Kết nối thành công với người khác không chỉ đơn giản là nhận lấy những gì bạn cần. Kết nối là nhận lấy những gì bạn cần và đảm bảo những người quan trọng trong mạng lưới phải nhận được những gì họ cần trước đã. Thông thường điều này có nghĩa là bạn phải giới thiệu những người mà nếu không có bạn sẽ có thể chẳng bao giờ gặp được nhau.

Kết nối tuyệt vời nhất là khi bạn giới thiệu hai người đến từ hai thế giới hoàn toàn khác nhau. Sức mạnh của mạng lưới

chính là ở sự đa dạng trong các mối quan hệ chứ không chỉ là
ở số lượng hay chất lượng.

Đa số chúng ta thường chỉ biết những người trong cùng một
nghề nghiệp hay cùng một nhóm hoạt động xã hội nào đó, cộng
với một vài người bên ngoài. Thông qua những người nối kết
khác, và tự chính bản thân mình, tôi thành thật khuyên bạn nên
để tâm làm quen với càng nhiều người từ nhiều ngành nghề
khác nhau càng tốt. Khả năng liên kết các thế giới khác nhau,
hay những người khác nhau trong cùng một ngành nghề, là một
kỹ năng quan trọng đối với những nhà quản lý được trả lương
cao hơn và thăng chức nhanh hơn, theo như một cuộc nghiên
cứu của Ron Burt, giáo sư tại Khoa Kinh tế trường ĐH Chicago.

"Những người có mối liên kết trong những nhóm khác nhau
tạo được cho mình ưu thế cạnh tranh vì chúng ta đang sống
trong một thế giới quan liêu, và sự quan liêu tạo ra những bức
tường rào," Burt nhận xét. "Những nhà quản lý có mạng lưới
quan hệ truyền thông tin nhanh hơn, tương đối linh hoạt hơn
trước nạn quan liêu, và tìm ra giải pháp phù hợp hơn cho nhu
cầu của tổ chức."

Cuộc nghiên cứu của ông còn đi xa hơn để tìm câu trả lời cho
một vấn đề gây tranh cãi đã lâu: Điều gì đóng góp nhiều hơn
cho thành công: kiến thức hay mối quan hệ? Đối với Burt, cả hai.
Mối quan hệ giúp bạn áp dụng hiệu quả hơn kiến thức của
mình. Để mọi việc trôi chảy, và vượt qua những tường chắn
trong công ty, bạn cần có những mối quan hệ phù hợp.

Tôi biết rất rõ về điều này. Khi còn ở Deloitte, tôi thân hết với
những Giám đốc tiếp thị của các đối thủ lớn. Tại Starwood, tôi
nhanh chóng làm quen với những người có thế lực trong ngành.
Khi tôi làm CEO tại YaYa, tôi đề ra mục tiêu phải gặp lãnh đạo

báo chí và các công ty trò chơi trên máy tính. Chỉ có điều lúc đó tôi không nhận ra rằng mình cũng đang tạo nền tảng thành công cho FerrazziGreenlight. Cho dù bạn đang làm công việc gì, nếu bạn cần phải đẩy sản phẩm của công ty mình tiến tới một thương hiệu định vị quan trọng trong những khách hàng tiềm năng, bạn cần phải có thể đối thoại được với những người tham gia cuộc chơi có thể giúp bạn đạt được mục tiêu này cả trong và ngoài ngành. Một trong những cách tôi áp dụng là giúp họ làm quen với nhau - họ đều biết việc này sẽ giúp cho công việc kinh doanh của họ. Tôi rất ngạc nhiên khi thấy những vị đứng đầu bộ phận tiếp thị của các công ty tư vấn lớn không hề quen biết nhau.

Có thể bạn đang tự nghĩ "Nhưng tôi không biết vị lãnh đạo nào hay nhân vật quan trọng nào trong ngành cả! Mà họ việc gì phải làm quen với tôi chứ?" Không thành vấn đề. Môi giới xã hội khi nguồn lực tài chính và mối quan hệ của bạn còn mỏng không phải là một rào cản quá lớn. Giải pháp là kiến thức, một trong những đơn vị tiền tệ có giá nhất khi môi giới. Kiến thức không tốn tiền - bạn có thể tìm thấy trong sách vở, báo chí, trên mạng Internet, nhưng dù ở đâu, kiến thức đều là một tài sản quý.

Khả năng phát tán kiến thức trong mạng lưới là một kỹ năng học rất nhanh. Đơn giản đến mức bạn nên bắt đầu ngay bây giờ. Xác định một số nhà tư tưởng hàng đầu và những tác giả nổi tiếng trong ngành của bạn. Những nhân vật này có quyển sách nào mới trên thị trường không? Tìm hiểu trong danh sách những quyển sách bán chạy nhất trên báo. Mua quyển sách, đọc nó, và ghi chú tóm tắt những tư tưởng lớn, một số câu chuyện hay nghiên cứu thú vị, và tìm ra mối tương quan đến những người bạn sắp kể cho họ nghe. Như vậy là bạn mới vừa sáng tạo ra Tuyển tập Tư tưởng lớn trong tháng (hay một cái tựa thật kêu khác mà bạn thấy thích). Bây giờ bạn hãy chọn ra vài người, có người bạn biết rõ, có người không, và email cho họ tác phẩm của bạn. Tất cả những gì bạn phải nói là "Tôi có thu thập được một số tư tưởng thú vị mà tôi nghĩ bạn muốn biết."

Thế là xong. Bạn đã trở thành một người môi giới kiến thức. Sau khi bạn đã bắt đầu quen với việc này, bạn có thể email tuyển tập này hàng tháng. Biến nó thành một tập san. Nếu tháng nào bạn không có thời gian, bạn có thể gửi đi một vài bài báo mà bạn cho là đặc biệt hữu ích. Hoặc, nếu quyển sách đặc biệt thú vị và bạn thật sự muốn tạo ấn tượng, hãy gửi cả quyển sách.

Bạn có thể biến hành động môi giới kiến thức này thành một thói quen. Ví dụ, giả dụ có ai đó trong lúc ăn trưa hay trong lúc tán gẫu trước cuộc họp nhắc đến rằng họ đang vất vả trong mối quan hệ với con cái trong độ tuổi vị thành niên. Bạn phải nghĩ ngay đến "vấn đề". Và với tư cách là một người môi giới xã hội, bạn phải nghĩ ngay đến "tìm giải pháp". Nếu bạn không có kinh nghiệm bản thân, giải pháp có thể tìm được bằng cách tự hỏi "Liệu mạng lưới bạn bè và người thân của mình có giúp được không? Có người bạn nào của mình cũng có con trong độ tuổi vị thành niên không?" Có lẽ bạn sẽ không cần nhiều thời gian để tìm ra một người bạn quen biết, có thể là chính cha mẹ của bạn, đã từng gặp phải vấn đề tương tự và đã giải quyết ổn thỏa với con cái của họ. Nhấc điện thoại và hỏi họ liệu họ có lời khuyên nào, hay họ có quyển sách nào hay bài báo nào mà họ đã áp dụng không. Sau đó chỉ việc chuyển đến đúng địa chỉ.

Hoặc giả sử bạn là một người môi giới nhà đất nhưng mơ ước trở thành nhà thiết kế thời trang. Tôi không biết nhiều về quần áo, nhưng nó cũng chỉ là một chủ đề như bao chủ đề khác, tôi chắc thế nào cũng có người biết rõ hơn (và thế nào cũng có người đã viết sách về nghề thiết kế thời trang). Hãy thử tìm kiếm trên Amazon.com, và tìm thứ gì có vẻ hữu ích cho một người muốn trở thành nhà thiết kế. Sau đó gửi đường link hoặc quyển sách đến cho nhà thiết kế tương lai, hoặc môi giới một cuộc gặp gỡ nào đó, bạn đã tạo ra giá trị thật sự.

Vâng, cách tạo mối quan hệ như thế này chiếm nhiều thời gian và sự quan tâm. Nhưng chính vì thế mà nó được trân trọng. Hãy là người hỗ trợ nối kết, chia sẻ kiến thức, và đó chính là niềm vui của một người "môi giới quyền lực" trong thời hiện đại.

Để kết lại, tôi lặp lại lời của Dale Carnegie theo cách khác: Bạn có thể trở nên thành công chỉ trong vòng hai tháng bằng cách thể hiện sự quan tâm thật sự đến thành công của người khác thay vì mất hai năm nếu chỉ cố gắng làm cho người khác quan tâm đến thành công của bạn.

TIỂU SỬ NGƯỜI NỔI TIẾNG

Vernon Jordan

"Hãy biến mình thành người không thể thiếu."

Vernon Jordan là một nhân vật kiệt xuất trong việc thương lượng, cựu cố vấn cho tổng thống Clinton, một siêu luật sư tại Washington, và hiện tại đang có chân trong hội đồng quản trị của 10 công ty, trong đó có American Express, Dow Jones, Revlon, và Xerox. Ông là Giám đốc Tiếp thị Cấp cao tại Lazard, một ngân hàng đầu tư quốc tế, và là luật sư cấp cao tại hãng luật Akin Gump có trụ sở tại Washington D.C. *Fortune* xếp ông đứng thứ 9 trong danh sách những nhà điều hành da đen quyền lực nhất.

Theo tạp chí *Time*, Jordan nhận lương hàng triệu đô với "công việc tại hãng luật không yêu cầu ông phải chuẩn bị hồ sơ hay tham gia trước tòa, vì giờ làm việc của ông dường như chỉ tập trung vào các nhà hàng sang trọng, nói chuyện trên điện thoại... để khéo léo giới thiệu chỗ này, bỏ nhỏ chức vụ lập pháp chỗ kia, giải quyết những tình huống không hay trước khi nó bị công khai trên mặt báo." Ông không chỉ là người nói giỏi. Ông còn là người làm giỏi.

Trong thời đại ngày nay, giữ được việc trong một tổ chức quyền lực đã là khó, nhưng Jordan đã biến mình trở thành vô giá đến mức ông có thể làm việc cho nhiều người cùng lúc, và không ai có vẻ quan tâm đến chuyện đa đoan này.

Trong quá trình làm việc, Jordan đã trở thành một người nối kết giỏi nhất tại Washington; dường như ông có bạn bè hay quen biết những người thế lực tại mọi khu vực, mọi tỉnh thành. Ông là người đã nối kết Lou Gerstner với IBM. Ông là người tiếp cận Colin Powell về vấn đề thay thế Warren Christopher làm Bộ trưởng Ngoại giao Mỹ. Ông là người giúp James Wolfensohn trở thành Chủ tịch Ngân hàng Thế giới.

Ông đã làm tất cả những chuyện này như thế nào?

Jordan sử dụng môi giới xã hội để biến mình trở thành người không thể thiếu – ông là một người môi giới quyền lực thời hiện đại theo đúng nghĩa của nó. Nhưng không phải lúc nào ông cũng biết rõ những cơn lốc đang diễn ra tại Washington. Ông thậm chí còn không sống tại Washington cho đến khi được Akin Gump mời về làm việc vào năm 1982. Đến lúc này, ông đã làm được rất nhiều cho sự nghiệp của mình – đã xây dựng được nhiều thập kỷ những mối quan hệ và những lần giúp đỡ người khác – và ông hiểu rằng mình sẽ sớm trở thành một người thế lực tại thành phố này. Akin Gump cũng hiểu điều này, và đó là một trong những lý do họ mời ông: "Tôi biết ông ấy sẽ hòa nhập vào cộng đồng luật pháp tại Washington và trở thành một nhân vật quan trọng," Robert Strauss, một hội viên cao cấp cho biết. "Thành phố này được xây dựng trên quyền lực và mối quan hệ, và Vernon là người phù hợp nhất mà tôi được biết."

Jordan trở thành một cái tên thân quen đối với người Mỹ trong thập niên 1990 vì mối quan hệ của ông với Bill Clinton. Nhưng trước đó từ rất lâu ông đã là người nổi tiếng trong cộng đồng người da đen.

Trong thập niên 1960, Jordan là một luật sư tích cực hoạt động vì nhân quyền tại Atlanta. Sau đó, ông làm thư ký hiện trường cho NAACP, đấu tranh để trẻ em da đen được học chung với trẻ da trắng, và vì quyền bầu cử của người da đen tại Georgia. Năm 1964, Jordan rời NAACP để điều hành Dự án Giáo dục Cử tri cho Hội đồng Liên bang phía Nam (Voter Education Project). Nhiệm vụ của ông là tìm những người tình nguyện có thể giúp tổ chức những buổi huấn luyện, và tìm cách quyên góp cho dự án. Việc quyên góp buộc Jordan phải đi qua mọi nơi ở khu miền Nam, trình bày với các quỹ nhà giàu tại sao họ nên đóng góp cho VEP. Chính ở chức vụ này mà Jordan đã tạo được sự kính trọng từ bên trong tổ chức như là một người biết đấu tranh vì lý tưởng. Mối quan hệ của ông càng ngày càng rộng khi ông kết nối với cả chủ tịch các quỹ và những người giám sát VEP tại Washington D.C.

Jordan lần đầu tiên gia nhập cộng đồng *Fortune 500* vào năm 1966 khi ông được mời tham gia hội nghị về nhân quyền tại Nhà Trắng dưới thời tổng thống Johnson, cùng với hàng trăm CEO khác. Trong những năm cuối thập niên 1960 và suốt 1970, ông đi khắp nơi với tư cách là một thành viên trong cộng đồng doanh nghiệp và tổ chức đấu tranh vì nhân quyền. Vai trò của ông trong thế giới này khiến cho ông trở nên hữu ích hơn trong thế giới kia, và ngược lại. Những hành động giúp đỡ hay bạn bè trong thế giới này có thể được vận dụng để giúp đỡ hay kết bạn trong thế giới kia.

Công việc toàn thời gian của Jordan cho phép ông có mặt ở cả hai nơi. Năm 1970, ông là Giám đốc điều hành Quỹ United Negro College Fund. Năm 1972, ông là chủ tịch của National Urban League, một tổ chức nhân quyền vì mục đích kinh tế, và giữ chức vụ này suốt 10 năm. Hai vị trí này tạo điều kiện cho Jordan mở rộng mối quan hệ cá nhân dễ dàng, đến mức năm 1982, Akin Gump phải chi một con số khá lớn để mời được ông về làm việc. "Mời được Vernon không hề rẻ," Strauss nói. "Nhưng tôi nói với ông ấy: 'Chúng tôi sẽ chịu tiền cho ông vài năm để ông bắt nhịp với thế giới này, sau đó ông phải đền bù một thời gian dài.'"

Sự nghiệp của Jordan là một ví dụ tuyệt vời cho thấy cơ hội đến khi có thể kết nối con người từ những thế giới khác nhau hay tổ chức khác nhau để mang lại hiệu quả. Khi Jordan trở thành một nhân vật của công chúng trong sự kiện Clinton-Lewinsky, ông bị thẩm tra về lời khai rằng chuyện giúp đỡ một người hoàn toàn xa lạ như Monica Lewinsky tìm việc là chuyện hết sức bình thường. Mạng lưới của ông một lần nữa lại đưa tay hỗ trợ. Luật sư Leslie Thornton đã kể chi tiết trên tờ *Wall Street Journal* những lần ông cố hết sức để giúp bà và những người khác. Bà tiết lộ một chi tiết mà mọi người da đen hay da trắng đều biết rất rõ: Jordan đã giúp mở những cánh cửa cho mọi người thuộc mọi màu da, mọi tín ngưỡng từ hàng chục năm nay.

CHƯƠNG 20

Pinging – mọi lúc mọi nơi

Nếu như Woody Allen đã từng phát biểu, 80% thành công là chỉ cần biết xuất hiện đúng lúc, thì 80% việc xây dựng và duy trì mối quan hệ là chỉ cần giữ liên lạc.

Tôi gọi đây là "pinging". Đây là những lời chào hỏi ngắn gọn, tự nhiên, và có thể thực hiện bằng nhiều cách khác nhau. Một khi bạn đã quen với phong cách riêng của mình, bạn sẽ thấy có thể giữ liên lạc với nhiều người hơn cả mong đợi mà không mất nhiều thời gian như bạn nghĩ.

Dĩ nhiên bạn vẫn phải làm việc chứ. Pinging cũng đòi hỏi phải nỗ lực. Đó chính là điểm khó khăn nhất. Bạn cần phải liên tục pinging, pinging, và pinging và không bao giờ dừng lại. Bạn phải liên tục giữ lửa cho mạng lưới của mình nếu không nó sẽ héo hon và chết.

Bạn đã bao nhiêu lần phải tự hỏi mình, "Cái mặt của anh ta... Anh biết đấy, cái anh chàng..." Hoặc, "Tôi biết cô ấy, tôi chỉ không nhớ nổi tên cô ta..." Tất cả chúng ta đều thường xuyên gặp những tình huống như vậy, theo như tôi biết. Mỗi khi tôi nghe những câu phát biểu như vậy, tôi cảm nhận được ngay là mạng lưới của họ hay những nối kết của họ đang bị héo mòn.

Ngày nay chúng ta bị tràn ngập trong biển thông tin và bộ óc chúng ta chỉ có thể ưu tiên cho những thông tin nào gần nhất. Làm thế nào để vượt lên những âm thanh hỗn loạn trong thông tin? Muốn trở thành người đầu tiên trong sổ danh bạ trí nhớ tùy thuộc vào một khái niệm đơn giản nhưng giá trị: nhắc nhở.

- Những người bạn vừa mới liên hệ hoặc mới tạo dựng mối quan hệ cần phải được nhìn thấy hoặc nghe đến tên bạn trong ít nhất ba phương thức giao tiếp – ví dụ như thông qua email, điện thoại, gặp mặt trực tiếp – trước khi họ nhớ ra bạn có tồn tại.

- Một khi bạn đã đạt được sự nhận biết ban đầu, bạn cần phải nuôi dưỡng mối quan hệ này bằng một cuộc điện thoại hay một email ít nhất mỗi tháng một lần.

- Nếu bạn muốn chuyển một nối kết thành một người bạn, bạn cần ít nhất hai cuộc gặp mặt trực tiếp bên ngoài văn phòng làm việc.

- Duy trì mối quan hệ hạng hai cần đến hai hay ba pinging mỗi năm.

Những nguyên tắc cơ bản trên giúp bạn có khái niệm cần phải làm gì để giữ lửa cho mạng lưới của mình. Mỗi ngày tôi gọi hàng chục cuộc điện thoại. Hầu hết chỉ là gọi điện để chào hỏi ngắn gọn và tôi thường để lại tin nhắn trên hộp thư thoại. Tôi cũng thường xuyên gửi email. Với chiếc BlackBerry, tôi có thể làm gần như toàn bộ những động tác pinging khi ngồi trên xe lửa, máy bay, taxi. Tôi nhớ - hay ít nhất cũng là chiếc PDA của tôi nhớ - tất cả những sự kiện riêng tư như sinh nhật, ngày kỷ niệm, và tôi đặc biệt chú ý liên lạc với mọi người trong những lúc như thế.

Khi tham gia duy trì mối quan hệ, bạn phải có mặt liên tục 24/7, 365 ngày trong năm.

Bạn cần phải tạo ra một nền tảng vững chắc cho hệ thống. Tuy nhiên đây chỉ là cách làm việc của tôi. Bạn sẽ nghĩ ra cách riêng của bạn. Nguyên tắc chủ đạo là phải lặp đi lặp lại; hãy tìm ra một phương pháp nào đó để đảm bảo bạn giữ liên lạc với mọi người thường xuyên nhưng không gây cho bạn quá căng thẳng về thời gian.

Một cách tôi phát hiện sẽ giúp tôi duy trì mạng lưới những nối kết, đồng nghiệp, bạn bè dễ dàng hơn là tạo ra một hệ thống xếp hạng tùy thuộc vào mức độ thường xuyên tôi liên lạc. Đầu tiên, tôi phân loại mạng lưới thành năm nhóm chính: Dưới nhóm "Cá nhân", tôi điền tên bạn thân và những người quen trong xã hội. Vì tôi thường tiếp xúc với nhóm này một cách thân tình, tôi không để tên họ vào danh sách. Mối quan hệ đã được định hình, và vì vậy khi chúng tôi nói chuyện, dường như giữa chúng tôi không hề có khoảng cách. Nhóm "Khách hàng" và "Khách hàng tiềm năng" chỉ cần nghe tên cũng hiểu rồi. "Những cộng sự quan trọng" dành cho những người tôi cần liên lạc thường xuyên trong công việc. Tôi có thể đang làm việc với họ hoặc hy vọng sẽ hợp tác với họ trong tương lai. Đây là nhóm quan trọng nhất của sứ mệnh. Dưới nhóm "Những mối liên hệ khao khát", tôi liệt kê những người tôi muốn được làm quen, hoặc tôi đã gặp qua chóng vánh (danh sách này có thể là sếp của sếp bạn hay một ngôi sao đáng kính nào đó) và muốn thiết lập mối quan hệ thân thiết hơn.

Sau khi đọc qua chương về ghi nhận tên tuổi, tôi hy vọng bạn đã bắt đầu chia nhóm và phân loại mạng lưới của mình theo một cách phù hợp nhất - không nhất thiết phải tuân theo một nguyên tắc cứng nhắc nào cả. Tạo ra những phân khúc phù hợp với bạn và mục tiêu của bạn. Đây là một thói quen cần được củng cố thường xuyên. Tất cả những người thành công đều phải biết lập kế hoạch. Họ nghĩ ra trên giấy. Không lập kế hoạch, như lời mọi người thường nói, đồng nghĩa với lập kế hoạch thất bại. Và đi kèm một kế hoạch là danh sách những hoạt động và tên người.

Bước tiếp theo là in danh sách những nối kết trong mạng lưới của bạn theo những nhóm mà bạn đã phân loại. Câu hỏi đặt ra là Bạn nên liên hệ với những người trong nhóm này với mức độ thường xuyên như thế nào? Tôi có một hệ thống khá đơn giản, nhưng bạn có thể dựa vào đó để phát triển thêm. Tôi dò từ trên xuống dưới và đánh dấu 1,2,3 bên cạnh từng cái tên.

"1" nghĩa là người đó sẽ được liên hệ ít nhất mỗi tháng một lần. Điều này có nghĩa là tôi đang có mối liên hệ mật thiết với người đó, có thể là bạn bè hay một cộng sự kinh doanh mới. Đối với những mối quan hệ mới thiết lập, "1" có nghĩa là tôi vẫn chưa tạo được nền tảng vững chắc thông qua ba cách tiếp cận khác nhau. Mỗi khi tôi liên hệ với ai đó, tôi thường ghi lại một chú thích ngắn ngay bên cạnh tên của họ cho biết lần cuối cùng tôi liên hệ với họ là khi nào và thông qua phương tiện gì. Nếu tháng trước tôi đã gửi email hỏi thăm đến một khách hàng tiềm năng được đánh dấu "1", tháng này tôi sẽ gọi điện thoại. Ngoài ra, những nối kết nào được xếp vào hạng "1", tôi chép vào điện thoại di động và gán cho họ một mã quay số nhanh. (Tôi rất thích chế độ quay số nhanh này, vì nó cho phép tôi tìm và liên lạc nhanh.) Nếu tôi có chút thời gian rảnh trên taxi, tôi chỉ việc dò tìm theo những mã số này và gọi vài cuộc điện thoại cho những người gần đây tôi không liên lạc.

Số "2" nghĩa là tôi thỉnh thoảng cần phải liên hệ để cập nhật tình hình. Đây là những người quen tình cờ hay những người tôi biết khá rõ. Họ sẽ được nhận một cuộc điện thoại hay email mỗi quý. Tôi cố gắng đưa tên những người này vào khi tôi gửi thư thông báo liên quan đến công việc. Và cũng như tất cả những người khác trong mạng lưới, mỗi năm họ còn được nhận thiệp hay điện chúc mừng nhân dịp lễ tết và sinh nhật.

Những người được xếp vào nhóm "3" là những người tôi không biết rõ, và vì lý do thời gian, hoàn cảnh, tôi không thể dành thêm nỗ lực để pinging với họ. Những người này thuần túy chỉ là quen biết, những người tôi gặp tình cờ, nhưng không hiểu sao lại có tên trong danh bạ của tôi. Tôi cố gắng bằng cách này hay cách khác liên lạc với nhóm này ít nhất mỗi năm một lần. Điều thú vị về nhóm này là, do bạn không quen thân với họ, nên khi bạn liên lạc và gửi thiệp hay email, bạn sẽ nhận được những phản hồi rất vui. Đa số mọi người thường tỏ vẻ vui sướng, trí tò mò của họ bị kích động, khi một người nào đó họ không quen biết lắm lại gửi thiệp chúc mừng, dù là những lời nhắn ngắn ngủi thôi.

Bước thứ ba, như tôi đã nhắc đến trong chương về ghi nhận tên người, là phân loại mạng lưới của bạn thành những danh mục điện thoại. Theo thời gian, danh sách tổng hợp sẽ trở nên quá cồng kềnh và bạn không thể làm việc trực tiếp trên đó. Danh mục điện thoại sẽ giúp bạn tiếp kiệm thời gian và tập trung nỗ lực. Bạn có thể sắp xếp chúng theo số thứ tự, theo thành phố, hay theo ngành nghề, vân vân. Bạn hoàn toàn tự do sắp xếp. Nếu tôi bay đến New York chẳng hạn, tôi sẽ in ra danh mục điện thoại New York, và gọi vài cuộc điện thoại cho những người được đánh số 1 khi tôi đặt chân xuống sân bay. "Chào

Jan. Tôi mới đến New York và chợt nhớ đến bạn. Lần này tôi không có thời gian gặp bạn, nên tôi chỉ muốn gọi điện cập nhật tình hình." Danh mục New York này cũng rất hữu ích khi khoảng một tuần trước khi đi bạn có thể sử dụng nó điền vào những khoảng thời gian còn trống trong lịch trình làm việc của mình.

Làm thế nào tôi có đủ thời gian? Một lần nữa tôi muốn nhắc lại, bạn có thể tìm thấy thời gian bất cứ ở đâu. Tôi pinging trên taxi, hoặc trên xe riêng. Tôi pinging trong nhà tắm (với chiếc BlackBerry). Khi tôi thấy chán tại cuộc hội thảo, tôi pinging bằng email. Tôi có thói quen lưu giữ tất cả những email tôi đã gửi đi và nhận được. Khi nhận được, tôi chuyển nó vào thư mục cho biết tôi đã trả lời thư hay chưa. Sau đó tôi chỉ việc mở những email chưa trả lời, và bắt đầu pinging. Tôi cũng tập thói quen kiểm tra lại danh sách tổng hợp vào cuối tuần và so sánh với những hoạt động hay chuyến công tác nào tôi dự định cho tuần sau. Bằng cách này, tôi luôn được cập nhật và mang theo một danh sách đáng tin cậy bên mình suốt cả tuần.

Một cách tiết kiệm thời gian khác là phải thật tập trung khi bạn gọi điện thoại. Có nhiều khi, nghĩ lại thật buồn cười, tôi gọi điện mong KHÔNG được gặp người đó. Đôi khi bạn không có đủ thời gian để nói chuyện thật cặn kẽ, bạn chỉ muốn nhắn lại lời thăm hỏi. Tôi cố gắng ghi nhớ về thói quen sử dụng điện thoại của mọi người và nếu tôi chỉ muốn để lại lời nhắn, tôi sẽ gọi khi tôi biết họ không có mặt. Gọi điện thoại đến văn phòng thật sớm hoặc thật muộn thường sẽ đem lại kết quả này.

Vấn đề quan trọng là bạn phải đưa khái niệm pinging vào trong công việc hàng ngày của mình. Một số tổ chức còn đưa cả pinging vào quy trình nội bộ của họ. Tôi nghe nói tại hãng tư vấn McKinsey, người ta thật sự đề ra một quy tắc là khi một CEO mới bổ nhiệm được 100 ngày, McKinsey sẽ chỉ định một nhà tư vấn của họ gọi điện để xem McKinsey có đóng góp giúp đỡ được gì không. Theo McKinsey, 100 ngày là vừa đủ để vị CEO mới nắm được tình hình, nhận biết được, nhưng chưa đủ thời gian để ra tay tìm ra các giải pháp.

Khi pinging trở thành một công cụ đáng tin cậy trong hoạt động kinh doanh, bạn cũng đừng ngạc nhiên khi thấy các công ty phần mềm nhanh chóng phát triển những sản phẩm để giúp bạn pinging dễ dàng hơn. Plaxo là một chương trình mới rất gọn mà tôi thấy rất hữu hiệu. Phần mềm này được thiết kế giúp mọi người giữ liên lạc với nhau và giải quyết vấn đề đau đầu là thông tin liên lạc không được cập nhật. Phần mềm này sẽ xâm nhập vào database các nối kết, trích ra những người có địa chỉ email, và gửi thư yêu cầu họ cập nhật thông tin cá nhân theo những gì bạn đang lưu trữ. Khi thông tin đã được cập nhập, nó sẽ gửi cho bạn một email thông báo. Thế là bạn đã pinging tự động rồi!

Tôi sử dụng phần mềm này mỗi sáu tháng một lần, và đã trở thành khách hàng thân thiết rồi. Cách đây không lâu, tôi cho Plaxo chạy cập nhật thông tin. Vài ngày sau, tôi nhận được email từ một khách hàng tiềm năng mà tôi đã mất liên lạc từ lâu trả lời lại rằng: "Chúng ta nói chuyện cách đây đã gần một năm. Cuối cùng chẳng có gì xảy ra. Bây giờ có thể là lúc thích hợp để bàn trở lại." Email này đã dẫn tôi đến với một khách hàng trị giá 2 triệu đôla.

Phương pháp và nội dung là hai yếu tố quan trọng nhất trong pinging. Nếu đó là những nối kết thân thiết, tôi sẽ sử dụng pinging với thông điệp "Tôi gọi điện vì tôi quan tâm đến bạn."

Tất nhiên, thông điệp của tôi sẽ là "Chào, lâu rồi chúng ta không nói chuyện với nhau và tôi chỉ muốn nói cho bạn biết là tôi nhớ bạn, và bạn là một người rất quan trọng với tôi." Dĩ nhiên bạn có thể thay đổi tùy đối phương, nhưng nên nhớ luôn thể hiện thông điệp một cách chân tình nhất.

Đối với những người đóng vai trò quan trọng trong sự nghiệp hay công việc kinh doanh của tôi, tôi thường thích dùng công cụ pinging giá trị gia tăng. Trong trường hợp này tôi tìm cách mang lại một điều gì đó giá trị trong lúc giao tiếp, ví dụ như khi một người tôi biết được thăng chức, hay công ty họ đang điều hành đạt kết quả khích lệ trong một quý, hay khi họ có em bé. Tôi cũng thích gửi đi vài bài báo, những lời khuyên ngắn, hay những cử chỉ khác thể hiện tôi đang nghĩ đến họ và sẵn sàng giúp đỡ họ.

Hãy sáng tạo. Tôi có một người bạn thường mang theo một chiếc máy ảnh kỹ thuật số bên mình. Khi anh ta rời khỏi buổi hội thảo hay kết thúc một chuyến đi công tác, anh ta pinging những người đã gặp bằng một lời chào ngắn gọn kèm theo một tấm hình. Đó là một ý tưởng hay và rất phù hợp với anh ta. Tôi có một người bạn khác lại sử dụng âm nhạc theo cách tương tự. Khi anh ta gặp một người mới quen, anh ta thường hỏi họ thích nghe loại nhạc gì. Anh chàng này có cả một thư viện số về âm nhạc, từ xưa đến nay, và anh ta luôn cập nhật những bản thu mới nhất. Khi cần phải pinging, anh ta có thể viết "Tôi rất hân hạnh được làm quen bạn hôm đó. Bạn có nói là bạn thích nghe nhạc jazz. Tôi tình cờ có một bản thu rất hiếm của Miles Davis. Tôi nghĩ bạn sẽ rất thích. Nghe xong bạn cho tôi biết ý kiến nhé."

Một khi bạn đã gây dựng được nối kết với một cộng sự mới

hay một người bạn, hãy nhớ nuôi dưỡng nó bằng cách pinging. Đây là sản phẩm kỳ diệu chăm bón cho khu vườn bạn bè và cộng sự của mình.

Công cụ pinging căn bản: NGÀY SINH NHẬT

Những lời khuyên về cách nhắc nhở người khác nhớ đến mình vào những sự kiện đặc biệt thường tập trung vào gửi thiệp Giáng sinh hay Tết. Ngày lễ, theo ý kiến cá nhân tôi, không phải là lúc tốt nhất để khởi động cỗ máy pinging của bạn. Tại sao? Vì rất khó làm nổi bật mình trong số khoảng 150 người khác.

Cơ hội pinging tôi đặc biệt yêu thích vẫn là ngày sinh nhật, đứa con bị bỏ rơi trong số những sự kiện được chào đón trong đời. Khi bạn già đi, những người xung quanh bắt đầu bỏ qua ngày đặc biệt này (chắc có lẽ vì họ cho rằng bạn cũng không muốn nhớ đến nó). Có thể cha mẹ bạn vẫn nhớ, nhưng anh chị em thì chưa chắc. Còn bạn bè của bạn sẽ tự nhủ: "Ai lại đi nhắc nhở anh chàng tội nghiệp đó là hắn đang già đi?" Chẳng bao lâu, sự thất vọng chồng chất sẽ biến thành phản kháng, và sau đó là căm ghét. Hoặc ít nhất cũng thể hiện như căm ghét.

"Nhưng mà ngày sinh nhật không quan trọng đối với tôi," tôi nghe người ta nói với nhau thường xuyên như vậy. Bạn thuyết phục gia đình bạn "Đừng có tổ chức gì hết, mà nếu có, làm gọn nhẹ thôi."

Tôi thì tôi không tin đâu. Tôi biết rất rõ bạn muốn gì. Bạn quan tâm đến nó lắm, cũng như rất nhiều người khác.

Chúng ta đã được huấn luyện từ thời còn bé, cho dù sau này khi lớn lên chúng ta căm ghét sinh nhật đến thế nào, rằng đây là ngày của riêng ta. Ngày của ta, đã như thế từ lúc ta còn là một đứa trẻ con. Và khi bạn đã 70 tuổi, tận sâu thẳm trong lòng, cho dù bạn có phản đối thế nào, bạn vẫn cảm thấy thích thú được nhớ đến vào ngày sinh nhật ngay cả khi bạn không còn nhận được những món quà to kềnh rực rỡ.

Đừng tự dối lòng mình – AI CŨNG QUAN TÂM ĐẾN NGÀY SINH NHẬT CỦA MÌNH.

Cách đây vài năm, tôi đang đi công tác tại New York thì một tin nhắn nhắc nhở xuất hiện trên chiếc điện thoại của tôi: "Sinh nhật Kent Blosil." Kent là người đã khéo léo vượt qua được người giữ cửa của tôi. Khi tôi gặp Kent lần đó, tôi đã có thông tin liên lạc, và tôi cũng hỏi ngày sinh nhật của anh ta, như một thói quen tôi thực hiện với tất cả mọi người. Câu hỏi này không có gì là riêng tư, và đa số mọi người đều quên bẵng ngay sau khi họ nói cho tôi nghe.

Kent là một người theo Mormon. Sinh ra và lớn lên tại Salt Lake, Utah, anh ta có tổng cộng mười anh chị em. Trong một gia đình lớn như vậy, bạn cứ nghĩ anh ta nhất định nhận được rất nhiều cuộc điện thoại thăm hỏi trong ngày sinh nhật của mình.

Tôi đã không tiếp xúc với anh ta hơn một năm. Hôm đó tôi cũng rất bận, và tôi không đọc tin nhắn cho đến tận 3 giờ chiều. Thông thường tôi sẽ gọi điện thoại chúc mừng vào sáng sớm. Như vậy, tôi thường bị chuyển vào hộp thư thoại, và khi họ đến văn phòng sáng hôm đó, họ sẽ được nghe tôi ca bài Happy Birthday. Tôi nghĩ có rất nhiều tay lái taxi cho tôi là kẻ gàn.

Vì vậy khi tôi gọi cho Kent và anh ta nhấc máy buổi chiều hôm đó, tôi cất giọng Pavarotti của mình hát bài Happy Birthday để chào anh ta. Không cần chào hỏi. Không cần khách sáo. Tôi cứ thế mà hát.

Thông thường tôi sẽ nghe đầu dây bên kia cười vui vẻ và "Cảm ơn". Lần này, sau khi tôi hát xong, bên kia vẫn im lặng. "Kent, anh có đó không? Hôm nay là sinh nhật anh phải không?" Im lặng. Chẳng ai đáp lại. Tôi nghĩ mình giống một thằng điên và đã nhớ nhầm ngày hay gì đó rồi.

"Kent ơi."

Mãi sau anh ta mới ấm ớ, "Ừ". Anh ta đang nghẹn ngào, cố gắng ngăn không khóc.

"Anh có sao không?"

"Anh còn nhớ sinh nhật tôi hả?" anh ta hỏi. Người ta thường rất ngạc nhiên vì điều này.

"Anh biết không, Keith, năm nay không có ai trong gia đình tôi, không anh chị em nào... thực tế là không ai nhớ đến sinh nhật của tôi cả. Không ai nhớ cả," anh ta nói. "Cám ơn anh nhiều lắm."

Anh ta không bao giờ quên. Người ta không bao giờ quên.

CHƯƠNG 21

Tìm cột neo và làm họ hài lòng

Khi tôi còn là anh chàng sinh viên giật gấu vá vai để theo đuổi việc học tại trường kinh tế, căn hộ của tôi chắc chắn không thể xem là một nơi ở sạch sẽ dành cho nhà thiết kế. Chật hẹp, vâng. Hơi dơ bẩn, chắc chắn rồi. Tuy nhiên, điều này hoàn toàn không ngăn cản được tôi thỉnh thoảng vẫn tổ chức những bữa tiệc quậy phá vui vẻ với bạn bè - và với một vài người lạ nữa.

Chính thời gian này tôi khám phá ra được sức mạnh của những bữa tiệc tối trong việc tạo nên những dấu ấn kỷ niệm và thắt chặt tình bạn hữu. Hôm nay tôi hoàn toàn tự tin nói rằng những mối quan hệ bền chặt nhất đã được củng cố bên bàn tiệc. Hiệu ứng của việc bẻ chung một ổ bánh mì, hay uống với nhau vài ly rượu, làm mọi người xích gần nhau hơn.

Trong những ngày đó, căn hộ một phòng ngủ rộng chưa đến 40m² nằm đối diện sân bóng, có một cái bàn ăn không đủ chỗ ngồi cho hai người của tôi vẫn thường xuyên tổ chức những buổi tụ họp sôi động cho 4, 6, hay thậm chí 15 khách. Khách mời xen lẫn nhau là các giáo sư, sinh viên, người dân trong vùng Boston, hay thậm chí đôi khi là người nào đó tôi gặp lúc tính tiền trong siêu thị. Tôi chẳng nghĩ ngợi gì nhiều về những bất tiện nho nhỏ mà những ngày xoay xở ấy gây ra, ví dụ như bắt khách phải vừa cầm đĩa vừa ăn.

Mặc dù những bữa tiệc tối như vậy rất thú vị và hào hứng, dường như nền văn hóa fast-food đã làm biến mất niềm tin vào một bữa ăn tối chung trong nhà để an ủi, chia sẻ, kết nối mọi người. Nhiều người cảm thấy rất khó khăn, tốn thời gian để tổ chức. Hình ảnh tiệc tối đối với họ bây giờ là những dịp trang hoàng lộng lẫy theo kiểu Martha Stewart, một người bạn của tôi. Có thể chính những chương trình TV do các nữ minh tinh dẫn dắt đã tạo thêm một lý do cho nam giới quên đi thói quen đứng ra tổ chức một bữa tiệc gia đình đơn giản. Họ cho rằng nó nữ tính quá. Nhưng các quý ông ạ, tin tôi đi, quý vị vẫn có thể phục vụ một bữa ăn ngon tại nhà mà vẫn giữ được nét nam tính, và nếu quý vị còn độc thân, quý vị lại càng sáng giá hơn khi tìm bạn.

Gần như mỗi tháng một lần một tập hợp nhiều người từ các thế giới khác nhau lại tụ tập ở nhà tôi tại Los Angeles, hoặc tại một căn phòng khách sạn ở New York, hoặc nhà một người bạn tại San Francisco chỉ để vui đùa, bàn công việc, và gặp gỡ thêm người mới. Nhưng thực tế tôi đã học được nghệ thuật tổ chức tiệc từ những năm tháng sống trong căn hộ tồi tàn ở Cambridge.

Trước khi những bữa tiệc của tôi tạo được dấu ấn riêng, tôi đã phải tuân theo một chiến lược nghiêm ngặt rằng số khách mời phải đa dạng để tôi mở rộng chân trời giao tiếp xã hội và tạo được danh tiếng để thu hút khách quay lại lần sau.

Bạn, tôi, hay bất cứ ai, chúng ta đều có một nhóm bạn đồng môn cố định. Nhưng nếu bạn chỉ tổ chức tiệc cho cùng một nhóm người, cộng đồng các mối quan hệ của bạn sẽ không thể

nào phát triển. Tuy nhiên, chúng ta cũng gặp một số rào cản.
Nếu chúng ta mời ngẫu nhiên một người lạ, nhất là khi người đó
có uy tín và kinh nghiệm cao hơn hẳn nhóm bạn của mình, thì
cũng hiếm khi đạt hiệu quả. Người ta thường có khuynh hướng
chơi chung với những người có cùng trình độ, kinh nghiệm, hay
vị thế trong xã hội.

Cha mẹ thường không xuất hiện trong những bữa tiệc của con
cái trừ khi các bậc phụ huynh khác cũng đến tham dự. Tại đại
học, sinh viên năm ba, năm tư thường tránh những bữa tiệc tổ
chức bởi bọn sinh viên năm nhất, năm hai. Trong thế giới người
lớn, quy luật cũng không khác. Bạn hãy thử đến nhà ăn của bất
cứ tập đoàn lớn nào trong nước thử xem. Bạn sẽ thấy từng nhóm
cấp bậc trong tổ chức - từ nhóm nhân viên hành chính đến
nhóm lãnh đạo cấp cao - tụ tập riêng theo từng khu để ăn trưa.

Để vượt qua tâm lý đám đông và thu hút nhiều loại người đến
với những bữa tiệc của tôi, tôi phát minh ra một sáng kiến nhỏ
gọi là "cột neo."

Mỗi một người trong một nhóm nào đó là chiếc cầu nối với
một người khác không thuộc nhóm của mình. Tất cả chúng ta
đều có quan hệ ở một mức độ nhất định với những người lớn
tuổi hơn, thông thái hơn, nhiều kinh nghiệm hơn; họ có thể là
người đỡ đầu, bạn của cha mẹ mình, các thầy cô, các linh mục
nhà thờ, hay cấp trên.

Tôi gọi những người này là cột neo; giá trị của họ nằm ở chỗ,
nếu so với những người khác trong nhóm, họ có điểm khác biệt.
Họ biết thêm nhiều người khác, họ đã trải qua những kinh
nghiệm khác, và có nhiều điều để chia sẻ.

Để tìm ra và mời được một cột neo đến tham gia tiệc với bạn
cũng không quá khó. Thế nào bạn cũng quen biết ai đó thân

thiết và có tầm ảnh hưởng để nhờ gửi thư mời đến cho họ. Bạn
có thể tìm ra được người đó là ai bằng cách chú ý lắng nghe
những câu chuyện của bạn bè và lưu ý một hai cái tên thường
hay được nhắc đến. Họ là những người có ảnh hưởng tích cực
đến cuộc sống của các bạn bè của bạn. Và vì vậy có căn cứ để
tin rằng họ cũng có thể ảnh hưởng tích cực đến chính bạn.

Sau khi bạn đã xác định được người nằm ngoài cộng đồng xã
hội của mình và đã mời được họ đến tham gia buổi tiệc, hãy tận
dụng hết cơ hội để mang đến hiệu quả. Cố gắng tìm cho được
một người làm cột neo không phải vì mục đích làm vui lòng
những người khách quen. Họ sẽ đến cho dù bạn có cột neo hay
không. Nhưng cột neo là người giúp bạn làm cầu nối ra bên
ngoài nhóm bạn thông thường trong những lần sau bằng cách
kéo theo những người bình thường sẽ không biết đến bạn mà
tham dự. Nói theo kiểu hình tượng nhà ăn tập thể thì giờ đây
bạn nhìn thấy CEO ăn trưa tại bàn cùng với nhà quản lý, và
những nhà lãnh đạo khác đều trông chờ có cơ hội được ngồi tại
bàn này.

Thật lòng mà nói, bất cứ ai bắt được dòng điện cho buổi tiệc
đều là một người cột neo. Theo kinh nghiệm của tôi thì nhà báo
là những cột neo tuyệt vời nhất. Họ không có mức lương ngất
ngưởng (do đó trân trọng những bữa tiệc miễn phí), nghề nghiệp
của họ mang tính bí ẩn, họ lúc nào cũng tìm kiếm những đầu
mối thông tin hấp dẫn và xem những bữa tiệc tối này là một địa
điểm truy tìm ý kiến mới lạ, họ là những người khéo nói chuyện,
và trong số khán giả có nhiều người thích được có cơ hội nói
chuyện với nhà báo với hy vọng một ngày nào đó những gì mình
phát biểu hôm nay sẽ được đăng rộng rãi cho nhiều độc giả
khác. Các nghệ sĩ và diễn viên, dù nổi tiếng hay chưa, cũng nằm
trong nhóm này. Những lúc bạn không tìm ra được con cá nào

to để mồi chài, bạn có thể tìm đến một người có nấc quyền lực kế tiếp: một nhà tư vấn chính trị cho một chính trị gia nổi tiếng, giám đốc điều hành hoạt động (COO) một công ty có một CEO nổi tiếng, ví dụ vậy. Những trường hợp này được gọi là xác lập thương hiệu.

Sau khi bạn đã tìm được một người làm cột neo, vấn đề quan trọng tiếp theo là chọn lựa khách mời cho hợp lý. Đối với tôi, danh sách khách mời phải pha trộn giữa những người chuyên nghiệp mà tôi giao dịch trong công việc hàng ngày, cộng với những người tôi gọi là "nam châm nhẹ" - những người khách lém lỉnh, năng động, thú vị, và sẵn sàng nói lên chính kiến của mình. Dĩ nhiên, nếu có thêm được một hay hai người nổi tiếng thì cũng được đấy. Và không cần phải nói thì bạn cũng biết rằng nên mời thêm cả bạn bè và gia đình nữa.

Arianna Huffington, nhà báo phụ trách mục chính trị, là một trong những vị khách mời tôi đặc biệt ưu ái. Bà ấy thật là rộng lượng, vui vẻ, và ồn ào thẳng tính. Tôi đã làm thế nào để tìm được bà? Thông qua lời giới thiệu của một người bạn là Elana Weiss, có quen với một người làm việc trong văn phòng của Arianna, tôi bèn gửi cho bà một email. Tôi kể rằng tôi là một người hâm mộ vĩ đại và rằng tôi hay tổ chức những bữa tiệc tối vui nhộn tại Los Angeles và rằng nếu có bà cuộc vui càng vui hơn. Đầu tiên bà chỉ đến bữa tiệc nhẹ, thấy vui vẻ, và từ đó trở thành khách mời quen thuộc và là một người bạn thân thiết.

Mặc dù những bữa tiệc dạng này thường rất dễ dẫn đến các thương vụ làm ăn, nhưng cẩn thận không nên mời quá nhiều cộng sự kinh doanh hay đưa quá nhiều đề tài làm ăn vào bàn bạc. Suốt cả buổi tối mà chỉ nói về ngân sách hay những thuật ngữ lạ tai khác trong quản trị thì thật là chán. Nên nhớ bữa tiệc này bày ra là để xây dựng mối quan hệ.

Tôi đã khám phá từ kinh nghiệm của mình rằng chỉ nên mời từ sáu đến mười khách là vừa vặn nhất. Hiện nay tôi thường mời đến con số 14, nhưng làm được như vậy bạn cần phải là người chuyên nghiệp. Tôi cũng thường mời thêm khoảng 6 người nữa đến trước hoặc sau bữa tiệc chính để dùng trà bánh. Nhóm này thường phải là bạn thân, không cảm thấy xúc phạm khi mình không được mời vào tiệc chính, nhưng vẫn muốn được tham gia trò chuyện trong nhóm. Thông thường, khi bạn mời khách, bạn sẽ chỉ đạt được tỉ lệ chừng 20 - 30% là nhận lời vì thời gian không cho phép. Khi ai đó từ chối vì họ phải tham gia một bữa tiệc hay cuộc họp khác, tôi thường đề nghị họ đến sớm cùng ăn nhẹ, uống chút nước, hoặc đến sau đó, ăn bánh uống nước.

Những vị khách "tặng kèm" này sẽ đến sớm hơn một chút trước khi bữa tối chấm dứt. Tôi chuẩn bị sẵn những chiếc ghế xếp để họ có thể mang đến ngồi cạnh bàn ăn, cùng dùng chung bánh tráng miệng, và trò chuyện với khách. Đa số những bữa tiệc tối lúc gần xong không khí thường chìm xuống và người ta bắt đầu nhìn đồng hồ tìm cơ hội đứng lên ra về, nhóm người mới đến này sẽ mang theo một nguồn năng lượng sinh động. Thế là tự nhiên bữa tối lại trở nên rôm rả.

Cũng vào khoảng thời gian này, nhạc nền vốn phát ra từ dàn âm thanh sẽ nhường chỗ cho một nghệ sĩ piano đích thực. Tôi không cần phải tuyên bố gì cả. Từ chỗ ngồi của mình tại bàn ăn trong phòng hay ngoài trời, khách sẽ dần dần nhận ra sự thay đổi nhạc nền. Đôi khi không chỉ là tiếng đàn piano. Tôi có thể thuê một ca sĩ, mời một nhóm nhạc mới đến để tự giới thiệu, hay tìm hiểu thử xem có ai trong nhóm khách mời đã từng tham gia vào nhóm hát rất nổi tiếng của Yale, nhóm Whiffenpoofs. Chỉ cần bỏ ra một ít chi phí, những anh chàng này sẵn sàng chiều khách và hát những bài xưa cho người cũ.

Khi dọn món tráng miệng cũng là lúc nhóm Poofs cũng bắt đầu cất giọng. Khách mời đợt hai đã đến, và buổi tối lại náo nhiệt. Vài người ngồi lại tại bàn, vài người đi vào phòng khách để nghe hay tham gia hát. Sau đó tôi chỉ còn biết là phải đến một hai giờ sáng tôi mới có thể đóng cửa, tự hào vì đã hoàn thành sự kiện một cách tốt đẹp.

Nếu bạn thích ăn uống và thích được chia vui cùng mọi người, bạn có thể tổ chức bữa tiệc tối theo cách của mình mà vẫn thành công, bất kể địa điểm.

Anh bạn Jim Brehm của tôi là một trong những nhà thiết kế lịch lãm nhất New York. Anh ta có một căn hộ nhỏ rất đẹp nằm trong thành phố mà anh ta vẫn thường sử dụng để tổ chức tiệc mỗi tối thứ năm. Nhân đây tôi cũng nói luôn, thứ năm là một ngày tuyệt vời để tổ chức tiệc. Ngày này không đụng vào những dự định cuối tuần của khách, và người ta vẫn sẵn lòng ở đến muộn một chút vì chỉ còn ngày hôm sau nữa là hết tuần làm việc.

Tôi thật sự ngưỡng mộ Jim có thể biến sự đơn giản thành tinh tế. Cách thiết kế, kiến trúc của Jim cũng vậy. Căn hộ của anh ta có một chiếc ghế dài bọc nhung để dọc một bên tường và vài chiếc ghế con bọc da đen để cho khách ngồi. Chúng tôi sẽ được mời uống sâm banh. Nhạc nền là tiếng jazz dìu dịu. Nhóm khách là sự pha trộn tuyệt vời những nghệ sĩ, nhà văn, nhạc sĩ.

Để lấy thức ăn, chúng tôi đi khoảng năm bước đến một chiếc bàn gỗ đơn giản, không cần khăn trải bàn, và được trang trí bằng hai chân nến bạc. Ghế có thể xếp lại được. Mỗi người được chuẩn bị sẵn món thịt bằm sốt sa tế làm tại nhà và một mẩu bánh mì nóng được bẻ tay. Để tráng miệng, anh ta phục vụ kem và lại thêm sâm banh. Thật là đơn giản, thật là hoàn hảo.

Ai cũng có thể tổ chức tiệc. Để tôi lấy ví dụ một nhà tư vấn cho tôi ngày trước, Mark Ramsay. Tôi gặp Mark lần đầu khi anh ta còn làm kế toán cho một nhà tư vấn khác chuyên phục vụ các khách hàng trong ngành công nghệ giải trí. Anh ta lúc đó rất không hài lòng và muốn được ra làm riêng. Sau khi gom đủ dũng khí, anh ta mở công ty dịch vụ riêng của mình, khi đó anh ta mới 25 tuổi. Tôi trở thành khách hàng đầu tiên của anh.

Mark trở thành một khách mời quen thuộc tại các bữa tiệc tối của tôi ở New York. Do tôi vừa là khách hàng vừa là bạn, nên Mark thường trả ơn bằng cách mời tôi đi ăn tối hay xem trình diễn nghệ thuật. Tuy nhiên, sau vài năm, tôi hỏi Mark: "Sao anh không mời tôi đến nhà ăn tối?" Đối với tôi được ăn tối tại nhà ai đó là một niềm vinh hạnh lớn.

Câu trả lời của anh ta nghe thật quá quen, nhất là trong nhóm những người trẻ mà tôi đỡ đầu. Anh ta nói: "Tôi chẳng bao giờ tổ chức được những bữa tiệc như anh. Tôi không có tiền và căn phòng của tôi thì tồi tàn. Nhà tôi thậm chí còn chẳng có cái bàn ăn."

"Bàn ăn? Nhưng mà cần bàn ăn để làm gì?" tôi hỏi.

Thế là tôi thuyết phục Mark thử một lần xem sao. Tôi hứa với anh ta là mình sẽ làm người neo cột và đề nghị anh ta mời thêm chừng bốn người khách khác. Tôi bảo anh ta mua rượu loại rẻ tiền, nhưng mua nhiều vào. Khai vị anh ta chỉ cần dọn ra khoai tây chiên lát và sốt ớt, hoặc là rau củ chấm sốt. Mua thêm một cái mặt bàn hình tròn có thể gấp lại được, loại thường thấy bán trong siêu thị, rồi đặt lên trên cái bàn để ly tách. Vậy là xong, bạn đã có một chiếc bàn ăn thật sang trọng.

Thức ăn thì tôi bảo anh ta bỏ qua việc nấu nướng đi. Mua ít xà lách với gà quay trong siêu thị là được rồi. Ăn tráng miệng thì cần có ít bánh ngọt và kem, cộng thêm món rượu được rót liên tục.

Bữa tiệc thành công ngoài sức tưởng tượng. Mark mời một khách hàng tiềm năng, và tôi rủ thêm một người bạn. Tất cả chúng tôi bây giờ đều là khách hàng của Mark.

Bạn thấy đấy, chỉ có một lý do duy nhất vì sao ta phải tụ tập lại: Để vui chơi. Nhưng thật tình thì cũng còn có vài quy tắc khác mà bạn có thể tham khảo. Sau đây là một số quy tắc tiêu biểu:

1. Đặt ra một chủ đề

Chẳng có lý do gì ngăn cản một buổi tiệc nhỏ không được có chủ đề riêng. Một ý tưởng đơn giản có thể giúp bạn chuẩn bị thức ăn và tạo không khí phù hợp. Bạn có thể đặt chủ đề của mình là bất cứ cái gì, thật đấy. Bạn có thể chọn chủ đề là công thức nấu ăn của mẹ, một kỳ nghỉ, một sự kiện trang trọng (cái này dùng ít thôi, vì chúng ta muốn khách khứa được thoải mái), món chay, một loại nhạc – bất cứ cái gì bạn thích. Người ta sẽ cảm thấy phấn khích khi phát hiện bạn đầy sáng tạo.

Tôi nhớ một ví dụ về một đề tài được kể lại trong một bài báo trên tờ *Washington Post* cách đây vài năm, về một phụ nữ tên là Perdita Huston. Khi Tổng thống Carter bổ nhiệm Huston làm giám đốc vùng của Quân đoàn Hòa bình (Peace Corps) tại Bắc Phi, Cận Đông, châu Á, và biển Thái Bình Dương năm 1978, bà bắt đầu tổ chức những bữa tiệc tối dành riêng cho phụ nữ hàng tuần.

Những bữa tiệc này giúp Huston lấp được chỗ trống trong lòng mình, theo như lời giải thích của bà. "Do tôi phải quản lý một khu vực quá rộng trong Quân đoàn Hòa bình, tôi phải di chuyển rất thường xuyên.

"Lúc nào tôi không phải đi công tác, tôi nghĩ mình cần phải

ở nhà với con trai Pierre lúc đó mới được bảy tuổi. Mà cũng vì phải đi công tác nhiều, nên tôi như trở nên cách biệt khỏi bạn bè, nhưng thay vì phải tìm gặp từng người một để hẹn hò ăn tối, tôi thiết kế ra chương trình tiệc tối hàng tuần theo kiểu này.

"Đồng thời lúc đó tôi cũng nhận thấy có rất nhiều phụ nữ ở trong tình trạng tương tự như tôi: phụ nữ độc thân nắm giữ những chức vụ cao và quan trọng, đời sống sự nghiệp cũng có một số vấn đề nhưng thật sự khó khăn trong đời sống riêng tư. Nói cho đúng, phụ nữ trong thời đại Carter là những người tiên phong cần được hỗ trợ để xây dựng mạng lưới, vì vậy tôi quyết định chỉ giới hạn cho phụ nữ mà thôi.

"Vai trò của tôi cũng đơn giản thôi, chủ nhật tôi nấu ăn và chuẩn bị cho bữa ăn tối thứ hai dành cho khoảng 12 người. Tôi thường làm món mì thịt bằm hay súp hầm thịt cừu, món ăn phổ biến của người Algeria trong tháng chay Ramadan khi kết thúc giờ tiết chế lúc mặt trời lặn. Món này được gọi là chorba, nghĩa là súp; chính xác hơn, món này được gọi là "Súp" (với chữ S viết hoa). Món này rất cay và dinh dưỡng bằng cả một bữa ăn hoàn chỉnh. Thường tôi chỉ cần chuẩn bị một liễn thật to món Súp này, cộng với bánh mì nóng và nhiều xà lách. Tráng miệng chỉ cần trái cây và pho mát.

"Sự đáp ứng dành cho những bữa tiệc Dành riêng cho Quý bà này thật là khủng khiếp," bà kể tiếp. "Tôi luôn dọn bàn ăn bằng những món đồ sứ đẹp nhất, thủy tinh sang trọng nhất và những chân nến bạc. Nói cách khác, tôi trân trọng những dịp này không khác gì những lúc tôi phải tiếp đón khách nam/nữ như bình thường.

"Những chủ đề trò chuyện của chúng tôi tại bàn ăn rất thẳng thắn. Chúng tôi nói chuyện, chúng tôi tranh cãi về chính sách đối ngoại của Mỹ và thảo luận những vấn đề thường gặp khi phụ nữ nắm quyền, ví dụ như làm thế nào để chiến đấu với những định kiến hay nạn phân biệt giới tính tại nơi làm việc.

"Chúng tôi được nghe những lời động viên nhận xét cho nhau, và do chúng tôi có nhiều kinh nghiệm, có thể gợi ý cho nhau nên gặp ai, liên hệ với tổ chức nào, hay theo đuổi chiến lược như thế nào. Chính vì không khí hỗ trợ lẫn nhau này mà những bữa tiệc tối đã trở thành một sự kiện quan trọng đối với nhiều người trong chúng tôi."

Những bữa tiệc hàng tuần của Huston trở thành một khuôn mẫu tại Washington D.C, nơi bà đang sinh sống. Đây là cơ hội tạo sự gắn kết giữa những người phụ nữ cùng chí hướng để hỗ trợ và giúp đỡ lẫn nhau vượt qua những khó khăn khổ ải mà mỗi người gặp phải. Bạn cũng hoàn toàn có thể làm tương tự. Tạo ra một chủ đề chung – có thể là chủng tộc, tôn giáo, giới tính, nghề nghiệp... - để giúp cho những buổi tụ tập của bạn có thêm ý nghĩa, và giúp bạn thu hút được người khác đến tham gia.

2. Sử dụng thiệp mời

Mặc dù tôi ủng hộ những bữa tiệc ngẫu hứng bất ngờ, nhưng muốn thành công bạn phải đầu tư thời gian và công sức. Thiệp mời có thể thông qua điện thoại, email, hay thư tay. Nhưng cho dù bằng hình thức nào, nên nhớ phải mời sớm, ít nhất là trước một tháng, để người ta có thời gian sắp xếp, và bạn cũng biết rõ là ai đến được, ai không đến được.

3. Đừng biến mình thành tên đầy tớ trong nhà bếp

Chẳng có lý do gì mà phải tổ chức tiệc tùng khi bạn bận túi bụi trong bếp. Bạn nên thuê người đến nấu, nếu không thì phải chuẩn bị thức ăn từ trước hoặc đặt thức ăn mang đến. Chỉ cần thức ăn ngon, cách trình bày đẹp là khách của bạn sẽ cảm thấy rất ấn tượng.

Hiện nay tôi thường chọn dịch vụ cung cấp thức ăn. Nhưng bạn hoàn toàn có thể tổ chức một bữa tiệc cũng ngon không kém nếu bạn chịu khó sáng tạo và dành chút thời gian chuẩn bị chu đáo. Điều cốt lõi để có được một bữa tiệc ít tốn kém là giữ cho mọi thứ đơn giản. Chuẩn bị một món chính thật nhiều, như thịt hầm hay bò xay tiêu, bạn có thể chuẩn bị trước một hay hai ngày. Dọn món này chung với bánh mì nóng và xà lách. Thế là đủ rồi.

Có thể vẫn còn chưa hoàn toàn đầy đủ. Một chi phí khác tôi không tiếc là thức uống có cồn. Tôi yêu - tôi thích - tôi đam mê – rượu ngon. Mà thật thế, liệu có ai còn có thể tạo ra một chất bôi trơn nào tuyệt vời hơn rượu? Có đủ loại rượu dành cho mọi mùi vị bạn thích. Nhưng, một lần nữa tôi nhắc lại, mỗi người có sở thích riêng, và tôi tin chắc rằng bạn có thể tổ chức một bữa tiệc độc đáo mà chỉ cho uống soda thôi.

4. Tạo không khí

Nên luôn nhớ dành một hai giờ để làm đẹp cho ngôi nhà của bạn. Không cần phải đắt tiền hay bất thường lắm đâu, bạn đừng lo. Nến, hoa, ánh sáng dìu dịu, âm nhạc hay để tạo không khí. Thêm một vật lộng lẫy ở trung tâm bàn ăn. Nhờ người thân trong nhà đi vòng quanh để phục vụ thức uống nếu bạn không có người chạy bàn. Mục đích ở đây là tạo cho khách khứa cảm giác thoải mái và thư giãn để thưởng thức.

5. Quên sự nghiêm trang đi

Hầu hết những bữa tiệc tối không cần phải thật cầu kỳ. Ghi nhớ nguyên tắc KISS (Keep It Simple, Silly – Đơn giản thôi, ngốc ạ). Thức ăn ngon. Khách thân tình. Rượu chảy tràn ly. Chuyện trò hào hứng. Đó là tất cả những yếu tố của một buổi tiệc thành công. Tôi luôn luôn ăn mặc hơi thoải mái để mọi người không cảm thấy quá nghiêm trọng. Jean và áo khoác là trang phục lựa chọn của tôi, nhưng bạn cứ tùy nghi lựa chọn cho hợp ý mình.

6. Đừng sắp chỗ cho vợ chồng ngồi chung

Cốt lõi của một bữa tiệc là cách xếp chỗ ngồi cho phù hợp. Nếu bạn sắp xếp cho các cặp vợ chồng ngồi gần nhau thì chán lắm. Hãy xáo trộn lên, sắp những người không quen biết nhau nhưng cùng chia sẻ chung những điều quan tâm ngồi gần nhau. Tôi thu xếp làm những bảng tên để dễ dàng hình dung. Nếu có thời gian, tôi thích in vài câu hỏi hay câu bông đùa thú vị ở mặt sau để các vị khách dùng mở đầu câu chuyện. Hay bạn có thể vào nhà sách và chọn mua những tấm thiệp vui vui làm cho không khí được thoải mái.

7. Thoải mái

Khách thường nhìn vào chủ nhà để điều chỉnh thái độ - nếu bạn thể hiện sự vui vẻ thoải mái, thì tôi dám chắc họ cũng vậy. Vào đêm tổ chức tiệc, nhiệm vụ của bạn là phải tận hưởng kỳ công của mình. Mệnh lệnh đấy nhé.

PHẦN 4

Trao đổi - Cho và nhận

CHƯƠNG 22

Thể hiện bản thân
đáng làm quen

Tôi còn nhớ cái thời làm tiếp thị giản đơn. Cốt lõi lúc đó, người làm tiếp thị chỉ cần tạo ra một mẩu quảng cáo, truyền đạt đến cho người tiêu dùng thông qua một số kênh thông tin, và ngồi chờ đợi.

Những ngày đó đã gọi là lịch sử. Thế giới ngày nay trò chuyện và lắng nghe theo một cách hoàn toàn khác. Những công cụ chúng ta dùng để giao tiếp cũng biến đổi theo một cách nhanh chóng. Khi khả năng tiếp cận đến người tiêu dùng ngày càng cao thì quyền lực của họ ngày càng lớn. Họ có quyền chọn lựa giữa muôn vàn khu vui chơi giải trí, sử dụng phần mềm để lọc bỏ những thông tin không cần thiết, và theo dõi những thông tin quan trọng với một thái độ hoài nghi yếm thế. Thật không dễ dàng để người ta chú ý lắng nghe bạn. Lòng trung thành với nhãn hiệu ngày càng trở nên một nhiệm vụ khó khăn. Những phương pháp tiếp thị quảng cáo truyền thống không còn tác dụng, cũng như lối suy nghĩ cổ điển của những người muốn truyền đạt thông tin. Giám đốc tiếp thị của hôm nay và ngày mai phải là một nhà chiến lược, đi đầu về công nghệ, sáng tạo, và phải biết tập trung vào doanh số, doanh thu trên những thương vụ đầu tư vào tiếp thị. Không có mấy cá nhân, công ty tư vấn có thể kết hợp tất cả những yếu tố cần thiết trên. Kết quả là, cuộc sống của giám đốc tiếp thị rất đơn độc, và CEO nào muốn tìm được người làm tiếp thị với đầy đủ yếu tố trên sẽ phải cảm thấy rất thất vọng.

Cảm nhận của tôi trước những thay đổi này, bổ sung bằng những lần trò chuyện với những nhà tiếp thị đáng kính, là lý do chính khiến tôi thành lập FerrazziGreenlight, chuyên về chiến lược và chương trình tiếp thị đưa chi phí tiếp thị tiệm cận với doanh thu thực tế; bớt lệ thuộc vào chương trình quảng cáo hoành tráng và thiên về xây dựng những chương trình trung thành phù hợp với từng khách hàng và loại công ty. Một ví dụ là chương trình trung thành dành cho nhà bán lẻ mà chúng tôi đã từng triển khai tại Khách sạn Starwood. Hoặc thiết kế phóng sự giới thiệu một sản phẩm phức tạp mới tung ra. Hoặc hỗ trợ "chương trình đại sứ thiện chí" cho một công ty kỹ thuật lớn nhắm đến 500 khách hàng, khách hàng tiềm năng, và những bậc thế lực tại Mỹ.

Tôi hy vọng bạn không ngạc nhiên khi thấy tôi định nghĩa tiếp thị thành công chỉ đơn giản là xây dựng mối quan hệ với khách hàng và khách hàng tiềm năng.

Để tôi minh họa xu hướng lớn này thành một tình huống của bản thân được lặp đi lặp lại mỗi lần tôi đi giảng tại đại học. Nó thường diễn ra ngay trước hoặc ngay sau khi tôi giảng bài xong. Một sinh viên sẽ thu hết can đảm tiến đến gần tôi, và tôi rất ngưỡng mộ những nỗ lực này nên luôn tỏ ra sẵn sàng lắng nghe. Sau đó, đáng ngạc nhiên là chẳng có chuyện gì xảy ra sau câu chào hỏi thông thường, "Chào ông, tôi là [tên] và tôi thấy bài giảng của ông rất tuyệt." Có thể tôi sẽ hỏi họ đã rút ra được những gì và họ thấy những gì tôi nói có đúng như thực tế đang diễn ra quanh họ không. Thường xuyên tôi chỉ nhận được những lời nhận xét như "Tôi không biết," hoặc "Tôi chỉ thấy bài giảng của ông hay quá. Tôi chắc mình không bao giờ làm được như thế..."

Ồ, hay lắm, tôi nghĩ, nói chuyện với anh bạn thật là tuyệt, nhưng tôi còn phải đi chà nhà tắm nữa. Tôi không muốn tỏ ra thô lỗ, nhưng bạn nói cái gì bây giờ nếu người đối diện không có gì để nói với bạn? Bạn có thể đóng góp giá trị gì cho công ty hay mạng lưới của bạn nếu bạn chưa bao giờ nghĩ đến việc phải làm nổi bật bản thân khi xây dựng mối quan hệ này?

Nhà tiếp thị và nhà xây dựng mạng lưới đều chú ý đến một điểm: Là một người thú vị! Tất cả những gì bạn nghe nói nãy giờ vẫn chưa giúp bạn trút được gánh nặng phải gồng mình thành một người đáng để nói chuyện, hay tốt hơn nữa, đáng để bàn tán, "tám". Hầu như với bất cứ người lạ nào bạn mới gặp trong bất cứ tình huống nào, bạn đều đặt một câu hỏi tương tự như: "Liệu tôi có muốn dành thời gian đi ăn trưa với người này không?"

Các nhà tư vấn gọi đây là *câu hỏi sân bay*. Trong suốt quá trình phỏng vấn mà ngành công nghiệp tư vấn đã nổi tiếng - những bài kiểm tra kinh nghiệm thực tế phức tạp với những câu hỏi dồn dập và những câu đố kiểm tra logic - có một câu hỏi mà nhà tư vấn sử dụng để chọn ra duy nhất một người trong cả một biển những ứng viên đồng hạng với nhau là một câu hỏi mà họ chỉ tự hỏi bản thân mình: "Nếu tôi bị kẹt tại sân bay JFK trong vòng vài tiếng đồng hồ [mà thực tế là những nhà tư vấn hình như đều mất rất nhiều thời gian tại sân bay], liệu tôi có muốn ngồi chung với người này không?"

Bạn có bao giờ chêm vào trong buổi nói chuyện về bộ sưu tập nhạc jazz khủng bố của mình, hay kể về thời gian bạn đi du lịch ở Ivory Coast, hay tư tưởng đối lập của bạn về một vấn đề chính trị hay không? Hãy cố gắng nhín chút thời gian để nắm bắt tình hình thế sự chung quanh. Để ý một chút đến những mẩu tin, lời đồn thổi đến tai bạn, và tìm cách ghi nhớ để còn kể lại cho những người khác bạn gặp. Đặt báo hàng ngày, ví dụ như tờ *New York Times* hay *Wall Street Journal*. Nên nhớ, khi người ta tuyển dụng, người ta không chỉ tuyển người họ thích, họ còn mong muốn tìm được một người có thể giúp họ và công ty ngày càng đi lên. Điều này đồng nghĩa với tìm kiếm một người có một cái nhìn rộng mở về thế giới. Điều này có nghĩa là bạn phải chú ý đến tài sản trí tuệ của mình, và những gì mình nói ra liệu có mang lại lợi ích cho người khác hay không. Lời nói của bạn thể hiện sự quan tâm, tích cực đóng góp vào thế giới quanh mình.

Bạn sẽ ra sao nếu bạn không có lý lẽ để tranh cãi? Nếu bạn ứng cử cho một vị trí chính trị, bạn sẽ thất cử.

Khi tôi học năm hai tại Yale, tôi tranh cử vào Hội đồng Thành phố New Haven. Đảng cầm quyền tại New Haven cần một người hoạt bát, hòa nhã để tranh cử với một ứng viên đảng đối thủ không mấy hấp dẫn. Tôi đã từng có chút tiếng tăm khi tham gia vào Hội Chính trị với tư cách là chủ tịch trẻ nhất, đã từng thành lập hội nam sinh viên đầu tiên trong trường (Sigma Chi), và vì vậy được mọi người biết tiếng. Khi được đề nghị nhận cơ hội này, tôi lập tức chấp nhận. Tôi lúc đó không hề nghĩ về những gì mình có thể mang lại cho họ hay tại sao New Haven lại cần tôi làm đại diện. Tôi nhận lời vì cái tôi nhiều hơn là vì suy nghĩ đắn đo cẩn thận.

Đến tận hôm nay, tôi vẫn không làm sao quên được lần tranh cử thất bại đó. Tôi đã cố tình từ chối tìm hiểu và thực sự vận động tranh cử, hay tham gia học hỏi các vấn đề trong vùng. Đối thủ của tôi, Joel Ratner, triển khai một cuộc vận động tận gốc rễ, đi đến từng đường phố, từng nhà hàng. Tôi thì lại tránh không thực hiện những kiểu giao tiếp đó, hy vọng phong cách linh hoạt nổi trội của mình sẽ giúp mình vượt lên.

Joel hoàn toàn tin tưởng vào những ý kiến của mình, và sự đam mê của anh ta làm lay chuyển những người đi bầu. Tôi thì lại khác xa một trời một vực, tôi chỉ cho rằng nếu được bầu vào văn phòng chính phủ thì tôi sẽ có dịp để khoe khoang. Dẫu sao thì người ta cũng tìm đến tôi trước mà. Tôi đâu có cố tình đi tranh chỗ, và tôi nói thẳng với họ là việc học và những nhiệm vụ lãnh đạo khác mà tôi đang đảm trách sẽ được ưu tiên hơn.

Sự thất bại của tôi thật đáng xấu hổ, và nó hoàn toàn là lỗi của tôi. Kinh nghiệm này mang đến cho tôi một bài học rất quan trọng. Cho dù tôi đang đại diện tổ chức nào, hay theo đuổi con đường sự nghiệp nào trong tương lai, tôi cũng phải dành hết nỗ lực, đam mê, đặt niềm tin cao cả, vượt qua những lợi ích cá nhân. Để làm thay đổi người khác, bạn phải vượt lên trên bản thân mình. Tự giới thiệu mình một cách can đảm là một chuyện, một chuyện tốt, nhưng chưa đủ. Sự khác biệt giữa thu hút chú ý với thu hút chú ý vào mục tiêu thay đổi thế giới của bạn là rất lớn. Xin chúc mừng Joel, tôi nghe nói anh làm việc rất tốt. Người tốt là người thắng cuộc.

Đừng làm thùng rỗng: Hãy có quan điểm riêng

Làm một người thú vị không có nghĩa là chỉ học để trở thành một người nói chuyện hay. Đừng hiểu sai ý tôi, trở thành người nói chuyện hay rất quan trọng, nhưng bạn phải có một quan điểm rõ ràng. Tôi thật lòng hy vọng từ hôm nay bạn sẽ là một người đọc báo có suy nghĩ, sẵn sàng tranh luận về bất cứ đề tài gì trong ngày với bất cứ ai bạn gặp gỡ. Nhưng làm một người thú vị khác với một người nói chuyện có nội dung. Làm người thú vị chỉ đơn giản là nói chuyện một cách thông minh về chính trị, thể thao, du lịch, khoa học, hay bất cứ đề tài nào mở cửa cho bạn vào thế giới giao tiếp. Nội dung đòi hỏi bạn phải có một dạng kiến thức đặc biệt. Kiến thức mà chỉ có bạn mới có, rất riêng của bạn. Đó là sự khác biệt của bạn. Đó là chuyên môn của bạn. Đó là thông điệp để thương hiệu cá nhân của bạn trở nên nổi bật, thu hút được nhiều người khác tham gia vào mạng lưới của mình.

Có tiếng tăm nhiều khi cũng không hẳn đã tốt. Có tiếng tăm phải trong một lĩnh vực nào đó. Như vậy mới tạo được sự tôn trọng. Bạn phải có niềm tin vào một điều gì đó, như Joel Ratner, để người khác tin vào bạn.

Sau khi tôi đã học được bài học đắt giá này, tôi tự dặn mình không bao giờ được lặp lại nữa. Tôi sẽ không trở thành một người cái gì cũng biết chung chung. Tôi nhất định phải có một quan điểm riêng, có chuyên môn về một lĩnh vực nhất định. Trong công việc đầu tiên sau khi tôi tốt nghiệp tại Imperial Chemical Industries, tôi hiểu tường tận ngọn ngành về TQM - Total Quality Management - Quản lý Chất lượng Toàn diện. Sau đó, khi về làm việc cho Deloitte, ưu điểm của tôi là về tái cấu trúc. Tại Starwood, tôi tập trung vào tiếp thị trực tiếp. Sau này, tôi tìm hiểu sâu về tiếp thị tương tác (interactive marketing). Hiện nay, tôi gói gọn toàn bộ kinh nghiệm của mình thành một tập hợp niềm tin vào sự thay đổi toàn diện công việc tiếp thị và xu thế tiến hóa dần đến tiếp thị mối quan hệ (relationship marketing): tiệm cận chi phí với doanh thu.

Trong mọi công việc và mọi giai đoạn sự nghiệp, tôi đều có những chuyên môn khác nhau, những nội dung làm tôi nổi bật và độc đáo trong đám đông, làm tăng giá trị của tôi trong mối quan hệ với người khác và với công ty tôi đang làm việc. Nó mang đến cho tôi những cơ hội quý báu để tạo sự tín nhiệm và tiếng tăm trong lĩnh vực đó. Nội dung là sự nghiệp, là ý tưởng, là xu hướng, là kỹ năng – chủ đề riêng biệt có ý nghĩa mà bạn là người nắm vững.

Để bạn trở nên nổi bật hơn những người khác, bạn cần phải kiên trì quyết tâm học hành, trình bày, và thuyết phục mọi người về nội dung này. Lấy ví dụ kinh nghiệm khi tôi làm CEO tại YaYa. Hội đồng quản trị của YaYa biết rất rõ về kinh nghiệm của tôi từng áp dụng trong lĩnh vực tái cấu trúc để nâng tầm cảm nhận của thị trường về Deloitte, cũng như kinh nghiệm của tôi tại Starwood làm thay đổi cách thị trường du lịch làm thương hiệu cho mình. Họ biết rõ rằng khả năng của tôi tìm ra một thông điệp đáng giá và đưa nó vào thị trường vốn đã tràn ngập thông tin rất là quan trọng đối với một công ty mà sản phẩm còn chưa được thị trường chấp nhận. Điều này cũng hoàn toàn phù hợp với tôi. Tôi là một người "tạo thị trường": một người biết tạo nên sự hào hứng và niềm tin vào quan điểm của YaYa. Vấn đề là phải tạo ra một điểm son đáng tin cậy, độc đáo, để thu hút người ta sẵn sàng bỏ tiền ra mua. Đó chính là thử thách của chúng tôi, nếu không công ty sẽ thất bại.

Một trong những mục tiêu đầu tiên khi tôi đến với YaYa là phải tìm ra một yếu tố gì thật đặc biệt để thay đổi tình hình doanh thu yếu kém hiện tại của công ty và tạo nên được sự săn đón tò mò trên thị trường, và thật sự tạo ra một thị trường mới. Tôi bắt đầu, theo thói quen của mình, bằng cách thật sự tìm hiểu về nội dung sản phẩm. Tôi trở thành một người đọc sách hết mình, và thường thức đến tận khuya để đọc báo, tìm hiểu báo cáo, sách vở, xem web. Tôi trò chuyện với các CEO, nhà báo, nhà tư vấn chuyên về ngành dịch vụ quảng cáo tương tác, công nghệ trò chơi, và ngành giáo dục huấn luyện.

Giai đoạn này đôi khi gây cho bạn rất nhiều bức bối. Bạn cần phải khởi động cỗ máy học hỏi để nó thật sự đạt tốc độ tối đa. Đột nhiên bạn phải đối mặt với một lỗ đen những con số, dữ liệu, nhiều luồng ý kiến khác nhau, những luồng thông tin khác xa nhau. Trong một số trường hợp, ví dụ như trường hợp TQM và tái cấu trúc, bạn có thể tiếp thu nội dung bằng cách sàng lọc những ý tưởng sáng tạo của người khác, và trở thành một người tiên phong trong việc giới thiệu và áp dụng những ý tưởng này. Trong những trường hợp khác, như với YaYa, chúng tôi phải thiết kế nội dung từ con số 0. Điều này có nghĩa là tìm ra những mảnh thông tin rời rạc và kết nối nó lại với nhau theo những cách mà chưa ai từng làm.

Thật ra cũng không có gì bí mật trong việc kết nối những mảnh thông tin đối với những người thường xuyên cập nhật về những bước tiến mới trong kinh doanh. Bạn có nhớ những lời khuyên thông thái của Mark McCormack trong quyển sách "Những điều người ta không dạy bạn tại trường Harvard (What They Don't Teach You at Harvard Business School): "Sáng tạo trong kinh doanh nhiều khi chỉ đơn giản là kết nối những gì mà người khác đã nghĩ nhưng chưa làm. Bạn không nhất thiết phải sáng tạo chiếc bánh xe từ đầu, chỉ cần biết cách gắn nó với một cỗ xe mà thôi."

Khi tôi càng tìm hiểu sâu, tôi càng thấy ngạc nhiên tại sao ngành tiếp thị và ngành huấn luyện lại không biết tận dụng hai phương pháp mới rất mạnh mẽ như YaYa đã làm: Internet và trò chơi video. Khi tôi học hỏi thêm về tiếp thị và huấn luyện trực tuyến, tôi chợt nhớ đến một hình ảnh khác cũng đã từng làm thay đổi cục diện. Tôi tự nhắc nhở mình là khi lần đầu tiên chuyển đổi từ radio sang truyền hình, nhà tiếp thị lúc đó chỉ biết đặt cái máy quay trước xướng ngôn viên rồi gọi đó là quảng cáo. Phải mất nhiều thời gian mới làm quen được với cách làm việc mới và những quy luật mới. Lần này, với Internet, chúng ta cũng đang áp dụng những mô hình cũ cho một môi trường mới. Internet chú trọng nhiều đến tương tác và xây dựng cộng đồng, lan truyền những khái niệm mới hay những trò đùa ra khắp nơi trên thế giới chỉ trong tích tắc. Vậy mà nhà tiếp thị chỉ mang những ý tưởng quảng cáo cổ điển, như các bảng quảng cáo cỡ lớn, những miếng dán trên xe, rồi cho lên trang web thành những mẫu quảng cáo bên lề trang. Việc những mẫu quảng cáo này không thành công cũng không có gì đáng ngạc nhiên. Trong ngành huấn luyện cũng vậy. Liệu bạn muốn học theo kiểu tương tác trong một môi trường vui vẻ hay theo kiểu truyền thống bị nhồi nhét vào đầu như trước giờ? Theo bạn thì dạng nào hiệu quả hơn?

Nếu nhìn vào thế giới game nói chung, các con số thể hiện rõ đây là một hiện tượng chưa được khai thác đúng mức. Năm 1999, doanh thu từ game đã vượt qua doanh thu tại các rạp chiếu phim. Đặc điểm những người chơi game trực tuyến cũng đang thay đổi hoàn toàn khi nội dung được đa dạng hóa cho phù hợp với cả người lớn và phụ nữ. Tuổi trung bình của người chơi game trực tuyến hiện nay là 35 tuổi, trong đó 49% là phụ nữ. Tôi còn biết có một công ty Đức đã thiết kế một trò chơi bắn

gà lôi rất thú vị cho Johnnie Walker, và được nhiều người tải về
đến mức vị thủ tướng phải lên tiếng nói rằng trò chơi này gây
hại cho năng suất quốc gia. Mặc dù vậy, người ta vẫn còn nhìn
nhận công nghiệp game vẫn còn nhỏ và chỉ dành cho số ít
người.

Với những thông tin này trong tay, tôi bắt đầu nối những
mảnh vụn lại với nhau và tìm ra một cái toa xe mới. Đây mới
chính là giai đoạn thú vị. Bạn bắt đầu trong một thế giới tưởng
tượng, không giới hạn, không đường biên. Thay vì đập đầu liên
tục vào tường để cố gắng hết sức giải quyết một vấn đề cụ thể,
tôi đặt cho mình câu hỏi: "Nếu tôi có thể sử dụng cây đũa thần
trong tình huống này, tôi có thể làm gì với những thông tin
này?" Quá trình tưởng tượng này không nhất thiết, và không
nên, là hành trình của một kẻ đơn độc. Tôi kêu gọi tất cả những
ai quan tâm - nhân viên, đồng nghiệp, nhà tư vấn - cùng hợp
sức sáng tạo những kịch bản kỳ lạ nhất, đặt ra những câu hỏi
kỳ quặc nhất. Tôi đã làm như thế với một nhóm nhỏ, và chúng
tôi nêu ra tất cả những ý tưởng nảy sinh trong đầu một cách bất
chợt. Nhờ cây đũa thần, trí tưởng tượng, và hợp sức trong nhóm
liên kết không theo một quy tắc nào, chúng tôi đã vận dụng
được sức sáng tạo của mình để tìm ra con đường cứu nước.

Những buổi tưởng tượng này rất hiệu quả. Chúng tôi bắt đầu
nghĩ xem game có thể được vận dụng như thế nào ngoài chuyện
thư giãn và giải trí. Chúng tôi bắt đầu đặt câu hỏi về những giả
định trước nay về ngành công nghiệp mà chúng tôi đang hoạt
động (chúng tôi đang hoạt động trong ngành giải trí, tiếp thị,
hay dịch vụ?), loại sản phẩm chúng tôi cung cấp (chúng tôi bán
game, quảng cáo, huấn luyện, tư vấn, hay công nghệ tạo năng
lực, và khách hàng thật sự của chúng tôi là ai (những thanh niên
đam mê công nghệ, người lớn, hay các công ty trong danh sách

Fortune 500?). Chúng tôi bắt đầu định hướng làm thế nào để kết nối game – vốn đã thu hút được một lượng người dùng ngày càng nhiều và đa dạng – với Internet – vốn đã có một nhóm nhiều công ty đang cố gắng tìm ra cách tối ưu để tương tác với khách hàng của họ.

Dù là một doanh nghiệp trẻ hay một nhân viên, bạn đều có những năng lực sáng tạo để tìm ra những liên kết tương tự cho ngành công nghiệp của mình. Làm sao tôi biết được ư? Bởi vì ai cũng có năng lực này cả! Năng lực của bạn có thể được giấu kín và ít khi dùng tới, nhưng bạn có đấy. Câu hỏi là, làm thế nào để tận dụng chúng? Chúng tôi bắt tay vào tìm cách giải quyết câu hỏi này.

Kết quả thật đáng kinh ngạc. Chúng tôi nhận thấy có cơ hội không chỉ để bán game hay bán quảng cáo trên những trang chuyên về game mà còn có thể tạo ra những game tương tác trực tuyến làm công cụ tuyệt vời để lồng quảng cáo vào trong đó. Khi người ta nhìn nhận YaYa là một công ty tiếp thị chứ không phải là một công ty chuyên về game, chúng tôi nhận thấy khách hàng không phải là người sử dụng cuối cùng; khách hàng thật sự của chúng tôi là những công ty muốn tiếp cận đến những người sử dụng cuối cùng. Sự hoán đổi mục tiêu này buộc chúng tôi nhìn nhận game không phải là một sản phẩm mà chỉ là một phương tiện, giúp phát đi bất cứ thông điệp nào người ta muốn gửi. Bạn có thể sử dụng game để huấn luyện giảng dạy cho nhân viên, làm phương tiện quảng cáo, sử dụng trong các chương trình nâng cao nhận thức nhãn hiệu, để tiếp thị trực tiếp, hay để thu thập thông tin về sở thích của người tiêu dùng, và còn nhiều nữa. Cũng như truyền hình đã sử dụng các chương trình tự giới thiệu để thay thế các chương trình phát thanh, game cũng có thể thay thế quảng cáo dạng banner trên Internet.

Và thế là điểm độc đáo của YaYa đã hình thành. Chúng tôi bắt đầu xâm chiếm lĩnh vực quảng cáo bằng game và kết hợp giáo dục-giải trí như là phương tiện giao tiếp hiệu quả trong tương lai; đây là một phân khúc vẫn chưa được khai phá, thích hợp để giới thiệu sản phẩm trong game, sự kiện game cho thương hiệu, các chương trình huấn luyện theo yêu cầu thiết kế dựa trên game, vân vân và vân vân. Sau đó tôi không chỉ tham gia các hội thảo về game mà còn phát biểu tại đây.

Một khi đã soạn được lời chào mời hấp dẫn, việc thu hút sự chú ý không còn là vấn đề phải quan tâm nữa. Các nhà báo luôn đòi ý tưởng mới. Tiếp cận được họ nhiều khi chỉ đơn giản là gọi một cuộc điện thoại đến tòa soạn báo hay tạp chí, số liên lạc đã được đăng trên trang web của họ, và xin cho gặp phóng viên phụ trách lĩnh vực sản phẩm của bạn. Tôi chưa bao giờ gặp nhà báo nào có người giữ cửa riêng cả. Ngoài ra, tôi luôn được họ gọi lại nếu tôi để một tin nhắn vào máy của họ theo kiểu: "Tôi có một số thông tin thú vị trong nghề về cuộc cách mạng ngành công nghiệp game sẽ tạo ra cho ngành tiếp thị. Tôi rất thích những bài báo của anh trước đây; tôi nghĩ anh chính là người thích hợp để nhận được thông tin này."

Tôi đã từng để lại những tin nhắn kiểu này trên hộp mail của nhiều phóng viên trong nhiều năm qua, và họ rất cám ơn tôi. Nhiều khi câu chuyện kể không liên quan gì đến công ty của tôi hay bản thân tôi. Tôi chỉ đơn giản là xây dựng niềm tin cần thiết để dành khi đến lượt tôi phải cần đến sự hỗ trợ của họ. Có lẽ vì vậy mà giờ đây tôi quen biết với những người nắm giữ trọng trách tại hầu hết những tạp chí kinh doanh lớn trong nước. Tôi biết có những CEO xem những tờ báo hay tạp chí như *Wall Street Journal, Forbes* là những lâu đài bất khả xâm phạm; họ luôn phải lắc đầu không hiểu làm thế nào cho dù tôi đang làm ở đâu, đại diện cho ai, tôi lúc nào cũng được họ đăng tin đăng bài. Câu trả lời là do tôi hiểu và cung cấp cho họ những gì họ cần: những câu chuyện thú vị.

Thật ra tôi cũng nhận được nhiều sự giúp đỡ. Ví dụ như sau khi tôi đã xác định được điểm độc đáo của YaYa, tôi trình bày với các công ty quảng cáo. Công ty tương tác KPE đã mang YaYa và ngành quảng cáo qua game giới thiệu với thị trường. Họ chính là công ty đã "phát hiện" ra chúng tôi và những gì chúng tôi đang thực hiện. Sau đó thì các công ty game cỡ lớn cũng bắt đầu tham gia. Tôi được sự ủng hộ của những người tiến bộ nhất mà tôi biết, những người như Bobby Kotick, CEO của Activation. Bobby liên kết với Nielsen, sử dụng danh tiếng và vốn của công ty mình để đo lường hiệu quả của game trong vai trò phương tiện quảng cáo. Bobby và tôi xuất hiện trên CNN hay CNBC, bình luận tốt về sản phẩm của nhau.

"Keith, anh có bí mật gì vậy? Hối lộ, tống tiền, thôi mà, kể cho tôi biết đi," một người bạn là CEO đã nói đùa với tôi như vậy khi YaYa xuất hiện trang trọng trên tờ *Fortune*, trong khi công ty của anh ta lớn gấp bốn lần YaYa, có thâm niên lâu hơn, thậm chí phải rất vất vả mới được xuất hiện trên mục điểm tin.

Tôi nói với anh ta: "Hãy sáng tạo ra một câu chuyện về công ty và những ý tưởng nó theo đuổi có thể thu hút được độc giả. Đó là phần nội dung của anh. Sau đó thì chia sẻ với mọi người. Anh có bao giờ nhấc điện thoại và nói chuyện với một anh phóng viên tại sao anh nghĩ những gì công ty anh đang làm là rất đặc biệt không? Anh không thể giao nhiệm vụ này cho các công ty dịch vụ PR; các nhà báo phải tiếp xúc hàng ngàn nhân viên PR mỗi ngày. Làm gì có ai thể hiện sự đam mê và thấu hiểu hơn bản thân anh? Anh là chuyên gia trong những việc mình đang làm."

Họ không thể giao trách nhiệm tạo nội dung cho người ngoài

Chúng ta đã vừa nhìn thấy cách nội dung làm thay đổi một công ty từ vô danh thành một thương hiệu tương đối được nhận biết. Nhưng nếu BẠN chính là thương hiệu thì sao? Nội dung của bạn là gì? Bạn có điểm độc đáo nào? Bạn có thể áp dụng cùng một quy trình mà chúng tôi đã thực hiện để đưa YaYa trở nên độc đáo trên thương trường để giúp bản thân trở nên thú vị cho mạng lưới của mình.

Điểm độc đáo là cách duy nhất đảm bảo rằng hôm nay, ngày mai, hay một năm sau bạn vẫn giữ được công việc của mình.

Trước đây, chỉ cần bạn có hai tay, hai chân, với một tấm bằng MBA là có thể thấy cửa đi đến văn phòng lãnh đạo. Ngày nay, vé vào cổng đã khác đi rất nhiều. Trong nền kinh tế thông tin của Mỹ, chúng ta xác định lợi thế cạnh tranh của mình dựa trên kiến thức và sức sáng tạo. Điều này có nghĩa là tính sáng tạo được đánh giá cao hơn năng lực và chuyên môn, và cao hơn kiến thức chung. Nếu những gì bạn làm được mà người khác cũng làm được, thế nào cũng có người sẵn sàng làm việc của bạn với giá thấp hơn. Hẳn bạn đã chứng kiến những công việc đã được chuyển giao sang cho Bangladesh và Bangalore. Một điều duy nhất người ta chưa tìm ra cách để chuyển giao ra bên ngoài là công việc sáng tạo ý tưởng. Bạn không thể thay thế những người hàng ngày đưa ra những nội dung hay cách tư duy giúp công ty của bạn vượt lên trên đối thủ.

Người sáng tạo nội dung bao giờ cũng được chào đón. Họ được thăng chức. Họ được giao chịu trách nhiệm những ý tưởng vĩ đại. Họ thường xuyên được mời phát biểu tại hội thảo và được giới thiệu trên báo hay tạp chí. Mọi người trong công ty, và nhiều người trong ngành biết tên biết tuổi họ. Họ là người nổi tiếng trong thế giới nhỏ bé của mình, và danh tiếng của họ có được là do họ bao giờ cũng đi trước người ta một bước.

Làm thế nào họ đạt được như vậy? Con đường dễ dàng nhất là học chuyên môn.

Nhìn lại sự nghiệp của mình, tôi thấy công thức dẫn đến thành công hiển hiện rõ mồn một: Tôi bắt kịp những khái niệm mới nhất, tiên tiến nhất trong thế giới kinh doanh. Tôi thật sự đắm chìm trong đó, làm quen với những nhà tư tưởng đầu ngành ủng hộ khái niệm này, và tìm đọc tất cả những tài liệu về nó. Sau đó tôi diễn giải nó thành một thông điệp về tầm ảnh hưởng rộng lớn của khái niệm này cho người khác, và cách thức vận dụng nó vào ngành công nghiệp tôi đang làm. Đó chính là nội dung. Trở thành chuyên gia là chuyện rất đơn giản. Tôi chỉ làm những gì chuyên gia phải làm: Tôi giảng dạy, tôi viết lách, tôi phát biểu về kiến thức chuyên môn của mình.

Tôi tìm được công việc đầu tiên trong chương trình quản trị viên tập sự tại ICI sau khi tốt nghiệp đại học bằng cách thuyết phục những nhà phỏng vấn nên tuyển những bạn tốt nghiệp chuyên ngành khoa học xã hội như một thử nghiệm. Trước đó các quản trị viên tập sự đều có trong tay một văn bằng rất kêu như kỹ sư hóa chất, khoa học vật liệu, hay tương tự.

Tôi không cách chi có thể vượt lên tại ICI dựa trên mớ kiến thức kỹ thuật ít ỏi của mình. Tuy nhiên, trong những tháng đầu tiên tham gia công ty, tôi nhận thấy TQM (Quản trị Chất lượng Toàn diện) đang là đề tài thời thượng, một trong những xu hướng kinh doanh do các nhà tư vấn khởi xướng có thể bùng phát theo chu kỳ vài năm.

Trong thời gian rảnh rỗi, tôi đọc tất cả những tài liệu nào tìm được. Sau vài tháng làm việc, tôi tình nguyện hỗ trợ "chuyên môn", dựa trên kiến thức tôi đã học về hành vi tổ chức (mà tôi có học qua hai môn trong trường!). Chỉ bằng một hành động, tôi trở thành một trong ba nhân vật TQM của ICI. Thực tế, tôi chỉ là chuyên gia khi tôi cố gắng truyền đạt kiến thức lại trong công ty. Tôi phải vận dụng tất cả kinh nghiệm về phát biểu, viết lách, và kết nối với một số nhân vật hàng đầu trong nước. Sau một thời gian ngắn, tôi còn thuyết phục được chàng khổng lồ ICI thiết kế một chức vụ mới cho tôi trong một nhóm mới thành lập với tư cách là một trong những nhà chuyên môn hàng đầu về TQM tại Bắc Mỹ.

Giảng dạy là cách tốt nhất để học hỏi và trở thành chuyên gia trong một đề tài nào đó. Nhiều CEO giỏi nhất mà tôi được biết không bao giờ chịu từ bỏ những cơ hội kinh doanh ngay cả khi nó đòi hỏi những kỹ năng hay kinh nghiệm mà công ty họ chưa có. Những vị CEO này xem mỗi tình huống là một cơ hội. "Chúng ta làm được mà," họ sẽ nói. Trong quá trình thực hiện, cả CEO và nhân viên đều học những kỹ năng cần thiết. Họ chộp lấy cơ hội làm một điều gì mới mẻ, và họ làm tốt công việc này. Trên thực tế, sau khi đọc xong quyển sách này, chẳng có lý do gì bạn không thể soạn một giáo trình dạy xây dựng mối quan hệ hay thiết kế nội dung dạy môn này cho trường đại học cộng đồng trong vùng của bạn. Bạn sẽ học hỏi trong quy trình chuẩn bị, và thu về nhiều hơn khi giao tiếp với học viên.

Nói tóm lại, hãy quên đi chức vụ và bản mô tả công việc của bạn (ít nhất là trong lúc này). Ngay từ bây giờ, bạn phải xác định một lĩnh vực chuyên môn đặc biệt nào đó cho riêng mình, một lĩnh vực có thể mang lại giá trị thật sự cho mạng lưới hay công ty của mình.

Bạn sẽ bắt đầu như thế nào?

Có hai cách, cách đơn giản và cách phức tạp, và tôi đã thử cả hai. Như cách tôi áp dụng tại ICI và Deloitte, bạn có thể tìm đến người nào đó đã kết nối những mảnh rời rạc và trở thành một chuyên gia về nội dung này. Đó là cách đơn giản.

Cách phức tạp là phải tự mình tìm ra cách kết nối những mảnh rời rạc. Tin buồn là không có một công thức cụ thể nào hay bản hướng dẫn sử dụng chỉ ra từng bước để bạn thực hiện quy trình này. Tin vui là thiết kế nội dung không cần một trực giác siêu phàm hay chỉ dành riêng cho những người thông minh. Mặc dù tôi công nhận thông minh và trực giác có thể giúp ít nhiều, tôi không dám tự nhận mình được ban phát hai yếu tố này một cách rộng rãi. Thay vào đó, tôi trông chờ vào một số hướng dẫn, một vài thói quen, và một số kỹ thuật đã được kiểm chứng hiệu quả tuyệt vời trong thực tế.

Sau đây là 10 lời khuyên để giúp bạn trên con đường trở thành một chuyên gia:

1. Cập nhật thông tin, phân tích xu hướng, tìm cơ hội

Biết trước thông tin giúp bạn và công ty có thể linh hoạt thích nghi với thay đổi. Sự sáng tạo giúp bạn tận dụng được những thông tin này. Ngày nay, khi sự sáng tạo quan trọng hơn sản xuất, nếu bạn không tiến tới nghĩa là bạn đang thụt lùi. Những người thích ứng sớm, phát hiện xu hướng mới, nối kết kiến thức, tác động thay đổi, cũng như những người sớm nhìn thấy tiền đồ hay biết trước ý tưởng nào sẽ tỏa sáng có thể trở thành những ngôi sao trong thế giới kinh doanh.

Xác định những người nào trong ngành được xem là tiên phong, và dùng tất cả những kỹ năng tạo dựng mối quan hệ để kết nối với họ. Rủ họ đi ăn trưa. Đọc những bản tin của họ. Hay tốt hơn, đọc tất cả những gì bạn có thể. Trên mạng có hàng trăm người đang ngày đêm phát tán thông tin, phân tích, và đưa ra những dự báo. Những nhà phân tích trong nhà này chính là tai mắt của sự nghiệp sáng tạo. Bạn hãy truy cập mạng và đọc, đọc, đọc. Đăng ký tạp chí, mua sách, và trò chuyện với những nhà thông thái mà bạn tìm ra. Cuối cùng thì tất cả những kiến thức này sẽ tích góp lại, và bạn có thể tìm ra được những nối kết mà người khác không nhìn thấy.

2. Đặt những câu hỏi tưởng chừng như ngu xuẩn

Nếu bạn đặt câu hỏi không giống ai, bạn sẽ nhận được những kết quả không giống với những gì cả thế giới nhìn thấy. Có bao nhiêu người đủ can đảm đặt những câu hỏi như vậy? Câu trả lời là: tất cả những người tạo ra những phát kiến vĩ đại nhất. "Bạn nghĩ sao nếu lưu được tất cả những file MP3 trên một thiết bị như chiếc Walkman?" Thế là iPod ra đời. "Tại sao ta không xem được hình chụp ngay lập tức?" Thế là ngành công nghiệp chụp ảnh lấy liền ra đời. "Người ta ai cũng thích ăn hamburger và khoai tây chiên. Sao ta không tìm cách bán cho họ thật nhanh?" Thế là McDonald's và ngành thức ăn nhanh ra đời.

Quyền năng của sự ngây thơ trong kinh doanh được lột tả một cách tuyệt vời bằng một cảnh trong phim *Big*, khi Tom Hanks đóng vai một cậu bé bỗng chốc biến đổi thành người lớn. Hanks đang chủ trì tại một cuộc họp lãnh đạo của một công ty đồ chơi lớn, và một vị phó chủ tịch đang trình bày trên PowerPoint về một món đồ chơi mới. Tất cả những con số đều hợp lý. Tất cả các đồ thị đều cho thấy sản phẩm này sẽ đạt thành công rực rỡ. Nhưng sự ngây thơ hồn nhiên của Hanks đã làm bật lên câu nói: "Tôi không hiểu." Khi thật sự cầm món đồ chơi trong tay, như tình huống cho thấy, tất cả những con số hay đồ thị này không có ý nghĩa gì cả: Đơn giản là món đồ chơi chẳng hay ho gì. Đôi khi những con số cũng có thể không thật. Đôi khi tất cả những bài trình bày PowerPoint cũng không thể che giấu được sự thật về một công ty đã quên đặt ra cho mình câu hỏi căn bản nhất.

Trong nhiều năm liền, nhà điều hành các công ty sản xuất game cho rằng họ đang cạnh tranh trong ngành công nghiệp giải trí. Tôi hỏi: "Giả sử chúng ta thật sự đang cạnh tranh trong ngành tiếp thị thì sao?"

3. Hiểu rõ bản thân và tài năng của mình

Tôi không có một chút mảy may hy vọng để cạnh tranh ngang hàng với những tay chuyên nghiệp về kỹ thuật tại ICI. Nhờ tập trung phát triển một chuyên môn làm nổi bật điểm mạnh của mình, tôi đã vượt qua được điểm yếu. Điều quan trọng là không cần phải lao đầu vào xây dựng những kỹ năng hay tài năng mà bạn còn thiếu, tốt hơn hết là nên tập trung và nuôi dưỡng những điểm mạnh để điểm yếu không còn là vấn đề nữa. Tôi đã áp dụng quy luật 80/20 theo ý nghĩa là bạn nên dành ít thời gian để hoàn thiện điểm yếu của mình, nhưng thật sự nên tập trung xây dựng điểm mạnh.

4. Luôn học hỏi

Bạn phải học hỏi thêm để kiếm thêm nhiều tiền. Tất cả những người xây dựng nội dung đều là những người giỏi đọc hiểu, hay ít nhất là phải biết đặt câu hỏi và giao tiếp khôn khéo. Họ cũng rất kiên trì khi nói đến vấn đề tự hoàn thiện. Chương trình tự hoàn thiện của bạn phải để dành chỗ cho việc đọc sách và tạp chí, nghe băng giảng dạy, tham gia từ 3 -5 hội thảo mỗi năm,

theo học một hai khóa học, và xây dựng mối quan hệ với những
nhà lãnh đạo trong lĩnh vực bạn theo đuổi.

5. Giữ sức khỏe

Nghiên cứu cho thấy vào khoảng xế chiều, do thiếu ngủ, một
nhà lãnh đạo công ty bình thường chỉ đạt mức độ tỉnh táo bằng
một người già 70 tuổi. Bạn nghĩ các nhà lãnh đạo có thể sáng
tạo và nối kết các mảnh vụn? Không hề. Nghe thì có vẻ như một
lời khuyên rẻ tiền, nhưng bạn phải biết tự chăm sóc bản thân
– tinh thần, thể xác, trí óc – để luôn đạt mức tối đa. Mặc dù lịch
làm việc của tôi đôi khi bận khủng khiếp, tôi chưa bao giờ bỏ
qua giờ tập thể dục (năm lần một tuần). Tôi cố gắng nghỉ ngơi
du lịch 5 ngày cứ mỗi hai tháng (mặc dù vẫn đọc email và tranh
thủ đọc sách). Tôi tham gia vào chương trình thư giãn tinh thần
mỗi tháng một lần, có khi đơn giản chỉ là một ngày ngồi thiền.
Tôi cũng tham gia chương trình tâm linh hàng tuần, thường là
đến nhà thờ. Tất cả những việc này giúp tôi nạp đầy năng lượng
để theo đuổi một lịch trình làm việc đặc kín suốt 24 giờ.

6. Trải nghiệm cuộc sống

Khi được hỏi về điều gì giúp người ta vượt lên trong kinh doanh,
Peter Drucker, cha đẻ của ngành quản trị trả lời, "Học chơi
violin." Những trải nghiệm khác nhau mang đến cho ta những
công cụ khác nhau. Thử tìm hiểu xem con bạn thích những gì
và tại sao. Khơi dậy sức sáng tạo của bạn. Học những thứ không
nhất thiết phải theo truyền thống. Du lịch đến những đất nước
kỳ lạ, độc đáo. Hiểu biết về ngành công nghiệp của mình và thị
trường nội địa không thôi chưa đủ để cạnh tranh trong tương
lai. Hãy để cho óc tò mò được thỏa mãn và mở rộng hướng về

những thứ nằm ngoài nghề nghiệp hay ngoài cuộc sống thân thuộc của mình.

7. Đừng nản lòng

Email đầu tiên tôi gửi cho CEO của ICI về vấn đề TQM không bao giờ được phúc đáp. Thậm chí ngày nay, tôi vẫn phải đối mặt với sự từ chối một cách thường xuyên. Nếu bạn là người sáng tạo, đi tiên phong, khác thường, bạn nên làm quen với việc làm cho người khác không thoải mái. Và thử nghĩ xem, khi bạn đe dọa nồi cơm của họ, thế nào cũng có người cố gắng đuổi bạn xuống. Đó là một phần công việc mà bạn phải chấp nhận. Những nhà chuyên nghiệp thật sự gắn bó với nghề hiểu rõ một điều: Niềm đam mê sẽ giúp bạn vượt qua lúc khó khăn, thất bại hay thành công, và chắc chắn bạn sẽ gặp cả hai. Bạn sẽ luôn gặp phải những thay đổi hay thử thách đòi hỏi bản thân phải kiên định và gắn bó. Hãy nghĩ đến kết quả và mở to mắt tìm kiếm những gì đang diễn ra trên thị trường.

8. Tiếp cận công nghệ mới

Không có ngành công nghiệp nào thay đổi nhanh chóng và lệ thuộc nhiều vào sức sáng tạo hơn công nghệ. Bạn không nhất thiết phải là một người am hiểu công nghệ, nhưng bạn cần phải nắm được tầm ảnh hưởng của khoa học công nghệ đến công việc kinh doanh của bạn và có khả năng vận dụng nó mang lại lợi ích cho mình. Hãy làm quen hay thuê một người am hiểu công nghệ.

9. Phát triển một phân khúc hẹp

Những doanh nghiệp nhỏ thành công và được nhiều người biết

tiếng nhờ định vị trong một phân khúc thị trường nhỏ mà họ có thể thống trị. Cá nhân cũng có thể áp dụng chiến lược tương tự. Tìm hiểu một số lĩnh vực mà công ty bạn đang thua kém, và chọn một lĩnh vực mà ít người quan tâm nhất.

Một anh chàng do tôi đỡ đầu trước đây làm việc cho một công ty mới thành lập cung cấp một loại sản phẩm mới dành cho thú cưng. Không lâu sau khi được tuyển dụng, anh ta phát hiện ra một trong những vấn đề thường gặp của công ty mới là làm sao không để chi phí giao dịch thư từ ăn mất vào lợi nhuận. Thật tình mà nói, đây không phải là một vấn đề được quan tâm lắm trong bảng thứ tự ưu tiên của một công ty mới, nhưng đồng thời, anh chàng này cũng không phải là người được quan tâm lắm.

Anh ta tự động tìm hiểu về vấn đề này bằng cách liên lạc với các nhân viên chính thức phụ trách doanh nghiệp nhỏ tại UPS, FedEx, và nhiều công ty thư tín khác. Vài tuần lễ sau, anh ta gửi một bức thư chi tiết cho CEO về khả năng cắt giảm chi phí thư tín. Vị CEO rất vui mừng. Chuyên môn sâu trong một lĩnh vực hẹp của anh chàng đã tạo cho anh ta một uy tín là người có giá trị đối với công ty, và hiện nay anh ta đang tập trung vào những chuyên môn khác quan trọng hơn nhiều trong danh sách ưu tiên.

10. Theo đuổi đồng tiền

Sáng tạo không mang lại ý nghĩa gì nếu không thể áp dụng vào thực tế. Cốt lõi cuối cùng của nội dung bạn xây dựng là: Nó phải mang lại thêm doanh thu. Máu thịt của bất cứ công ty nào là doanh thu và dòng tiền. Tất cả những ý tưởng vĩ đại đều không có nghĩa lý gì trong kinh doanh trừ khi ai đó chịu bỏ tiền ra mua nó.

TIỂU SỬ NGƯỜI NỔI TIẾNG

Dalai Lama

"Dùng nội dung để kể chuyện lay động lòng người."

Mặc dù được cả thế giới biết đến như một vị lãnh đạo đất nước, một tu sĩ, nhà ngoại giao, người anh hùng, một Ghandi của Tibet, nhưng Dalai Lama chỉ thích được nhắc đến như là "một tu sĩ Phật giáo đơn giản – không hơn, không kém."

Trong quá trình tạo dựng tên tuổi trên toàn cầu từ khi ông sống lưu vong khỏi quê hương Tibet – trốn thoát khỏi quân đội chiếm đóng của Trung Quốc vào cuối thập niên 1950 – Ông đã thu hút được sự chú ý của công chúng, quyên góp được hàng triệu đôla, và kêu gọi sự ủng hộ cho chính nghĩa đòi lại vùng chủ quyền dân tộc của nhiều nhân vật nổi tiếng, chính trị gia, và dân thường.

Một người có tham vọng kết nối học được gì từ hình ảnh vị tu sĩ khiêm tốn này?

Câu trả lời: Nội dung mạnh mẽ được thể hiện thông qua một câu chuyện thuyết phục có thể tiếp thêm sức mạnh cho mạng lưới để giúp bạn đạt được mục tiêu của mình.

Đây chính là kết quả vị lãnh đạo tinh thần của người Tibet đang làm được: Người ta mang đến cho ông tiền tài trợ, tình yêu, sự hỗ trợ mặc dù ông không bán sản phẩm hay dịch vụ gì cả. Người ta chi tiền, số tiền lớn, mặc dù ông không hề hứa hẹn mang lại cho họ lợi nhuận. Người ta chấp nhận trả tiền chỉ để nghe ông nói chuyện về cuộc sống nói chung, hay về sự đấu tranh của Tibet, quê hương của ông.

Bạn có thể nghĩ rằng cần phải có một văn bằng trong kinh doanh, hay bằng MBA, để có thể trở thành nhà lãnh đạo hay một người biết nội dung. Không hẳn thế. Vị Dalai Lama không hề có một tấm bằng nào cả. Tuy nhiên, ông có khả năng trình bày một thông điệp sâu sắc về hòa bình thế giới và tình yêu nhân loại thông qua những câu chuyện có thật và thú vị - thông điệp này đã giúp ông được trao giải Nobel Hòa bình năm 1989.

Bây giờ có thể bạn đang nghĩ: "Khoan đã. Anh không thể nào so sánh ước nguyện kết nối của một nhân viên văn phòng như tôi – và những câu chuyện mà tôi sẽ kể để thu hút bạn bè hay tạo ảnh hưởng đến người khác – với những câu chuyện mà Dalai Lama trình bày. Tôi ăn ba bữa mỗi ngày. Ông ấy đã sống lưu vong từ những năm 1950."

Và bạn đúng chứ không sai. Câu chuyện của bạn không sâu sắc và cảm động như của ông ấy. Nhưng cách bạn kể chuyện thì có đấy. Sau đây là phương pháp:

Để kể được một câu chuyện thu hút, Dalai Lama hiểu được rằng thông điệp phải đơn giản và dễ hiểu cho tất cả mọi người. Nhà báo Chris Colin, khi phán đoán vì sao lý tưởng của Dalai Lama lại trở nên rất phổ biến, đã viết, "Có thể chính sự rõ ràng của tội ác đã lay động phương Tây, nơi mà ít có vụ tranh chấp trên thế giới nào lại được thể hiện chính xác như vậy.... Tại đây, trong một đất nước vẫn còn hoài niệm về giai đoạn nội chiến da trắng da đen của một quá khứ tương tự, chính nghĩa "Giải phóng Tibet" được sự ủng hộ rất cao."

Mặc dù ông là một trong những học giả uyên thâm nhất của một trong những triết lý phức tạp nhất trên thế giới, Dalai Lama không chỉ trình bày chính nghĩa của mình dưới một tầm nhìn rõ ràng, dễ hiểu, ông còn tìm mọi cách để chứng minh cho thấy chính nghĩa này có quan hệ với từng người trong chúng ta như thế nào.

Những câu chuyện thu hút nhất là những câu chuyện kể về nhân thân – chúng ta là ai, chúng ta từ đâu đến, và chúng ta sẽ đi về đâu. Những câu chuyện này chạm đến một điều gì đó chung nhất trong chúng ta. Dalai Lama mượn những câu chuyện này để cho ta thấy mối quan tâm của ta dành cho Tibet chính là mối quan tâm đến bản thân mình. "Chúng ta càng quan tâm đến hạnh phúc của người khác nhiều chừng nào," ông nói, "thì chúng ta càng có cảm giác an nhiên chừng đó." Bằng cách này, ông đã chỉ ra mối quan tâm của tất cả mọi người – hạnh phúc xây dựng trên nền tảng sự hài lòng, xoa dịu nỗi đau, và xây dựng mối quan hệ đầy ý nghĩa – có thể trở thành nền tảng đạo đức trong xã hội ngày nay. Từ đó, ông tác động đến chính nghĩa của mình bằng cách tác động đến chính nghĩa của mọi người.

Điều này hoàn toàn không có nghĩa là công việc kinh doanh của bạn, lý lịch tự thuật của bạn, hay bất cứ nội dung nào bạn muốn truyền đạt đều phải được tối giản hay phổ quát trên thế giới. Bạn nên tìm hiểu làm thế nào để trải lòng ra theo một cách a) dễ hiểu, và b) ai cũng thấy có liên quan đến mình. Một cách khác để thực hiện điều này là tự hỏi bản thân: "Nội dung của mình sẽ giúp người khác trả lời được câu hỏi họ là ai, họ từ đâu đến, và họ sẽ đi về đâu như thế nào?"

Ở một mức độ nào đó, người ta vẫn ngạc nhiên tại sao lại có người quyên góp tiền vì chính nghĩa của Tibet. Chính nghĩa của người Tibet, có thể nói là đã mất; sau bốn thập kỷ, Trung Quốc vẫn không hề tỏ ý sẽ rút lui.

Thế mà Dalai Lama vẫn tiếp tục thuyết phục được mọi người đóng góp tiền bạc và công sức của họ. Ông đã làm thế nào? Một điều được ông áp dụng là sử dụng dữ liệu và ví dụ lịch sử trong các câu chuyện của mình để khơi dậy sự đồng cảm. Ông không làm như các doanh nhân là dùng biểu đồ, phân tích, cố gắng đánh vào lý trí để thuyết phục người khác về niềm tin của mình. Ông làm cho chúng ta cảm nhận được niềm tin đó. Để minh họa, mời bạn tìm đọc đoạn hỏi đáp này, trích từ cuộc phỏng vấn năm 1997 trên *Mother Jones*:

Hỏi: Theo ý kiến của ông thì cần phải làm gì để Trung Quốc thay đổi chính sách về Tibet?

Dalai Lama: Cần có hai điều: thứ nhất, một nhà lãnh đạo Trung Quốc biết nhìn về tương lai thay vì chỉ nhìn thấy quá khứ, biết hướng đến hòa hợp dân tộc và quan tâm đến ý kiến của thế giới và của chính người dân Trung Quốc đòi dân chủ; thứ hai, một nhóm nhà lãnh đạo các nước trên thế giới biết lắng nghe nguyện vọng của người dân nước họ về Tibet, và biết thẳng thắn đối thoại cứng rắn với Trung Quốc về nhu cầu cấp thiết phải tìm ra một giải pháp dựa trên sự thật và công bằng. Hiện nay chúng ta chưa có được hai điều này, vì vậy quá trình mang lại hòa bình cho Tibet đang bị bế tắc.

Nhưng chúng ta không nên mất niềm tin vào sức mạnh của sự thật. Mọi thứ đều thay đổi trong thế giới này. Hãy nhìn vào Nam Phi, Liên Xô cũ, và Trung Đông. Họ vẫn còn có rất nhiều vấn đề, bước tiến lẫn bước lùi, nhưng cơ bản những thay đổi đã diễn ra là những điều không tưởng cách đó chừng một thập kỷ.

Điều thật sự làm lay động chúng ta, buộc chúng ta phải hành động, chính là xúc cảm. Mặc dù còn nhiều bất lợi, Dalai Lama vẫn khiến chúng ta tin rằng việc dù có vẻ là bất khả, trên thực tế, vẫn có thể xảy ra. Trong những câu chuyện của bạn, hãy dùng cảm xúc để thuyết phục những người còn nghi ngờ rằng kèo dưới nhiều khi vẫn thắng, và gã khổng lồ đôi lúc vẫn ngã gục.

Hãy học theo ví dụ về Dalai Lama, hướng cái thần và cái tâm vào những câu chuyện lay động lòng người, mang lại nguồn cảm hứng cho rất nhiều nhóm người khác nhau nổi lên hành động. Trong thời đại của thương hiệu, trong nền kinh tế đặt cảm xúc lên trên con số, những nhà thuật chuyện sẽ luôn có lợi thế. Michael Hattersley đã viết trong một bài báo trên tạp chí *Harvard Business Review*, "Rất nhiều khi chúng ta phạm sai lầm khi nghĩ về công việc kinh doanh như là những tính toán lý trí, một công việc mà chỉ trong vài năm nữa máy tính sẽ làm tốt hơn con người. Người ta đã từng nghe nhắc đến trong các cuộc hội thảo: 'Con số này nghĩa là gì?' 'Đưa cho tôi số liệu thôi.' 'Hãy cân nhắc các bằng chứng hiển nhiên và đưa ra quyết định đúng đắn.' Nhưng thành thật mà nói, ít có tài năng nào quan trọng hơn đối với thành công trong công tác quản lý bằng kỹ năng thuật chuyện tốt."

Thế nhé, bạn hãy quên đi những cái gạch đầu dòng hay những bài trình bày trên PowerPoint. Một khi bạn đã xác định được đâu là nội dung, bạn cần phải kể một câu chuyện thuyết phục để buộc bạn bè hay cộng sự của mình phải hành động một cách hăng hái và không ngập ngừng, phải làm sao cho họ bị dẫn dắt hoàn toàn bởi câu chuyện tuy đơn giản nhưng sâu sắc của bạn.

CHƯƠNG 23

Xây dựng thương hiệu cá nhân

> Tất cả chúng ta, bất kể tuổi tác, bất kể chức vụ, bất kể ngành nghề, đều cần phải hiểu tầm quan trọng của thương hiệu. Chúng ta là những CEO của công ty riêng: Công ty TNHH Tôi. Để thành công trong thế giới kinh doanh ngày nay, nhiệm vụ quan trọng nhất của bạn là làm giám đốc tiếp thị cho thương hiệu Bạn.
>
> _ TOM PETERS

Bản thân tôi là một nhà tiếp thị chuyên nghiệp, nên tôi ý thức rất rõ cảm nhận có thể chi phối thực tế, và chúng ta, theo một nghĩa nào đó, cũng là những thương hiệu. Tôi hiểu rằng những chọn lựa của mình – áo quần, phong cách giao tiếp, thú vui - mang đến một nhân dạng riêng.

Hình ảnh và nhân dạng ngày càng trở nên quan trọng trong trật tự kinh tế mới. Trong thế giới điện tử tràn ngập những thứ tương tự nhau, đầy ứ thông tin, một thương hiệu mạnh, được xây dựng không phải trên nền tảng sản phẩm mà dựa vào thông điệp cá nhân, có thể trở thành một lợi thế cạnh tranh.

Nội dung là ngôi sao dẫn dắt cho thương hiệu cá nhân, giúp bạn gom tất cả những nỗ lực nối kết lại vì một sứ mệnh nhất quán. Thương hiệu cá nhân tốt giúp bạn ở ba điểm quan trọng khi nối kết các mắt lưới trong mạng: Nó tạo ra một nhân dạng riêng biệt, đáng tin cậy. Nó thể hiện một thông điệp thuyết phục. Nó thu hút thêm người đến với chính nghĩa của bạn, vì bạn bỗng trở nên nổi bật trong một thế giới chen chúc. Kết quả là bạn sẽ dễ dàng kết bạn mới và có tiếng nói hơn trong công việc và nghề nghiệp.

Nếu tôi nói "Swoosh" (Biểu tượng của Nike), bạn nghĩ ngay đến điều gì? Tôi sẽ rất ngạc nhiên nếu như đa số các bạn không nói là "Nike". Sau khi giới thiệu với người tiêu dùng hình ảnh thương hiệu Nike trong suốt hai thập niên, và gầy dựng dấu hiệu nhận biết này song song với tinh thần thể thao đỉnh cao, công ty đã thành công trong việc tạo ra một phản xạ có điều kiện bất cứ khi nào chúng ta nhìn thấy dấu hiệu bé nhỏ này.

Một hình ảnh đầy quyền lực phải không?

Thương hiệu cá nhân của bạn cũng có thể mang lại tác dụng tương tự trong mạng lưới. Nó chỉ ra giá trị của bạn. Nó phổ biến với toàn thế giới về sứ mệnh và nội dung bạn có. Nó giúp bạn thể hiện những gì bạn có, tại sao bạn là một người độc đáo, và đưa ra một lý do rõ ràng tại sao người khác nên kết nối với bạn.

Chuyên gia hàng đầu về thương hiệu đồng thời là nhà tư vấn kinh doanh siêu sao Tom Peters khuyên chúng ta hãy "học tập cách tạo ra một dấu ấn riêng tương tự như hình ảnh của Nike". Ông muốn mang đại lộ Madison đến tận bàn làm việc của bạn, đưa ra hình ảnh thành công của Michael Jordan và Oprah Winfrey làm bài bản để cho Willy Lohman biến mình thành Willy Gates.

Làm thế nào chúng ta áp dụng cách giới thiệu sản phẩm để giới thiệu bản thân?

Peters cho rằng chúng ta đang sống trong "Một thế giới lộn ngược." Những suy nghĩ truyền thống trong quá khứ không còn ý nghĩa nữa. Luật lệ trở nên thừa thãi. Lằn ranh ngăn cách không còn rõ nữa giữa nền kinh tế mới và cũ, giữa Hollywood và các tập đoàn lớn với các cá nhân lớn trong tập đoàn.

Peters đặt tên cho trào lưu này là "cuộc cách mạng cổ cồn trắng." Sự hội tụ của nhiều yếu tố khiến cho Peters dự đoán rằng trên 90% những công việc văn phòng sẽ thay đổi hoàn toàn hoặc thậm chí không còn tồn tại nữa trong vòng 10 - 15 năm tới. Những yếu tố đó là sự đơn giản hóa các quy trình trong kinh doanh, công nghệ thay thế con người, sự gia tăng dịch vụ thuê ngoài từ những nước khác, và một giai đoạn kinh doanh trong đó ai cũng muốn làm việc tự do. Ông nói, "Bạn phải nghĩ đến công việc, bộ phận, hay phòng ban của mình như là một tập đoàn tự vận hành. Bạn phải làm được những dự án vĩ đại WOW."

Nếu dùng thuật ngữ thương hiệu thì, cuối cùng mọi người đều có một chọn lựa: khác biệt hay là chết.

"Tôi đã quá chán khi cứ nghe người ta nói, 'Tôi muốn lắm chứ, nhưng người ta không cho phép,'" Peters rao giảng, cũng vẫn với cách đả phá quen thuộc của mình. "Hãy làm CEO của chính cuộc đời mình. Hãy nổi giận. Đừng quá chú tâm đến chút may mắn rơi rớt dọc đường. Chưa bao giờ dễ dàng thay đổi công việc như lúc này." Đúng! Đúng! Rất đúng!

Tôi thường cảm thấy tức giận khi người ta cho rằng họ không có khả năng, hay không quan tâm đến việc tạo ra sự khác biệt so với bạn bè hay đồng nghiệp. Tôi còn nhớ đã từng khuyên một anh chàng cực kỳ thông minh tên là Kevin, lúc đó đang làm việc tại công ty tư vấn PriceWaterhouseCoopers. Trong quá trình trao đổi, anh ta cho biết anh ta không cảm thấy vui vẻ với công việc và sự nghiệp hiện tại. Anh ta nhận thấy mình chỉ là một người đọc số vô danh, và không có con đường nào khác trong môi trường này.

"Sai lầm!" tôi nói cho anh ta biết. "Anh có chọn lựa, có điều anh chưa tạo ra cho mình mà thôi. Anh phải tích cực chủ động tạo tương lai sự nghiệp cho bản thân. Anh phải bắt đầu cố gắng thay đổi thương hiệu bản thân từ một người kiểm tra số liệu vô danh chuyển sang một người biết tạo khác biệt với chút tiếng tăm."

Khi tôi đưa ra một số gợi ý cách anh ta có thể bắt tay thực hiện, anh ta trả lời, "Mấy kiểu này không thực hiện được trong một công ty tư vấn lớn đâu." Tôi tưởng như đầu mình sắp nổ tung lên rồi đấy. Tôi nghĩ anh ta cũng nhìn thấy tôi đang tức giận.

"Kevin, đó chỉ là những lời nhảm nhí tự hại mình thôi. Ngay từ ngày đầu tiên tôi vào làm tại Deloitte - đây cũng là một công ty tư vấn tương đối lớn phải không? - tôi đã tìm mọi cách để được tham gia vào những dự án mà không ai muốn, hay đề nghị những dự án không ai nghĩ ra. Tôi gửi email những ý tưởng của mình cho sếp, thậm chí gửi lên cả sếp của sếp. Và hầu như ngày nào tôi cũng làm thế. Chuyện gì tệ hại nhất có thể xảy ra? Tôi sẽ bị đuổi khỏi một công việc đằng nào tôi cũng không thích. Bằng ngược lại, tôi đã nỗ lực tạo ra một công việc - bất kể nó ở công ty nào - mà tôi cho rằng sẽ mang đến hạnh phúc cho bản thân."

Bộ phận đào tạo và phát triển tại FerrazziGreenlight thường xuyên cung cấp dịch vụ đào tạo tại các trường chuyên môn và huấn luyện cho nhân viên mới tại các công ty lớn. Trong những buổi này, chúng tôi luôn cố gắng đưa vào đầu học viên thông điệp rằng sự nghiệp nằm trong tay họ, và thuộc toàn quyền quản lý của họ. Trong tất cả những công việc tôi đã từng làm qua, tôi đều cố gắng thể hiện bản thân là một người tiên phong, một nhà tư tưởng, một người bán hàng, và một người biết cách hoàn thành nhiệm vụ. Khi tôi chỉ mới là quản trị viên tập sự tại ICI, trong công việc đầu tiên sau khi tốt nghiệp, tôi gửi ra một loạt những đề nghị cho CEO. Ông ấy không hề trả lời. Nhưng tôi cũng không vì vậy mà thôi không gửi email cho ông nữa.

Thật là buồn cười nếu bạn cho rằng bạn không thể ảnh hưởng đến kỳ vọng của người khác dành cho bạn trong công việc và trong quan hệ đời sống. Nhờ nỗ lực của mình, bạn có thể vượt qua được giới hạn bằng cách thể hiện khả năng của mình trong mắt người khác.

Peters kể một câu chuyện ông biết về một tiếp viên hàng không đề nghị hãng này chỉ cần cho một quả ô liu vào trong những ly rượu martini thay vì hai. Gợi ý này giúp công ty tiết kiệm được hơn 40.000 đôla mỗi năm và cô tiếp viên hàng không này - ngay lập tức - được mọi người biết đến. Hiện nay cô đã trở thành phó chủ tịch hãng hàng không.

Nhà văn Milan Kundera đã từng nhận xét rằng tán tỉnh nghĩa là hứa hẹn nhưng không đảm bảo tình dục. Một thương hiệu thành công, do đó, phải hứa hẹn và đảm bảo một trải nghiệm ấn tượng mỗi lần sử dụng. Nó thể hiện qua email mà bạn chắc chắn sẽ đọc vì bạn biết tên người gửi. Nó thể hiện qua người nhân viên luôn được giao những dự án thú vị.

Để tạo được thương hiệu, bạn phải kiên trì tập trung liên tục vào những gì bạn làm để mang lại giá trị gia tăng. Và tôi xin đảm bảo với bạn với bất cứ công việc nào bạn cũng có thể mang lại giá trị gia tăng. Bạn có thể làm cùng một công việc nhanh hơn, hiệu quả hơn không? Nếu được, sao bạn không thử ghi nhận lại thời gian thực hiện của mình và trình bày với cấp trên đưa nó thành một tiêu chuẩn cho mọi nhân viên? Bạn có tự mình nghĩ ra những dự án trong lúc rảnh rỗi? Bạn có tìm cách để tiết kiệm hay mang lại thêm doanh thu cho công ty?

Bạn không thể làm được những điều này nếu bạn chỉ chăm chăm quan tâm đến việc giảm thiểu tối đa rủi ro, tôn trọng các chuỗi mệnh lệnh, và làm đúng theo những gì được ghi trong bản miêu tả công việc đến từng câu từng chữ. Cuộc chiến này không có chỗ cho những người chỉ biết nói vâng. Những người có tinh thần dám nghĩ dám làm biến công việc của mình thành đặc biệt sẽ là những người tạo dựng được thương hiệu thành đạt.

Bạn không thể làm công việc có ý nghĩa, thay đổi thế giới, trừ khi bạn phải kiên trì học hỏi, phát triển, và thử thách những kỹ năng của mình. Nếu bạn muốn người khác xác định lại giới hạn công việc của bạn cũng như vị thế của bạn trong công ty, chính bạn phải là người đầu tiên nới rộng giới hạn của mình. Điều này có nghĩa là bạn phải làm nhiều hơn được yêu cầu. Điều này có nghĩa là mỗi năm bạn phải thêm được nhiều ý vào trong bản tóm tắt quá trình làm việc. Điều này có nghĩa là bạn phải biết vận dụng những nối kết trong và ngoài mạng lưới để giúp bạn hoàn thành những dự án được giao một cách xuất sắc. Peters gọi quá trình này là sự theo đuổi WOW.

Trên thực tế có rất nhiều cách khác nhau để theo đuổi và thành thạo WOW. Tuy nhiên, những con đường này lệ thuộc rất nhiều vào cảm giác hơn là lý trí. Chìa khóa tóm lại chỉ đơn giản là: Hãy biết đòi hỏi! Tìm giá trị bản thân! Ám ảnh bởi chính hình ảnh bản thân! Biến tất cả mọi thứ thành cơ hội để xây dựng thương hiệu cá nhân.

Làm thế nào bạn có thể tạo một nhân dạng để thành công

trong sự nghiệp? Làm thế nào tạo dựng được hình ảnh *swoosh* cho công ty của mình? Cho mạng lưới của mình? Sau đây là ba bước giúp bạn trở thành Oprah Winfrey tiếp theo:

Phát triển một thông điệp thương hiệu cá nhân (Personal Branding Message – PBM)

Thương hiệu đơn giản chỉ là điều người ta nghĩ đến khi nghe hoặc thấy nhắc đến tên bạn. Thương hiệu mạnh nhất, cũng như những người thú vị, thường cần có một thông điệp độc đáo.

PBM xuất phát từ nội dung hay giá trị riêng biệt mà bạn mang lại, như chúng ta đã nói trong chương trước, và một quy trình tự đánh giá. PBM bao gồm tìm hiểu tên tuổi của bạn thật sự có nghĩa gì. Nó yêu cầu bạn phải xác định được điểm độc đáo và cách vận dụng điểm độc đáo này của bạn vào công việc. Nó không phải là một nhiệm vụ cụ thể mà thật ra là tạo thói quen suy nghĩ theo nếp.

Bạn muốn người ta nghĩ gì khi họ nghe hay thấy nhắc đến tên bạn? Sản phẩm hay dịch vụ nào bạn có thể cung cấp tốt nhất? Cân nhắc kỹ năng, kết hợp với niềm đam mê, và tìm ra thị trường cho nó, hoặc ngay cả trong công ty, mà nó phát huy tác dụng cao nhất.

Thông điệp của bạn phải luôn thể hiện được sứ mệnh và nội dung của bạn. Sau khi bạn ngồi xuống suy nghĩ cẩn thận và biết mình muốn gì, và bạn đã liệt kê ra mục tiêu cho 90 ngày, một năm, ba năm, bạn có thể xây dựng một cảm nhận thương hiệu để hỗ trợ đạt mục tiêu này.

Thông điệp định vị của bạn nên bao gồm một danh sách những từ bạn muốn người ta nhắc đến khi nói về bạn. Viết những cụm từ này xuống trang giấy là bước đầu tiên để thuyết phục người ta tin vào chúng. Yêu cầu những người bạn đáng tin cậy nhất giúp bạn chỉ ra những cụm từ họ có thể dùng để miêu tả bạn, cả điểm tốt lẫn điểm xấu. Yêu cầu họ chỉ ra cho bạn những kỹ năng hay tính cách đáng quý nhất của bạn.

Ngày xưa khi tôi có tham vọng trở thành CEO của một công ty lớn trong danh sách *Fortune 500,* PBM của tôi như sau: "Keith Ferrazzi là một trong những nhà tiếp thị và CEO sáng tạo, thực tiễn nhất trên thế giới. Tại bất cứ vị trí nào hắn cũng mang lại những điều "lần đầu tiên". Niềm đam mê của hắn làm sáng lên ngọn lửa bất cứ nơi nào hắn đến."

Đóng gói thương hiệu

Đa số người ta đánh giá, cảm thấy ấn tượng dựa trên những gì họ nhìn thấy - tất cả mọi thứ nếu không kể đến tiếng nói đều thể hiện cho mọi người bản chất thực của bạn. Hãy thành thật nhìn nhận rằng cho dù làm trong bất cứ ngành nghề nào thì ngoại hình cũng quan trọng, vì vậy bạn cần phải chăm chút ngoại hình của mình cho chuyên nghiệp.

Trong khía cạnh này, chỉ có một điều mà bạn nên chú ý: Nổi bật! Phong cách rất quan trọng. Cho dù bạn không thích, nhưng cách ăn mặc, giấy viết thư, kiểu tóc, danh thiếp, văn phòng làm việc, phong cách giao tiếp đều được người khác để ý - rất nhiều. Thiết kế thương hiệu rất quan trọng. Hãy mua vài bộ quần áo mới. Nhìn thật kỹ cách thể hiện của bản thân. Hỏi thăm người khác xem họ nhìn nhận về mình như thế nào. Bạn muốn người ta nhìn mình như thế nào?

Mục đích cuối cùng là bạn phải tạo được một cái nhìn thiện cảm cho mọi người, đồng nhất với ấn tượng bạn muốn để lại cho người đối diện. "Người ta nhìn bạn bằng vẻ bề ngoài nhiều hơn,"

Machiavelli nhận xét, "hiếm có mấy ai thật sự biết được con người bên trong của bạn."

Khi tôi còn trẻ, tôi thường lúc nào cũng thắt nơ nghiêm trang. Tôi cảm thấy đó là một hình ảnh rất riêng mà người ta không dễ quên, và thật sự nó có hiệu quả rất tốt. "Anh là người duy nhất thắt nơ nghiêm trang tại buổi nói chuyện hội thảo năm ngoái," tôi thường xuyên nghe mọi người nhắc lại. Theo thời gian, tôi không cần thiết phải giữ hình ảnh này nữa, vì thông điệp và cách thể hiện nó đã trở thành thương hiệu của tôi, ngoài ra tôi cho là hình ảnh chiếc nơ không thích hợp với một người luôn đi tiên phong trong ý tưởng sáng tạo.

Sao bạn không thử làm một trang Web cá nhân? Trang Web là một công cụ tiếp thị tuyệt vời và rẻ tiền để giới thiệu thương hiệu của bạn, một cách hữu hiệu buộc bạn phải xác lập với thế giới bạn là ai. Chỉ cần có một trang web đẹp đẽ, bạn đã bước vào hàng ngũ những công ty lớn trên Internet.

Điều này nghe có vẻ nhỏ nhặt, nhưng thực tế không phải vậy. Những chi tiết được chăm chút sẽ để lại ấn tượng khó phai.

Giới thiệu thương hiệu

Bạn đồng thời phải là công ty PR cho bản thân, và tôi sẽ phân tích kỹ hơn trong chương sau. Nhận lời thực hiện những dự án mà không ai muốn nhúng tay vào. Đừng bao giờ đòi hỏi tăng lương cho đến khi bạn hoàn thành công việc một cách xuất sắc và trở nên có giá trị với công ty. Tham gia vào những nhóm phát biểu tại hội thảo. Viết báo cho các tạp chí chuyên ngành hay bản tin nội bộ. Gửi email cho CEO với những ý tưởng sáng tạo. Thiết kế tập quảng cáo riêng cho công ty Tôi của mình.

Thế giới là một sân khấu dành cho bạn. Thông điệp của bạn là vở kịch. Vai chính bạn thể hiện chính là thương hiệu của mình. Hãy thể hiện thật tốt vai diễn của mình, y như thật.

CHƯƠNG 24

Quảng cáo thương hiệu

Vậy là trong tay bạn đã có nội dung, điểm khởi đầu của một thương hiệu. Bạn đang có những bước tiến vững chắc. Chẳng sớm thì muộn bạn cũng tạo được quyền lực trong công ty. Nhưng công việc của bạn còn lâu mới chấm dứt. Nếu "phần còn lại của thế giới" không hiểu được là bạn rất giỏi, thì bạn và công ty của mình chỉ mới gặt hái được một tí lợi nhuận mà thôi. Sự thật là bạn cần phải mở rộng tầm ảnh hưởng của mình để nâng sự nhận thức lên một tầm cao hơn nữa. Đây là cách giúp bạn tạo quyền lực không chỉ giới hạn trong công ty mà cả trong ngành nữa.

Điều này có thể đạt được nhờ vào sự xuất hiện của bạn. Tôi không có ý định khuyên bạn ra đứng ngoài đầu đường cầm tấm bảng "Cho tôi lên TV!" Nhắc đến ý nghe cũng hay đấy nhỉ... mà thôi, chuyện này để sau. Tôi có một vài gợi ý để tự giới thiệu mình, giúp bạn được nhiều người biết đến nhanh hơn, và không nhất thiết phải làm xấu ngoài đường. Mà tôi cũng không phải là kẻ xa lạ nếu nói đến chuyện làm xấu. Tôi đã vấp té nhiều lần trước khi học được thế nào là đúng thế nào là sai để tự giới thiệu mình.

Bạn không nhất thiết phải là nhà tư tưởng mới nhận thấy tầm quan trọng của việc được nhiều người biết đến trong sự nghiệp của mình, hay khi bạn muốn mở rộng mạng lưới bạn bè đồng nghiệp. Chúng ta thử nhìn vào trường hợp của tay cự phách Donald Trump. Bất chợt phải kể tên một nhà tài phiệt bất động sản, bạn nhớ được mấy người? Thế đấy, tôi cũng không nhớ được cái tên nào khác. Tại sao Donald được gọi là người thương lượng thành công tuyệt đối? Chắc phần nào là vì ông đã hàng triệu lần tự gọi mình như vậy trên báo chí, phỏng vấn truyền hình, và bây giờ là trên cả một chương trình truyền hình riêng của mình. Chắc bởi vì ông cho xuất bản quyển sách tựa đề *The Art of the Deal* (Nghệ thuật Giao dịch Địa ốc).

Chiến thuật tự quảng cáo của Trump không đơn thuần chỉ để thỏa mãn cái tôi (mặc dù trong đó có bao nhiêu phần trăm là vì cái tôi thì tôi cũng không dám chắc); nó là một ví dụ điển hình trong kinh doanh. Thương hiệu đầy tranh cãi này hiện nay đã tạo được một giá trị riêng cho mình. Những tòa nhà được gắn tên ông được định giá cao hơn và tiền thuê đắt hơn. Khi Công ty Trump phá sản, các ngân hàng thay vì siết nợ như họ thường làm với những tay đầu tư bất động sản khác thì họ lại nơi tay cho Trump, không phải vì họ biết Trump là người có tài trong lĩnh vực này mà còn vì họ hiểu rằng chỉ cần cái tên không thôi Trump cũng đủ khả năng kêu gọi giúp đỡ gầy dựng lại cơ nghiệp. Trump là một nhà đầu tư tài năng, nhưng thế giới này còn khối người cũng tài năng như vậy. Khác biệt là đâu? Ông ta biết tự quảng cáo mình.

Sự thật không chối cãi là những người nổi tiếng bên ngoài công ty thường có giá trị cao hơn. Họ tìm việc dễ dàng hơn. Họ nổi lên và leo các nấc thang thăng tiến nhanh hơn. Mạng lưới của họ ngày càng rộng mà không phải mất quá nhiều công sức xây dựng.

Tôi dám chắc đã nghe thấy tiếng ai đó rên rỉ không bằng lòng. Bạn có thể tự nghĩ: "Tôi nhút nhát. Tôi không thích kể về bản thân. Người ta dạy tôi rằng khiêm tốn là một đức tính mà?" Ừ thì tôi có thể khẳng định với bạn rằng nếu bạn giấu đi những thành quả của mình, mãi mãi sẽ chẳng có ai biết đến. Nếu bạn không biết tự quảng cáo mình, dù ít hay nhiều, thì không ai quảng cáo dùm bạn cả.

Cho dù không thích, bạn cũng phải công nhận rằng thành công tùy thuộc rất nhiều vào liệu người khác có biết đến tài năng của bạn, cũng như những thành quả bạn đã đạt được. May mắn thay, hiện nay có hàng trăm cách thức khác nhau để bạn tự giới thiệu mình.

Vậy thì bạn sẽ làm gì để quảng cáo Thương hiệu Bạn đây?

Hàng ngày, bạn đọc tin, nghe nói về các công ty trên báo chí, truyền hình, Internet. Đa số các bài báo hay mục tin đều nói về một CEO nổi tiếng trong những công ty lớn. Họ xuất hiện dày đặc không phải vì họ xứng đáng được chia đất hơn bạn hay tôi. Đây là kết quả của kế hoạch PR tầm cỡ chiến lược. Các công ty lớn đều có những cỗ máy PR giúp họ định hình và kiểm soát hình ảnh (mặc dù không phải lúc nào cũng thành công).

Các công ty nhỏ hay cá nhân nếu muốn PR thì phải tự làm. Nhưng chỉ cần một chút can đảm tin tưởng vào một chiến lược hợp lý, để tiếp cận các phương tiện truyền thông không phải là quá khó như bạn nghĩ. Các phóng viên cũng rất lười săn tin. Đa phần họ nhận thông tin từ những nguồn quen biết, những người luôn săn tìm họ, chứ họ không cần phải săn tìm người khác. Và, như bạn thường thấy trong nhiều ngành nghề, họ có khuynh hướng đi theo đám đông. Điều này có nghĩa là một khi bạn được người ta nhắc đến, sẽ có những phóng viên khác tìm đến bạn. Họ xem bạn như một chủ đề cho bài viết, họ sẽ tìm hiểu thông tin về bạn trên Google, và oh là la: Họ thấy bạn đã được trích dẫn đâu đó, và chắc chắn sẽ tìm đến bạn để xin được nghe ý kiến trích dẫn sau này.

Một bài báo tạo cơ hội cho bạn được nhiều người biết đến, đặt bạn trước mặt các phóng viên, mang đến khả năng lại được nhắc đến trong những bài báo khác, và nổi tiếng hơn. Các phóng viên phải làm việc theo thời hạn định trước, nên các bài viết của họ trên báo và tạp chí không nhất thiết phải hoàn hảo, chỉ cần kịp lúc đúng hẹn.

Điểm mấu chốt là bạn phải xem những cơ hội giới thiệu thương hiệu của mình như một chương trình PR thật sự. Bạn phải nghĩ xem làm thế nào để mọi người biết đến thông điệp của mình? Làm thế nào để thông điệp đến tai người khác một cách chính xác như mong muốn của mình? Dĩ nhiên, bạn có thể bắt đầu từ mạng lưới của mình. Tất cả những người từng gặp gỡ với bạn, từng trò chuyện với bạn nên biết bạn đang làm gì, tại sao bạn lại làm việc này, và bạn có thể giúp được gì cho họ với công việc đang làm của mình. Nhưng sao bạn không nghĩ đến việc thông báo thông điệp này đến hàng ngàn mạng lưới khác trên cả nước?

Chúng ta đang bắt đầu rồi đấy.

Như tôi đã đề cập trước đây, khi tôi làm CEO cho YaYa, nó là một công ty gần như không có doanh thu, không có thị trường rõ ràng. Chúng tôi có trong tay những nhà lãnh đạo có tầm nhìn, như Jeremy Milken và Seth Gerson, nhưng chúng tôi cần có thị trường.

Tuy nhiên, chúng tôi phát hiện có một công ty khác cũng đang chào bán sản phẩm tương tự. Tôi tạm gọi họ là Big Boy Software. Họ cũng viết phần mềm hỗ trợ việc xây dựng những game đẳng cấp. Họ cũng đang cố gắng tìm ra một mô hình kinh doanh và thu về lợi nhuận. Cả hai chúng tôi đều đang chạy đua với nhau để trở thành thương hiệu ổn định trong thị trường mới mà chúng tôi đang tạo ra.

Sau khi chúng tôi đã xác định được thị trường của mình là ngành kinh doanh game quảng cáo, Big Boy thấy rõ chúng tôi đang đi lên rất nhanh (và mang về doanh thu), bán được game cho các thương hiệu lớn. Họ cũng bắt chước, định vị bản thân như một đối thủ xứng tầm của YaYa. Điểm khác biệt chủ yếu giữa họ với chúng tôi là họ có nhiều, rất nhiều tiền. Họ đã thu hút được con số đầu tư rất lớn, khiến cho chúng tôi như con kiến chọi voi. Không cần phải đi vào chi tiết để xem công ty nào có triển vọng hơn (tôi hơi bị thiên vị khi nhắc đến vấn đề này, dĩ nhiên rồi), nhưng phải công nhận rằng, họ có hàng tấn nguồn lực, còn chúng tôi, gần như chẳng có gì.

Vậy làm sao YaYa lại có thể thống lĩnh thị trường?

Câu trả lời: chúng tôi tạo được sự tò mò, thích thú: một hiện tượng được nhiều người nhắc đến có thể quyết định tương lai cá nhân, công ty, hay kể cả các bộ phim. Sự tò mò chính là một câu đố mà bất cứ người nào làm công việc kinh doanh đều muốn tìm ra lời giải. Sự tò mò là nguồn năng lượng truyền miệng có thể giúp một cuốn phim kinh phí thấp về một phù thủy trở thành một bộ phim cực kỳ ăn khách. (Bạn đã nghe nói tới bộ phim *The Blair Witch Project* chưa?) Bạn có thể cảm nhận được năng lượng tỏa ra trên các diễn đàn Internet, tại phòng tập thể dục, trên đường phố, và càng được nung nấu bằng một hệ thống truyền thông muốn thỏa mãn bằng những thông tin độc quyền. Tạo được chú ý là bạn đã tiêm hormone vào cho chương trình tiếp thị của mình.

Tôi sẽ đưa ra một ví dụ về sự tò mò này: Bạn còn nhớ Napster chứ? Mới ngày nào nó chỉ là một ý tưởng phần mềm thông minh do một anh chàng sinh viên nghiền ngẫm sáng tạo trong căn phòng ký túc xá của mình. Nó cho phép người dùng trực tuyến nối kết và chia sẻ các file mp3 cho nhau. Sáu tháng sau, nó trở thành một công ty mới thành lập tại Silicon Valley, khởi nguồn của một vụ kiện tụng tốn nhiều giấy mực, tạo nên những cơn ác mộng về băng thông cho các máy chủ cả nước. Ngay cả khi nó bị buộc phải đóng cửa, cái tên này đã tạo được sự tò mò nhiều đến mức người ta sẵn sàng trả 50 triệu đôla để mua lại.

Chuyện này không liên quan gì đến quảng cáo hay được Oprah lên tiếng ủng hộ. Napster chỉ đơn giản là một vấn đề thời thượng. Và nhờ vào sự tò mò nó gây nên, nó trở nên rất nổi tiếng.

Trong vai trò nhà tiếp thị qua nhiều năm tôi đã thiết lập được nhiều cách để tạo sự tò mò. Một cách được tôi đặt tên là "những thời điểm xung kích." Khi bạn theo dõi một trận đá bóng, bạn có bao giờ để ý là dường như có những đợt thủy triều thiên về mỗi bên tùy theo thời gian không? Đầu tiên nó chợt bùng lên, và nhiều khi có những đợt như vậy liên tiếp bồi lên nhau. Sự tò mò cũng như vậy. Nó cần có một tình huống, một thời điểm quyết định, một cú bất ngờ, một sự việc điên rồ - bất cứ hành động nào có thể khiến người ta phải bàn tán xôn xao. Đáng tiếc là YaYa lúc đó còn quá mới và thiếu kinh phí để áp dụng chiến lược này.

Một cách khác là tường thuật lại những tin tức quan trọng bằng cách tận dụng quyền năng của giới truyền thông để tạo sự sôi động cho thương hiệu của bạn. Chiến dịch tranh cử của Jesse Ventura cho chức Thống đốc Minnesota là một ví dụ hoàn hảo. Ventura bị thua thiệt rất nhiều về mặt ngân quỹ so với hai đối thủ, nhưng ông được giới thiệu rộng rãi trên các phương tiện truyền thông bằng cách thuyết phục họ tường thuật cách áp dụng quảng cáo một cách sáng tạo của ông hay so sánh hình ảnh ông với nhân vật G.I. Joe. Tương tự như vậy, tôi cũng cố tìm những mẩu chuyện thú vị như vậy để tạo nên sự tò mò trong ngành truyền thông.

Đó chính là lý do tại sao chúng ta cần phải thông tin cho "những nhân vật thế lực". Những kẻ thế lực là tiếng lóng mà giới truyền thông dành cho những người có khả năng tạo nên sự tò mò cho một thương hiệu. Họ thuộc một nhóm ít người trong xã hội luôn sẵn sàng sử dụng những sản phẩm từ lúc mới xuất hiện và chia sẻ thông tin làm cho người khác cũng muốn được sở hữu. Họ là những người nổi tiếng hay các chuyên gia mà lời nhận xét của họ trở thành nguyên tắc chỉ đạo. Bạn bắt buộc phải xác định được những người này để giới thiệu với họ thương hiệu của mình.

Tôi đã từng nhắc đến công ty KPE. Họ chính là công ty mà chúng tôi cần tìm. KPE là công ty tư vấn về tiếp thị tương tác và công nghệ mới, và họ rất quan tâm đến thị trường mới do chúng tôi tạo ra. KPE nổi danh trong danh sách Fortune 1000, những công ty biết đón đầu xu hướng mới. May mắn cho tôi là người đứng đầu bộ phận chiến lược của họ là Matt Ringel, người tôi đã có dịp làm quen và chia sẻ chung điều quan tâm khi cùng tham gia tổ chức phi lợi nhuận về bảo tồn các vật thể và địa điểm có giá trị lịch sử tên là "Save America's Treasures."

Tôi tìm đến Matt và đề nghị ông chủ động viết một bài báo giới thiệu về thị trường mới này. Tôi biết là một trang sách trắng (tài liệu nghiên cứu mà các công ty tư vấn viết về các đề tài nóng bỏng) giới thiệu về chúng tôi và công nghệ mới dưới góc nhìn khách quan mang lại hiệu quả và sự tin cậy nhiều hơn bất cứ nỗ lực nào của chúng tôi. Tôi làm việc với Matt và phụ tá đắc lực của ông là Jane Chen nhiều tuần liền để hoàn tất tài liệu này, cung cấp cho họ những ví dụ từ YaYa, thuyết phục khách hàng nói chuyện với họ, đưa ra các phương pháp và kiến thức mà chúng tôi đã thu thập được từ kinh nghiệm thực tế. Tôi đã từng phân tích những khách hàng tiềm năng và giờ đây sẵn sàng chia sẻ với Matt về công việc hiện tại.

Tôi mang đến cho KPE một cơ hội để được nhắc đến như nhà tiên phong và nắm quyền chủ đạo trong thị trường mới này, và ngược lại, nhờ vào những thông tin tôi cung cấp cho họ về YaYa, tôi dám chắc họ sẽ nhắc đến YaYa khi đề cập đến nghiên cứu tình huống. Rất nhiều điều vĩ đại đã đến theo sau bài báo này, bao gồm cả một cái tên mới cho thị trường, và từ đó ra đời "Game quảng cáo" (theo sự sáng tạo của Jane Chen). Chỉ nội cái tên thôi cũng đã đủ để gây tò mò.

Một bài học chúng tôi rút ra được sau kinh nghiệm này là chương trình PR của bạn phải thực tế. Thông thường, bạn phải bắt đầu bằng những bước nhỏ. Bạn buộc phải chú ý trước hết đến tờ báo địa phương, những bản tin trường trung học hay đại học, và các tạp chí chuyên ngành. Hoặc nhiều khi chỉ là một trang sách trắng được đặt trên trang web của một công ty tư vấn tên tuổi. Mục tiêu của chúng ta là phải nhóm được ngọn lửa.

Khi trang sách trắng được hoàn tất, nó được rất nhiều người quan tâm nhờ cỗ máy PR của KPE (bởi vì, không giống chúng tôi, họ có nguồn lực lớn hơn nhiều), và chúng tôi nhờ vậy đột nhiên trở thành nhà lãnh đạo trong thị trường mới mẻ này. Một chi tiết thú vị, sau này tôi đã tuyển cả Matt lẫn Jane vào YaYa (bởi vì tôi muốn toàn bộ những người sáng lập ra ngành game quảng cáo đều tập trung hết về tổ chức của tôi).

Trong vòng không đầy một năm sau đó, chúng tôi đã lần lượt xuất hiện trên bìa tạp chí *BrandWeek,* trong phần thị trường của tờ *Wall Street Journal,* trong phần công nghệ của tờ *New York Times,* trong phần chủ đề của tạp chí *Forbes,* và cứ thế tiếp tục. Tôi thường xuyên được mời làm khách mời trong các chương trình bên cạnh đối thủ cạnh tranh của mình (theo tôi được biết thì trong khi tôi thường được mời, bên "Big Boy" phải trả phí mới được tham gia). Mặc dù tiền có thể thay thế PR, nhưng hiếm khi bạn có đủ tiền để tạo được niềm tin ngang hàng với những gì bạn nhận được từ một bài báo trên *Forbes* hay *New York Times.*

Đối thủ, ngược lại, không được báo chí chú ý và không tạo được một thông điệp khác biệt. Tất cả đều quy về nội dung của bạn. Một khi bạn đã có nội dung, bạn có thể bắt đầu nhào nặn nó theo bất kỳ kiểu gì để thu hút sự chú ý. Bạn cần phải tạo cảm giác gấp gáp và tung thông điệp đúng lúc. Các phóng viên liên tục hỏi: "Tại sao nó lại quan trọng NGAY LÚC NÀY?" Nếu bạn không đưa ra được câu trả lời thỏa đáng, nhiều khả năng là bài báo của bạn phải xếp hàng rất lâu mới đến lượt.

Trong trường hợp của YaYa, tôi nhấn mạnh rằng ngành công nghiệp game là phân khúc phát triển nhanh nhất trong công nghệ giải trí và thật ngạc nhiên là chưa có ai tìm ra cách tận dụng phân khúc này vào những mục đích khác hơn là chỉ giải trí đơn thuần. Tuy nhiên như thế đôi khi vẫn không đủ. Tôi đã viết một mẩu tin cho cột báo hàng tuần Nhật ký Nhà Quản lý trên tờ *Wall Street Journal*. Ban biên tập thích mẩu tin này nhưng không bao giờ cho đăng vì họ có những bài khác phù hợp thời điểm hơn. Vì vậy tôi phải viết lại phần giới thiệu mỗi tuần, sao cho nó có liên quan đến một sự kiện gì đó đang được nhiều người quan tâm. Không lâu sau đó, mẩu tin của tôi đã được đến tay độc giả.

Một khi bạn đã nhóm được ngọn lửa và tạo được sự tò mò, bạn muốn câu chuyện của mình luôn đặt trước mặt các nhà báo. Một khái niệm sai lầm là bạn phải "tác động" đến giới báo chí. Những tay PR quá háo hức, những người không chấp nhận sự từ chối, đang tác động đến các phóng viên từng phút từng giờ. Nhà báo đã quá chán phải tiếp chuyện những người không hiểu rõ công việc, và cứ giới thiệu những bài báo thiếu chiều sâu. Giới truyền thông cũng là một ngành kinh doanh; họ cũng cần phải làm tốt công việc. Nếu bạn có thể giúp họ thực hiện công việc tốt hơn, hay dễ dàng hơn, họ sẽ yêu quý bạn lắm đấy.

Bạn phải bắt đầu tạo mối quan hệ với giới truyền thông ngay từ hôm nay, trước khi bạn có một câu chuyện cần được họ giới thiệu. Gửi họ thông tin. Rủ họ uống cà phê *chit chat*. Thường xuyên gọi điện để giữ liên lạc. Cung cấp cho họ những thông tin bên trong ngành. Xây dựng hình ảnh một người sẵn sàng cung cấp thông tin đáng tin cậy, tự nguyện làm người được phỏng vấn trên báo chí, radio, TV khi họ cần đến. Đừng bao giờ nói "Miễn bình luận."

Sau đây là ví dụ minh họa của tôi: Tôi còn nhớ lần đầu tiên, khi tôi mới làm trưởng dự án cho kế hoạch tái cấu trúc của Deloitte, tôi có cơ hội ngồi gần một trong những nhà báo nổi tiếng nhất của *Fortune*, ông Tom Stewart. Công ty PR đã giới thiệu Tom với tôi, và tôi đến gặp ông ấy với ý định sẽ làm ông ấy phải ngưỡng mộ. Tôi đã đọc tất cả những bài báo của ông trong vòng 5 năm qua. Tôi trêu ông bằng cách nhắc đến những lời tiên đoán mập mờ ông đưa ra những năm trước trong nhiều bài báo khác nhau, và đã chuẩn bị tư tưởng để thảo luận nghiêm túc về những bài gần đây trên mục thường xuyên do ông phụ trách. Tôi muốn trở thành một người hữu ích, cung cấp cho ông những xu hướng, ý tưởng, những mối liên hệ mà tôi có. Tôi đã làm tương tự với những nhà báo khác tại những báo và tạp chí lớn khác.

Tom và tôi vừa gặp nhau đã hợp ý. Sự nhiệt tình và tính tò mò tìm hiểu kiến thức của Tom lây cả sang tôi. Tôi nghĩ mình cũng thật sự có ích đối với Tom, vì ông sẵn sàng nhận lời mời ăn trưa với tôi nhiều lần sau đó.

Mối quan hệ của chúng tôi không chỉ là sự ngưỡng mộ qua lại. Tôi đã chuẩn bị bản thân để cư xử, phát biểu, hành động như một chuyên gia. Khi có điều gì tôi không biết, tôi đảm bảo giới thiệu ông cho một người khác mà tôi biết có thể trả lời. Nếu bạn cứ liên tục phải xin lỗi "Xin lỗi, nhưng tôi không chuyên về vụ này," người ta sẽ tin lời bạn và tự hỏi tại sao họ lại mất thời gian vì bạn.

Tôi chưa bao giờ yêu cầu điều gì cụ thể từ Tom. Chúng tôi gặp nhau vài lần trong năm và tôi cố gắng giúp ông hết sức mình. Dĩ nhiên, tôi không quên lần đầu tiên thấy ý tưởng mình được nhắc đến trong trang mục thường xuyên của ông khoảng vài tháng sau khi chúng tôi thảo luận, và tôi không hài lòng lắm, vì nó được gán cho một công ty đối thủ chứ không phải là Deloitte. Tôi đã nổi điên lên. Trực giác bảo tôi phải gọi điện cho ông ta ngay lập tức và trình bày sự giận dữ của mình. Nhưng, thay vào đó, tôi bình tĩnh lại và mời ông đi ăn trưa.

Làm những công việc này có mất quá nhiều thời gian không? Không, nếu bạn cảm thấy tự tin là nó sẽ hỗ trợ những nỗ lực của công ty, và nếu bạn thấy thích mối quan hệ. Khi tôi còn làm việc cho Deloitte và được giới thiệu trên TV, tôi là Deloitte. Khi tôi được giới thiệu trên *Forbes*, chính công ty là người được hưởng lợi để phát triển kinh doanh.

Theo thời gian, những giờ phút bạn dành ra để xây dựng mối quan hệ với các nhà báo sẽ mang lại lợi ích cho bạn, như giữa tôi với Tom, cả trong công việc lẫn trong mối quan hệ cá nhân. Cái tên Deloitte cuối cùng cũng được xuất hiện thường xuyên trên các trang tạp chí *Forbes*, vì câu chuyện của chúng tôi đã đến được tai một người có khả năng kể chuyện. Tôi không bao giờ yêu cầu Tom phải viết bài về chúng tôi, nhưng tôi vẫn tiếp tục cung cấp những ý tưởng hay cho Tom khi chúng tôi ăn trưa với nhau. Hiện nay Tom là trưởng ban biên tập của tạp chí *Harvard Business Review*, và tôi đã có kế hoạch mời ông đi ăn trưa để chia sẻ một số ý tưởng mới nữa. Nên nhớ, bạn không thể ép buộc, làm áp lực với một nhà báo giỏi. Bất cứ ý định nào tương tự sẽ đặt dấu chấm hết cho mối quan hệ công việc của bạn. Những nhà báo giỏi nhất lại càng quan tâm đến vấn đề đạo đức nhiều hơn.

Khi đi dạo trong mảnh vườn truyền thông, bạn cũng cần lưu ý đến một số bãi mìn. Đôi khi những gì giới truyền thông muốn viết, và câu chuyện bạn nghĩ họ nên viết, là hai chuyện hoàn toàn khác nhau.

Tôi đã học được bài học này với một giá đắt. Một lần tôi nhận được điện thoại của phóng viên nổi tiếng Hal Lancaster, người phụ trách chuyên mục nghề trên tờ *Wall Street Journal*. Câu chuyện được đăng vào ngày thứ Ba, 19 tháng 11 năm 1996. Tôi

nhớ chính xác ngày này vì bài báo của tôi đã bị bôi nhọ, và tôi
sẽ không bao giờ quên được bài học từ hôm đó.

Khi Hal gọi, tôi đã rất kích động. Hal là một nhà báo nổi tiếng
làm việc cho một tờ báo danh tiếng, đặt câu hỏi về công việc của
tôi. Tôi chỉ là một thằng bé tại Deloitte. Ok, đó không phải là vấn
đề chính, nhưng tóm lại là tôi đã bị sự hào hứng làm mờ mắt.
Anh ta bảo rằng đang viết một bài về bản chất hay thay đổi
trong sự nghiệp. Anh ta có một giả thiết rằng phong trào tái cấu
trúc đang để lại hậu quả nặng nề cho cả những người lãnh đạo
dự án tái cấu trúc lẫn những người bị ảnh hưởng bởi nó.

Thay vì lắng nghe cẩn thận cảm nhận của anh ta, tôi lại sa đà
vào việc cố gắng tạo ấn tượng cho anh ta thấy rằng tôi là người
hiểu rõ nội tình câu chuyện. Một sai lầm khủng khiếp! Nếu có
một phóng viên nào gọi điện cho bạn, trình bày câu chuyện của
họ và góc nhìn của họ về vấn đề, bạn có thể chắc chắn là bạn
sẽ làm ví dụ củng cố thêm ý kiến của họ. Hiếm khi nào tay nhà
báo sẽ lắng nghe bạn rồi nói, "Ối giời ơi, đúng rồi. Cái nhìn của
tôi vậy là sai rồi." Hiếm khi, hay nói đúng hơn là không bao giờ.
Nhưng vào thời điểm đó, tôi cứ nghĩ mình đã thay đổi được Hal.
Anh ta, ngược lại, chọn tôi làm người phản biện sai lầm.

Tôi mất khá nhiều thời gian để giải thích với Hal là tôi không
hề được ưu ái gì trong nỗ lực tái cấu trúc của Deloitte, và giờ đây
khi xu hướng này sắp kết thúc, tôi đã được chuyển sang một dự
án khác cũng không kém phần hào hứng liên quan đến tiếp thị.
"Tôi sẽ thay đổi cách tiếp thị bản thân của các công ty tư vấn
truyền thống."

Anh ta không quan tâm đến sự phấn khởi này của tôi. "Anh
có cảm thấy lạc lõng trong cái thế giới bị tái cấu trúc này
không?" là câu hỏi mà anh ta đặt ra cho tôi. Dĩ nhiên, tôi thừa

nhận, thế giới có thay đổi, nhưng cũng không có gì là quá đáng. Anh ta muốn tôi phải thừa nhận mình bị mất phương hướng. Tôi thì lại quá hào hứng, tôi nghĩ đó là một bước tiến lớn về phía trước.

Cái ngày bài báo được đăng, tôi chạy ra sạp báo để mua ngay lập tức. Trên trang báo, đập thẳng vào mắt người đọc, là tựa đề "Bị giáng cấp không có nghĩa là chấm dứt sự nghiệp." Ngay trên dòng chữ to tướng này là tên tôi: "Ông Ferrazzi cho rằng thay đổi không dễ dàng, nhưng ông vẫn chấp nhận nhiệm vụ như một cơ hội."

Như vậy là anh ta ám chỉ tôi bị giáng chức!

Tôi như bị tát thẳng vào mặt. Oh, và những lời mỉa mai của cấp trên nữa, của Pat Loconto. "Tôi nghe nói anh bị giáng chức và không còn ai báo cáo trực tiếp cho anh nữa hả. Tuyệt quá. Vậy là chúng tôi tiết kiệm được hàng tấn chi phí nhân sự, đầu tiên là phải kể đến tiền lương tăng lên của anh."

Hãy cẩn thận. Lắng nghe phóng viên khi họ nói: "Tôi đang viết về những nhân viên bị đặt sai chỗ..." Cho dù BẠN có nói gì với họ, thì cuối cùng đây cũng sẽ là câu chuyện họ sẽ viết trên báo.

Vậy là bạn đã nắm tương đối vững địa hình chiến đấu rồi đó, đã đến lúc bạn phải tạo sự tò mò về bản thân. Sau đây là một kế hoạch hành động để xây dựng chiến lược PR cho thương hiệu BẠN:

Bạn là đại diện PR tốt nhất của thương hiệu cá nhân

Bạn phải tự quản lý hệ thống truyền thông cho mình. Các công ty PR chỉ là người hỗ trợ và giúp đỡ bạn mà thôi. Từ lâu tôi đã có người đại diện; những công ty tốt thực sự là đối tác chiến lược của bạn, nhưng cuối cùng thì báo chí vẫn luôn muốn được tiếp xúc trực tiếp với bạn – nhân vật chính, chứ không phải là người đại diện giao tiếp báo chí. Hầu hết những bài báo nổi đình nổi đám đều do tôi liên hệ thực hiện. Dĩ nhiên, công ty PR có thể giúp bạn tìm ra những nối kết, nhưng khi sự nghiệp bạn còn chưa vững thì bạn chưa cần đến họ và nhiều khả năng là bạn cũng không đủ tiền để trả cho họ.

Bạn tìm đâu ra người có thể kể chuyện về bạn một cách đam mê và đầy tin cậy? Hãy bắt đầu gọi điện cho những phóng viên chuyên về mảng công tác của bạn. Mời họ đi ăn trưa. Nếu thỉnh thoảng có điều gì phù hợp với nội dung của bạn, hãy gửi cho họ một bản thông cáo báo chí. Không có bí mật gì sau những thông cáo báo chí. Đơn giản đó chỉ là hai hay ba đoạn văn miêu tả những gì cần biết về câu chuyện của bạn. Đơn giản lắm.

Hãy nhớ, những người làm trong ngành truyền thông rất thú vị. Họ là những người thoải mái, thông minh, và họ được trả tiền để nắm tình hình của tất cả những gì diễn ra trên thế giới này. Và họ cần đến bạn, như cách bạn cần đến họ. Họ có thể không cần câu chuyện của bạn đúng vào thời điểm bạn muốn, nhưng nếu bạn khôn khéo tìm cách gắn nó với thời cuộc, họ sẽ biết ơn bạn.

Hiểu rõ trận địa thông tin

Theo tôi được biết, không có gì làm cho các nhà báo và biên tập bực mình hơn là nhận được một câu chuyện từ một người không hiểu gì về tờ báo hay độc giả của nó. Nên nhớ, truyền thông cũng là một ngành kinh doanh, và những công ty hoạt động trong ngành này cần được xếp hạng cao hoặc bán được nhiều bản hơn. Cách duy nhất giúp họ đạt được mục tiêu là phải phục vụ đúng đối tượng. "Nói cho anh biết, tôi là một độc giả trung thành của tạp chí này đó," tôi thường nói cho ban biên tập biết và trích dẫn vài bài báo mà tôi thích. "Tôi có một câu chuyện mà tôi nghĩ là độc giả của anh sẽ quan tâm vì tôi đã suy nghĩ về nó rất lâu." Tất nhiên, đây không phải là một câu nói cho vui lòng. Trước khi gọi cho các nhà báo, tôi dành nhiều thời gian để đọc các bài viết của họ, tìm hiểu những chủ đề họ hay viết, và loại nội dung nào tòa soạn thường chọn đăng.

Nhìn từ nhiều góc độ

Có người đã nói, không có câu chuyện nào là mới, chỉ có những câu chuyện cũ được kể theo một cách khác. Để cho câu chuyện của bạn nghe có vẻ độc đáo, mới lạ, hãy tìm một khía cạnh sáng tạo. Thế nào là một khía cạnh sáng tạo? Bất cứ thứ gì bạn nghe như đang thúc giục "Ngay bây giờ." Giả sử bạn sắp mở một cửa hàng thú cưng. Nếu chọn đăng trên một tạp chí khởi nghiệp, có thể bạn nhắc đến trào lưu khởi nghiệp thông qua những cửa hàng bán lẻ mà bạn là một ví dụ. Thử gợi ý tại sao có xu hướng này và độc giả của tạp chí có thể rút ra được bài học gì. Nếu để gửi cho tờ báo trong vùng thì đơn giản hơn. Điều gì đã khiến bạn chuyển nghề? Có gì đặc biệt trong trường hợp của bạn làm nổi bật một xu hướng trong cộng đồng này? Và cũng đừng quên những điểm độc đáo. Có thể bạn chọn bán một loại thú hiếm mà không nơi nào có. Hay bạn có kế hoạch tặng chó con cho các nhà nuôi trẻ mồ côi. Đây là những tin đáng đăng đối với một tờ báo của địa phương bạn đang sinh sống. Hãy lan truyền thông tin.

Nghĩ nhỏ

Bạn có phải là Bill Gates không? Không. Hay bạn đã phát minh được một loại thuốc chữa trị bệnh cảm? Cũng không. Vậy thì tờ *New York Times* chưa chắc sẽ đến gõ cửa nhà bạn đâu. Hãy bắt đầu với những tờ báo nhỏ ở địa phương. Lập một danh sách những tờ báo và tạp chí trong vùng có thể quan tâm đến nội dung bạn có. Thử nghĩ đến những bản tin của trường đại học, báo vùng, hay bản tin email miễn phí mà bạn vẫn thường nhận được. Bạn bắt đầu nhóm ngọn lửa từ đây và học cách làm việc với các phóng viên trong quá trình này.

Làm cho phóng viên vui vẻ

Họ là một nhóm người nổi tiếng, luôn vội vã, thiếu kiên nhẫn, và chịu nhiều áp lực. Hãy chạy theo tốc độ làm việc của họ và luôn sẵn sàng khi họ gọi đến bạn. KHÔNG bao giờ từ chối cuộc phỏng vấn, và cố gắng giúp họ bắt liên lạc với những người cần thiết để viết được một bài báo hay.

Rèn luyện kỹ năng trình bày 10 giây

Bạn có 10 giây để cho tôi biết tại sao tôi phải viết về bạn. Nếu bạn cần hơn 10 giây để giới thiệu nội dung bạn có, nhà sản xuất chương trình truyền hình sẽ quyết định là bạn không thể truyền đạt được gì cho những khán giả thiếu kiên nhẫn của họ. Còn một phóng viên thì cố gắng cúp máy trước.

Học cách nói ngắn gọn - trong cả văn nói lẫn văn viết. Sự ngắn gọn luôn được tung hô trong ngành truyền thông. Hãy nhìn sự tiến hóa của thời gian: Khoảng 30 năm trước, một ứng cử viên tổng thống được cho phép phát biểu khoảng 42 giây. Ngày nay, con số này rớt xuống dưới 7 giây. Nếu Tổng thống mà chỉ được vài giây, thì bạn nghĩ bạn sẽ được bao nhiêu? Hãy sắp xếp câu chuyện theo từng đề mục. Chọn ra ba điểm thú vị nhất và trình bày một cách nhanh chóng, thú vị, thu hút.

Đừng làm người khác bực mình

Lằn ranh phân cách giữa tiếp thị bản thân với làm phiền người khác rất mong manh. Nếu một câu chuyện của tôi bị từ chối, tôi sẽ hỏi họ làm thế nào để nó đủ tiêu chuẩn được xuất bản. Đôi khi cho dù bạn thay đổi thế nào cũng không vừa lòng ban biên tập, nhưng nhiều khi, bạn chỉ cần trả lời thêm vài câu hỏi hay đào sâu hơn và viết lại câu chuyện này. Bạn có thể tìm mọi cách để đạt mục đích, nhưng phải lưu ý những dấu hiệu xấu, và rút lui khi tình hình không thuận lợi.

Tất cả đều được ghi nhận

Hãy cẩn thận: Những gì bạn phát biểu có thể làm hại bạn, cho dù ngay cả khi họ không trích dẫn trực tiếp hay những gì bạn nói là không chính thức, phóng viên có quyền sử dụng những lời nói của bạn để tô điểm cho một ý kiến trong bài báo. Tôi không nói bạn phải ngậm hột thị. Đây là trách nhiệm của giám đốc thông tin, và tôi không nghĩ có ai trong giới báo chí thích họ. Chỉ cần bạn phải lưu ý: không phải cứ được lên báo là tốt, ngay cả khi họ viết đúng tên bạn.

Tập trung vào thông điệp hơn là người đưa tin

Có một thời tôi không phân biệt được nổi tiếng với danh tiếng. Hai khái niệm này khác xa nhau! Khi mới bắt đầu sự nghiệp, tôi dành quá nhiều công sức để thu hút sự chú ý. Đúng là tôi đang xây dựng một thương hiệu; nhưng giờ đây khi nhìn lại, đó không phải là thương hiệu mà tôi muốn gắn với bản thân. Tất cả nỗ lực của bạn để được nổi tiếng, thăng tiến, tạo thương hiệu phải tập trung vào đúng mục tiêu của mình; nếu những nỗ lực này chỉ nhằm thỏa mãn cái tôi của mình, bạn sẽ thấy mình sớm nhận được danh tiếng mà bạn không mong muốn, thậm chí có thể cản trở sự nghiệp của mình sau này. Tôi thì may mắn hơn. Nhưng nhìn lại, tôi thấy mình đã phí rất nhiều thời gian.

Đối xử với nhà báo như một thành viên trong mạng lưới hay bạn bè của mình

Cũng như trong bất kỳ cuộc phỏng vấn nào, mục tiêu đầu tiên của bạn khi gặp một thành viên báo giới là phải làm cho người đối diện thấy thích bạn. Phóng viên cũng là con người (hay ít nhất là đa số) và nếu bạn chia sẻ với họ về vất vả trong công việc, họ sẽ rất cảm kích. Ngay cả khi tôi thấy bài viết không được hay như mong đợi, tôi vẫn cám ơn người viết bài đã dành thời gian. Tôi gửi thư cám ơn bất kể là bài báo hay mẩu tin được đăng. Nhà báo, do bản chất công việc, là những người nối kết rất tự nhiên. Điều này, cộng thêm với việc cộng đồng giới truyền thông cũng không phải là lớn, bạn sẽ hiểu được tại sao bạn cần được họ ủng hộ.

Liên kết với người nổi tiếng

Tìm cách liên hệ câu chuyện của bạn với một người được biết tiếng - có thể là chính trị gia, ngôi sao, hay một doanh nhân nổi tiếng. Nói ngắn gọn là báo chí cần một cái tên được nhiều người nhận ra trong những trang viết của họ. Nếu câu chuyện của bạn giúp họ mở cánh cửa đến một người khác mà họ trước đó không thể tiếp cận, họ sẽ nhượng bộ. Hoặc nhiều khi bạn có thể tìm cách gắn liền hình ảnh câu chuyện của mình với một người nổi tiếng mà không nhất thiết phải biết rõ họ. Để dành công việc tìm người nổi tiếng lại cho nhà báo. Bạn đã làm tốt công việc bằng cách đưa cho họ một lý do chính đáng.

Bạn phải biết tiếp thị nghề tiếp thị

Một khi bạn đã dành nhiều công sức và có được một bài báo hay, bạn không nên khiêm tốn. Gửi bài báo đi khắp nơi. Gửi nó đến cho tạp chí cựu sinh viên của trường bạn đã từng theo học. Cập nhật thông tin cho bạn học cũ. Sử dụng bài báo này để tìm cơ hội lên báo nhiều hơn nữa. Tôi gửi kèm một bài báo gần đây viết về mình trong những email và viết thẳng vào tựa đề là "Thêm một nỗ lực tự quảng cáo không biết xấu hổ của Ferrazzi." Đa số mọi người đều thích thú và bạn tạo được một vị trí vững chắc trong trí nhớ của họ.

Không giới hạn cách nâng tầm giới thiệu bản thân

Trên thực tế có hàng ngàn cách khác nhau để giới thiệu chuyên môn của mình với mọi người. Thử nhận thêm việc làm ngoài giờ. Thử xem bạn có sắp xếp được thời gian để tham gia những dự án tự do, đem lại cơ hội cho bạn tiếp xúc với những nhóm khác nhau. Hay thậm chí ngay trong công ty, bạn có thể nhận thêm những dự án khác để khoe kỹ năng mới của mình. Tham gia giảng dạy, hay tổ chức thảo luận trong công ty. Đăng ký tham gia hội đồng thảo luận tại các hội thảo. Quan trọng nhất, nên nhớ rằng bạn bè, đồng nghiệp, khách hàng chính là những phương tiện hữu hiệu nhất để phát tán thông tin về công việc của bạn. Những gì họ xác nhận về bạn chắc chắn tạo thêm giá trị cho thương hiệu của bạn.

CHƯƠNG 25

Công việc viết lách

Viết lách là một kỹ năng trong nghề nối kết, và mặc dù không phải là thiết yếu, vẫn giúp được ít nhiều khi cần sử dụng.

Nếu bạn có chút ít năng khiếu về viết lách – và tin tốt lành là chúng ta ai cũng có khiếu viết lách, ít hay nhiều mà thôi – bạn có thể tiếp cận bất cứ ai bằng cách viết về họ, viết chung với họ, mặc dù nhiều khi chỉ là để đăng trên trang báo địa phương.

Tôi mà viết ấy à? Tôi không có dính dáng bà con họ hàng gì với Shakespeare cả, bạn sẽ nói thế. Mà có ai dính dáng gì đâu trong suốt 500 năm.

Ngày nay, với sự bùng nổ của Internet và số lượng tạp chí tràn ngập các sạp báo về bất cứ chủ đề nào bạn có thể nghĩ ra, thì ai cũng có thể trở thành tác giả. Viết báo có thể là một nguồn lực hỗ trợ cho sự nghiệp của bạn. Nó mang đến cho bạn sự tin cậy và nổi tiếng ngay lập tức. Nó có thể là mũi tên thẳng tiến trong quá trình tự tiếp thị bản thân, tạo dựng mối quan hệ với những người được nhiều người nể trọng, và giúp bạn hoàn thiện một kỹ năng luôn luôn cần thiết.

Đầu tiên, hãy bỏ qua những cảm giác lãng mạn thường đi

kèm với việc viết lách. Khi còn học ở trường kinh tế, tôi thường mơ bài viết của mình xuất hiện trên tờ tạp chí *Harvard Business Review*, và rồi tôi gặp được một giáo sư thỉnh giảng tuyệt vời đã từng viết nhiều bài báo và sách nổi tiếng. Tôi hỏi bà làm thế nào để tôi cũng có thể trở thành một tác gia.

"Phải viết," bà nói.

Lông mày tôi nhíu lại, nhưng tôi vẫn gật đầu. Khi bà không cho thêm được lời khuyên nào nữa, tôi hỏi "Còn gì nữa không?"

"Viết, rồi viết tiếp. Khi bạn đã viết xong, thì lại tiếp tục viết.

"Nghe này," bà nói, "không có bí quyết gì đâu. Viết lách rất khó. Nhưng có rất nhiều người, với nhiều cấp độ tài năng khác nhau, làm được. Những thứ cần thiết để trở thành nhà văn là một cây viết, một ít giấy, và ý chí muốn bộc lộ bản thân."

Một người thật tuyệt vời. Bạn muốn viết về cái gì? Hãy viết đi. Muốn được xuất bản? Hãy gọi cho ban biên tập, bảo họ bạn muốn nộp một bài báo. Lần đầu tiên có thể là sự thất bại thảm hại. Nhưng đâu có gì trong đời là chắc chắn đâu. Và đây là cách mọi người đều làm.

Viết lách trong ngành kinh doanh đa số là nỗ lực hợp tác. Mặc dù ai cũng khao khát được tiếng tăm, những con người bận rộn trên những nấc thang chót vót thường không có đủ thời gian để tự mình làm công việc viết báo. Thay vào đó, họ chọn con đường đóng góp chuyên môn của mình hoặc hợp tác với người khác để viết cho họ.

Quy trình tôi dùng để thực hiện công việc này rất đơn giản. Đầu tiên, nội dung bạn có là gì? Có những sự kiện thú vị nào đang diễn ra trong ngành hay trong đời sống riêng của bạn? Bạn đã tìm ra được một cách làm khác đối với công việc hiện tại, hay một cách hiệu quả hơn để thực hiện nó?

Một khi bạn đã tìm ra điểm thú vị - một điểm nào đó mà bạn muốn tìm hiểu vì những người khác cũng quan tâm - hãy liên lạc với ban biên tập của một tạp chí có thể xuất bản những thông tin này. Bạn không nhất thiết phải chọn trang ý kiến - bình luận của tờ *New York Times*. Các tờ báo địa phương, bản tin ngành, hay cả những ấn phẩm nội bộ luôn có những khoảng trống cần được lấp đầy. Trong giai đoạn này, tất cả những gì bạn cần là một chút hứng thú, một chút quan tâm của người khác để bạn tận dụng khai thác thêm. Và sau khi bạn đã tìm được nơi xuất bản, bạn đã có một hồ sơ lưu - bộ sưu tập các bài mẫu bạn có thể dùng để tìm cơ hội.

Ban biên tập thường trả lời bạn như thế nào khi bạn giới thiệu với họ ý tưởng của mình? Thường là thế này "Dĩ nhiên rồi, nghe hay lắm. Nhưng tôi bận quá. Tôi phải đi đây. Anh gửi lại cho tôi khi nào xong nhé." Đây là cách nói của ban biên tập, và lần nào họ cũng nói giống nhau.

Nhưng giờ đây, khi bạn gọi điện cho người khác để phỏng vấn họ, bạn không chỉ là Joe Shmo, bạn là Joe Shmo đang gọi điện tìm thông tin cho một bài báo sắp đăng trên tờ *Poughkeepsie Gazette* (hay một cái tên nào khác). Và những người này cũng không phải được chọn ngẫu nhiên. Đây là những người bạn đã bỏ công sức để tìm hiểu như là những chuyên gia hàng đầu về đề tài bạn đang phân tích.

Những gì bạn đang làm, gọi điện cho người khác và xin phép hẹn phỏng vấn, chính là thiết lập một môi trường tuyệt vời để gặp gỡ mọi người mọi lúc mọi nơi. Bạn chưa bao giờ may mắn hơn thế này. Chủ đề trao đổi là một vấn đề người đối diện đặc biệt quan tâm. Và đến lúc gặp họ, bạn cũng đã có đủ thời gian để tìm hiểu và biết tương đối về chủ đề. Bạn mang đến cho họ cơ hội được thêm nhiều người biết đến. Và khi cả hai cùng hiểu rằng mình đang góp sức đạt một mục đích chung thì mọi việc trở nên thân thiết hơn nhiều. Đây quả là một cơ hội để bạn tỏa sáng.

Trong đa số trường hợp, tôi thường chia sẻ vinh quang này và nhắc đến người đã giúp bạn. Giải thích cho họ biết rằng sự hiểu biết của họ hiếm có ai bằng, và bạn rất ấn tượng, và bạn muốn được đứng đồng tác giả với họ. Bạn sẽ chịu trách nhiệm tìm hiểu và viết lách, tất cả những gì họ phải làm là dành ít thời gian và công sức cho dự án. Sau đó, khi hai người đã thỏa thuận hợp tác, yêu cầu họ (hoặc họ có thể tự đề xuất) chia sẻ mạng lưới để bạn thực hiện nghiên cứu và phỏng vấn thêm. Và chỉ cần thế thôi, bạn đã mở rộng được mạng lưới của mình một cách đơn giản với những nối kết mà nếu không bạn sẽ không bao giờ có cơ hội gặp gỡ.

Bạn nghĩ sao? Đến khi hoàn tất bài báo, cho dù bài không được đăng, bạn cũng đã học được rất nhiều điều và gặp gỡ những con người cực kỳ quan trọng, có tiềm năng cho tương lai của bạn. Và cũng vì vậy bạn mà có lý do để giữ liên lạc với họ.

CHƯƠNG 26

Tiếp cận quyền lực

Bởi vì đằng nào bạn cũng phải suy nghĩ, hãy nghĩ lớn.

_ DONALD TRUMP

Newt Gingrich là một chính trị gia đảng Cộng hòa, và là một người hay châm chích Washington, thường kể một câu chuyện về con sư tử và chú chuột đồng. Con sư tử, theo ông, có thể sử dụng khả năng săn mồi thiên tài để bắt một chú chuột đồng dễ dàng bất cứ lúc nào, nhưng đến cuối ngày, dù cho nó có bắt được bao nhiêu con chuột đồng đi nữa, nó vẫn cứ đói đến chết như thường.

Bài học từ câu chuyện này: Đôi khi, mặc dù phải đối mặt với rủi ro và vất vả lớn hơn, chúng ta vẫn phải cố đuổi theo con ̣̂n lộc.

ó phải mình chỉ kết nối được với những con huyển hướng tập trung tìm cách làm ̣g có thể làm thay đổi cuộc ̣ười này có thể vì hành động như bản năng, chúng ta đè nén nó lại. Chúng ta mua những tạp chí viết về người nổi tiếng như *People, US Weekly*, hay đối với giới kinh doanh, *Fortune*, để được chăm chú nhìn ngắm một cách an toàn từ xa vào một thế giới mà chúng ta luôn ước ao được hiểu rõ hơn nữa.

Tôi thì ngược lại, cho rằng không có gì sai trái nếu bạn tìm cách theo đuổi thế giới người nổi tiếng này một cách trực diện. Tìm kiếm sự ảnh hưởng của những nhân vật quyền lực trong cuộc sống không việc gì phải cảm thấy bỉ ổi hay lầm lạc; thậm chí nó còn rất hữu dụng. Vì rằng, trong cuộc sống này, không ai sống đơn độc, cho dù mục tiêu hay sứ mệnh của bạn là gì đi chăng nữa. Chúng ta cần sự giúp đỡ của rất nhiều người khác nhau.

Tại sao chúng ta lại ham muốn một cuộc sống như những người thành đạt? Nếu chúng ta đo lường thành công của mình bằng cách so sánh với những người khác, hiển nhiên là chúng ta quen biết càng nhiều người thành đạt, những khát khao của chúng ta càng lớn thêm.

Những người được ta cho là nổi tiếng thường có những tính cách hay kỹ năng chúng ta ngưỡng mộ. Rất nhiều người trong số này đạt được những điều vĩ đại nhờ liều lĩnh, đam mê, tập trung, làm việc vất vả, và có thái độ tích cực. Và đa số họ phải vượt qua rất nhiều thứ.

Dĩ nhiên, nổi tiếng có nhiều nghĩa khác nhau tùy theo từng người. Tôi định nghĩa người nổi tiếng là người được công nhận bởi một tỉ lệ lớn người trong một nhóm nhất định. Nói cách khác, nổi tiếng còn tùy thuộc vào tình huống. Tại trường đại học, sự công nhận được dành cho những giáo sư thâm niên, hay các vị trưởng khoa được nhiều người biết tiếng. Trong một thành

phố nhỏ, người nổi tiếng có thể là một chính trị gia, một doanh
nhân thành đạt, một cư dân có đóng góp tích cực cho cộng
đồng. Những người này có mức độ ảnh hưởng lớn hơn bình
thường trong những nhóm họ được công nhận. Đó là lý do tại
sao người ta thường sử dụng người nổi tiếng để làm đại sứ cho
các thương hiệu lớn. Họ giúp tăng sự nhận biết, xây dựng cảm
giác tích cực cho công ty, và đóng vai trò quan trọng trong việc
thuyết phục khách hàng về sản phẩm. Những người hơi nổi
tiếng trong cộng đồng riêng của bạn cũng có tác động tương tự
đến thương hiệu của bạn.

Đó là tình trạng được các nhà khoa học gọi là "quyền lực liên
đới": Quyền lực đến vì người ta liên hệ bạn với những nhân vật
có tầm ảnh hưởng. Bạn có thể quan sát thấy hiện tượng này ở
khắp mọi nơi. Quyền lực đến trong công ty, ví dụ như các trợ lý
hay người giữ cửa mặc dù không có chức trọng trong hệ thống
cấp bậc của công ty, nhưng có quyền rất cao vì họ gần gũi và
tiếp cận được với các vị tổng giám đốc.

Những liên đới bên ngoài, với chính trị gia quyền lực, với
những phóng viên thời sự có tầm ảnh hưởng, với những nhân
vật trong giới truyền thông, vân vân, cũng có thể giúp nâng cao
tiểu sử của bạn bên trong và ngoài tổ chức. Đó là lý do vì sao
những công ty mới thành lập khôn ngoan sẽ tìm cách kêu gọi sự
tham gia của những nhân vật được nhiều người biết tiếng vào
trong hội đồng quản trị để tạo niềm tin cho một tổ chức mới
thành lập. Dĩ nhiên, nếu bạn có được sử ủng hộ của những
người nổi tiếng hay các nhà báo thì bạn sẽ được giới thiệu một
cách thuận lợi hơn, nhiều hơn một cách miễn phí.

Sự nổi tiếng mang lại nổi tiếng. Sự thật là tất cả những nỗ lực
vất vả kết nối với mọi người của tôi sẽ kém phần hiệu quả nếu

trong số đó không có một vài cái tên nổi tiếng. Sự thật đáng ghét là những người tiến thân nhanh hơn thường là những người biết cách làm cho các nhân vật nổi tiếng thấy thoải mái bên họ. Thêm vào đó, họ có một chút ma thuật. Không biết thật hay không, nhưng những người này có một yếu tố X nào đó giúp họ biến mọi khoảnh khắc thành khó quên và biến một bữa tiệc tối bình thường thành một sự kiện đáng nhớ.

Vấn đề là, mặc dù chúng ta rất thích thú trước khả năng được gặp gỡ "người nổi tiếng", họ thường không hào hứng gặp chúng ta. Vậy làm thế nào chúng ta tiếp cận họ được đây?

Câu trả lời không đơn giản chút nào. Nhưng nếu bạn theo đuổi làm quen với họ một cách chân thành, với ý định tốt, bạn sẽ không bị lợi dụng. Và nếu đi kèm với nó bạn có một sứ mệnh, cộng với thời gian công sức bạn bỏ ra để xây dựng mạng lưới những người lệ thuộc vào bạn, thì đến một lúc nào đó tầm ảnh hưởng của bạn cũng sẽ nâng bạn ngang tầm mặt đối mặt với một nhân vật có thể thắp ngọn nến lung linh cho bữa tiệc tối sắp tới của bạn. Bạn sẽ tiếp cận đến quyền lực bằng cách mở rộng nối kết và tuân theo những lời khuyên tôi đã đưa ra trong quyển sách này.

Khi chuyện này cuối cùng cũng diễn ra theo ý bạn, vẫn có một số thứ mà tôi muốn bạn lưu ý từ kinh nghiệm nhiều năm của tôi.

Mặc dù tôi hoàn toàn ý thức được ảnh hưởng của nhân vật nổi tiếng có thể mang lại cho mạng lưới, và tôi không hề nhút nhát tìm đến những nơi có thể tiếp cận họ, nhưng nếu bạn thể hiện sự ngưỡng mộ thái quá, bạn có thể giết chết những nỗ lực trước nay của mình. Bạn cứ bình tĩnh xem họ là người thường thôi.

Chuyện này đã từng xảy ra cho tôi nhiều năm trước đây khi

tôi tham dự bữa tiệc của tạp chí *Vanity Fair* tại văn phòng Đại sứ quán Nga cũ khi họ muốn đáp trả lại bữa tiệc của đội ngũ báo giới Nhà Trắng. Khi tôi đang đứng xếp hàng để lấy nước uống, tôi phát hiện người đứng cạnh mình trông cực kỳ quen. Đầu tiên tôi nghĩ anh ta là một chính trị gia. Sau đó tôi nghĩ anh ta là một người có tham gia chính trị, nhưng chủ yếu là đứng phía sau cánh gà, một trong những cố vấn chủ chốt cho Tổng thống.

Tôi đã nhìn đúng - gần như thế. Anh chàng này là Richard Schiff, diễn viên đóng vai cố vấn ngoại giao cho vị tổng thống hư cấu do Martin Sheen đóng vai trong loạt phim *The West Wing*. Nói ngoài lề một chút, tôi không phải là người giỏi nhận dạng các ngôi sao truyền hình.

Tôi làm như mình không hề quen biết anh ta, và tự nhiên giới thiệu bản thân. Anh ta hơi ngập ngừng, theo đúng cách một người nổi tiếng thường phản ứng khi làm quen với một người họ chưa từng biết đến, và lịch sự chào lại mà không hề cung cấp thêm thông tin gì.

"Còn anh là..." tôi hỏi. Khi anh ta nhận thấy tôi không biết anh ta là ai, anh ta lập tức trở nên cởi mở hơn. Chúng tôi thậm chí còn trao đổi email và giữ liên lạc.

Tôi phát hiện ra rằng niềm tin là một yếu tố tối quan trọng để làm quen với những nhân vật nổi tiếng hay quyền lực - tin tưởng rằng bạn biết giữ mồm giữ miệng; tin tưởng rằng bạn không có một động lực đen tối nào đằng sau; tin tưởng rằng bạn sẽ đối xử với họ như một con người chứ không phải một ngôi sao; và cơ bản là tin tưởng rằng bạn là một người ngang hàng xứng đáng để làm quen. Những phút giây đầu tiên khi gặp gỡ cũng giống như một thí nghiệm với giấy quỳ để người kia cân nhắc xem liệu họ có thể tin tưởng bạn hay không.

Sự trớ trêu của người nổi tiếng là họ thường có những cái tôi rất mong manh. Trong nhiều trường hợp, bên trong họ có một động lực gì đó buộc họ phải làm hết sức để nổi tiếng. Hãy tưởng tượng lúc nào bạn cũng bị công chúng hàng ngàn người theo dõi chi li từng ngày từng giờ! Thế giới mở ra với họ, nhưng một phần khác cũng đóng lại với họ. Họ bị mất sự riêng tư. Và do phải sống trong một thế giới tung hô, các nhân vật nổi tiếng phải đấu tranh để giữ cân bằng giữa cuộc sống riêng và hình ảnh công chúng. Họ rất sợ nguy cơ hình ảnh công chúng bị hòa nhập với cá tính riêng của mình. Họ cảm thấy không được thông cảm và thấu hiểu về chính con người thật này.

Để chứng tỏ cho họ thấy bạn quan tâm đến con người thật của họ, chứ không phải những gì công chúng cảm nhận và gán ghép cho họ, bạn hãy tránh xa danh tiếng của họ, thay vào đó, tập trung vào những mối quan tâm của họ. Bạn có thể cho họ biết bạn tôn trọng công việc của họ, nhưng đừng nhấn nhá quá mức. Dẫn dắt họ khỏi những hàng rào phòng ngự thường ngày.

Rủi thay, nhiều khi chúng ta có những hành động bất bình thường khi tiếp xúc với những người bất bình thường. Bạn phải chú ý lắng nghe tiếng nói của con tim và nhận định của lý trí. Tìm hiểu xem niềm đam mê của họ là gì.

Cách đây không lâu, tôi đi nghe thống đốc bang Vermont, ông Howard Dean, đọc diễn văn. Đó là nhân dịp Tuần lễ Renaissance và người ta nói đùa với nhau về một ông thống đốc vô danh của một tiểu bang nhỏ bé đang nuôi tham vọng vá trời là trở thành tổng thống. Lần thứ hai tôi nghe ông phát biểu là tại một sự kiện phi lợi nhuận về ủng hộ nhân quyền tại D.C. Đến lúc này, ông đã thật sự tranh cử Tổng thống, mặc dù không ai để ý đến ông.

Tò mò trước Dean và thông điệp của ông, tôi tiếp cận một người trong đội ngũ nhân viên phục vụ chiến dịch tranh cử (lúc đó, thật tình, chỉ có một phụ tá và một cảnh sát bang). Tôi nói với người phụ tá rằng tôi là một cựu sinh viên Yale hoạt động chính trị tích cực, có mong muốn được gặp vị tổng thống vào một lúc thích hợp. Người phụ tá và tôi nói chuyện vui vẻ và chúng tôi cũng có nói chuyện ngắn gọn với Dean, cũng như nhiều người khác tham gia sự kiện này.

Hai tuần sau, Dean lại đến tham dự cuộc họp thường niên của Quỹ Gill Foundation tại California, chuẩn bị đọc cùng một bài diễn văn mà tôi đã nghe trước đó mấy tuần. Đây có thể nói là lần thứ ba tôi nghe Dean phát biểu về cùng một chủ đề, và tôi nghĩ mình có thể giúp ông phát biểu một cách ấn tượng hơn. Tôi gặp người phụ tá và yêu cầu có vài phút nói chuyện với vị thống đốc. Chúng tôi tìm thấy ông đang đứng gần bục phát biểu chuẩn bị cho lúc đứng lên nói. Tôi nói với ông rằng tôi đã nghe ông phát biểu nhiều lần, và tôi đã nói chuyện với người phụ tá, và tôi có một vài ý kiến giúp ông trình bày hiệu quả hơn. Tôi đề nghị ông nhấn mạnh một số điểm ở đây, lướt qua một số điểm ở kia, và rút ngắn bài diễn văn lại. Đúng là tôi đang liều lĩnh, nhưng tôi có mất gì đâu? Và những đề nghị của tôi đều rất thật lòng. Tôi thích thông điệp của ông về nhân quyền và muốn ông trình bày nó một cách thuyết phục hơn.

Khi tôi ngồi dưới hàng ghế khán giả, tôi chứng kiến từng đề nghị của mình được ông thực hiện theo. Chúa ơi! Thống đốc bang Vermont và là một ứng cử viên tổng thống chính thức (mặc dù chỉ mới trong giai đoạn khởi đầu) đang nghe theo lời tư vấn của tôi. Sau buổi nói chuyện, tôi nói với ông rằng bài nói này rất ấn tượng và tôi muốn dành thời gian còn lại của buổi họp để giới thiệu ông với những người có ảnh hưởng (hiểu đúng là: những người sẵn sàng đóng góp) trong Gill Foundation.

Nhiều tháng sau, khi tôi gặp lại ông tại một bữa tiệc quyên góp tại nhà Rob Reiner, ông không còn là một ứng cử viên không ai quan tâm mà đã là một tay quấy nhiễu đang có ảnh hưởng lớn đến cuộc bình chọn ứng cử viên cho đảng Dân chủ. Có ai đó giới thiệu chúng tôi với nhau. "Thống đốc, ông có biết Keith Ferrazzi không?" Thống đốc Dean trả lời, "Dĩ nhiên là tôi biết Keith Ferrazzi. Anh ta là một trong những người trụ cột giúp tôi thu hút được sự chú ý cần thiết trong thời gian đầu." Và tôi thật sự cảm thấy lúc đó là tôi đã tạo nên sự khác biệt.

Chỉ cần bạn nhớ là những người nổi tiếng và quyền lực trước tiên là những con người: họ cũng tự hào, cũng buồn bã, cảm thấy thiếu an toàn, cũng có những hy vọng, và nếu bạn giúp họ đạt được những mục tiêu của họ, họ sẽ hết lòng cảm kích bạn. Dĩ nhiên, càng tốt nếu bạn đến được đúng nơi, đúng lúc, đúng sự kiện. Nhưng những buổi ăn chơi cuối tuần hay những cuộc hội thảo dành riêng cho khách mời không hẳn là nơi duy nhất gặp được những nhân vật quan trọng.

Tại Mỹ, bất cứ cái gì cũng có hiệp hội. Nếu bạn muốn trực tiếp gặp gỡ những người có khả năng thay đổi thế giới, bạn phải gia nhập các hiệp hội này. Bạn sẽ ngạc nhiên khi thấy khả năng tiếp cận dễ dàng như thế nào khi bạn gặp họ tại những sự kiện thể hiện mối quan tâm của mỗi người.

Sau đây là một số địa điểm khác mà tôi thấy cũng rất hiệu quả khi cần tìm những nhân vật đang nổi tiếng, hoặc đã nổi tiếng:

Tổ chức Chủ tịch Trẻ
(Young Presidents' Organization – YPO)

Tổ chức này dành riêng cho những nhà quản lý dưới 44 tuổi và có chi nhánh tại khắp nơi trên nước Mỹ. Nếu bạn đang điều hành doanh nghiệp, hoặc muốn điều hành doanh nghiệp, có rất nhiều tổ chức khởi nghiệp giúp bạn tiếp cận những nhà lãnh đạo công ty tương lai. Những tổ chức tương tự cũng có trong những ngành nghề khác. Nhà thiết kế đồ họa, luật sư, lập trình viên, người dọn rác – cũng như tất cả những nghề nghiệp khác – đều có công đoàn hay hội nhóm lập ra để hỗ trợ nhau. Số lượng cũng rất quan trọng, và khi bạn gia nhập những nhóm này, trở thành một nhân vật chủ chốt trong các hoạt động của nhóm, bạn sẽ trở thành một người thế lực mà người ta phải tìm đến.

Quyên góp gây quỹ ủng hộ chính trị

Mặc dù tôi đã từng tranh cử như một người thuộc đảng Cộng hòa, tôi giờ đây không còn nhắc đến một cách công khai thiên hướng chính trị của mình nữa. Tại sao ư? Thứ nhất, tôi bây giờ bỏ phiếu ủng hộ con người và những vấn đề của họ, không bỏ phiếu cho đảng nào hết. Ngoài ra cũng là vì tôi thân cận với những người có tầm ảnh hưởng trong cả hai đảng. Tôi cố gắng thực hiện khoảng từ 3 - 10 buổi quyên góp tại nhà riêng mỗi năm, ủng hộ cho cả những chính trị gia cấp vùng hay cấp tiểu bang mà tôi cho là sẽ cống hiến tích cực cho cả hai phía. Chính trị là mối quan hệ giữa tiền bạc, niềm đam mê, và quyền lực. Trong chính trị, con người vô danh mà bạn giúp đỡ hôm nay có thể là tảng băng quyền lực sẽ giúp lại bạn ngày mai. Hãy tham gia vào một chiến dịch trong vùng. Trở thành người ủng hộ tích cực vì một lý tưởng nào đó; nếu đây là một vấn đề làm bạn thấy

thích thú, chắc chắn cũng sẽ có nhiều người khác cảm thấy như
bạn: Hãy tìm đến họ và cộng tác với nhau!

Hội thảo

Khi bạn có một nội dung độc đáo muốn chia sẻ và làm một
diễn giả, bạn đột nhiên trở thành một người nổi tiếng. Kết nối
không thể nào dễ dàng hơn được khi người ta tìm đến bạn.
Ngoài kia có hàng ngàn cuộc hội thảo phục vụ cho những mối
quan tâm khác nhau. Nếu bạn có một niềm đam mê nào đó, như
tôi đã đề nghị bạn trong các chương trước, bạn có thể tìm hiểu
xem có người nổi tiếng nào cũng chia sẻ mối quan tâm này và
tham dự những buổi hội thảo mà họ hay đến. Lãnh đạo tinh
thần và nhân quyền là hai niềm đam mê của tôi; tôi cố gắng
tham gia tích cực vào vài tổ chức và diễn thuyết tại vài cuộc hội
thảo mỗi năm. Tôi đã gặp được rất nhiều người nổi tiếng bằng
cách này.

Hội đồng phi lợi nhuận

Bắt đầu bằng cách tìm ra bốn hay năm vấn đề quan trọng đối
với bạn và thể hiện sự ủng hộ tại địa phương. Những tổ chức phi
lợi nhuận thành công thường tìm vài người nổi tiếng tham gia
vào hội đồng để giúp họ có chút tiếng tăm. Mục đích của bạn
là trở thành một thành viên của hội đồng và ngồi cạnh những
người này. Nhưng nên lưu ý là bạn phải thật sự quan tâm và
mong muốn được đóng góp cho lý tưởng này.

Thể thao (đặc biệt là golf)

Thể dục thể thao là lĩnh vực tuyệt vời để bạn gặp gỡ những
người nổi tiếng. Trên sân cỏ hay sân banh, trong nhà tập thể

dục, ngoài đường chạy, mọi người đều ngang hàng với nhau. Danh tiếng không có nhiều ý nghĩa. Điều quan trọng là kỹ năng bạn có và không khí thân thiện bạn tạo ra. Có một điều gì đó trong thể thao khiến người ta bớt cảnh giác. Có thể là do sự cạnh tranh thi đấu đã ảnh hưởng đến tâm lý chúng ta và đưa chúng ta về lại thời thơ ấu khi chúng ta còn là những đứa bé ném banh vào nhau trên đường phố. Hoặc cũng có thể là do chính địa điểm – cách xa văn phòng, trên một sân bóng quần, hay những ngọn đồi nhấp nhô của sân golf.

A, golf. Tôi thật là không công bằng nếu tôi không nói thẳng cho bạn biết rằng golf là môn thể thao dành riêng cho giới doanh nhân cao cấp của Mỹ. Tôi đã được chứng kiến tận mắt những nhà lãnh đạo và CEO danh tiếng thương lượng với nhau – có khi kéo dài nhiều năm – để được tham gia vào một câu lạc bộ golf tư nhân. Tại sao những con người quyền lực này phải chịu xuống nước chỉ để được chơi vài đường banh? Dĩ nhiên là vì mối quan hệ, tình hữu nghị, tình bạn thân thiết sẽ được tạo lập với những người họ biết sẽ trở nên rất quan trọng với công ty hay sự nghiệp của họ.

Quy luật ứng xử ở đây cũng rất nghiêm khắc. Bạn không bao giờ được để lộ ra rằng bạn mong muốn hưởng lợi từ những mối quan hệ hay quyền thành viên của câu lạc bộ. Tại một số nơi, chỉ cần có ý định giao dịch kinh doanh trên sân golf cũng đã là vi phạm nội quy; tại một số nơi khác, bạn có quyền kêu gào lên cũng được. Bạn nên tự mình tìm hiểu nội quy. Nhưng đa số những người chơi golf thường xuyên đều công nhận rằng golf mang đến cho họ rất nhiều cơ hội. Nói cho cùng, trước sau gì họ cũng giao dịch với nhau, nếu không tại lỗ 19, thì cũng là tại quầy bar, khi dùng nước. Những người chơi golf thường nhận xét rằng khoảng thời gian trên sân với đối phương rất có ý nghĩa. Tất cả cũng chỉ tóm lại là niềm tin. Một CEO có thể nhận định liệu đối tác kinh doanh trong tương lai có kín đáo hay không, có chơi theo luật hay không, có khả năng chịu đựng áp lực hay không, và có phải là người dễ chịu không. Đây vừa là cơ hội để gặp gỡ người mới vừa có thể nhận xét họ có hợp với mình không.

Vì đây là một môn thể thao hiệu quả, bạn có thể tận hưởng những lợi ích của nó ở nhiều cấp độ khác nhau. Hầu như tất cả các hiệp hội nghề nghiệp đều tổ chức thường xuyên những đợt thi đấu golf. Những tổ chức từ thiện, hội thảo cũng làm tương tự với hy vọng thu hút được nhóm người nổi tiếng này. Bạn có thể tham gia vào bất cứ sự kiện nào trong số này mà không nhất thiết phải là thành viên.

Riêng tôi, mặc dù tôi đã có nhiều năm làm người nhặt bóng và tôi đã từng chơi trong đội tuyển của trường và đã thắng giải vài lần, tôi không chơi golf. Chơi golf chiếm quá nhiều thời gian của tôi. Hơn bốn giờ mỗi lần là quá nhiều. Hiện thời tôi chỉ chơi định kỳ với bạn bè tại đám cưới cuối tuần hay một sự kiện lớn. Đối với tôi, tôi thích đến Trung tâm thể dục Barry's Boot Camp hoặc chơi bóng quần tại CLB Yale ở New York, hoặc chạy bộ trong công viên hay quanh các ngọn đồi Hollywood. Nhưng cho dù đó là golf, tennis, bowling, hay tập thể dục, vấn đề ở đây là phải biến nó thành một hoạt động tập thể - tham gia một đội tuyển, một câu lạc bộ, một sự kiện, và chắc chắn thế nào bạn cũng sẽ gặp những con người thú vị.

Không có gì sai nếu bạn tìm cách làm quen với những người thành đạt và thông thái hơn bạn. Một khi bạn đã đặt mình vào tình thế phải làm quen với những người nổi tiếng và quyền lực, điều mấu chốt là bạn không được cảm thấy mình không xứng đáng hay đang mạo danh. Bạn là một ngôi sao rất riêng, với những thành tựu của riêng mình, và bạn có rất nhiều điều để chia sẻ với thế giới.

CHƯƠNG 27

Xây dựng hôm nay, gặt hái ngày mai

Nó là cộng đồng, nó là mạng lưới
Nó là bộ lạc, nó là gia đình:
Cho dù nó là tên gì
Cho dù bạn là ai
Bạn cũng cần đến nó

—JANE HOWARD

Khi còn là một thanh niên, tôi thấy mình giống với Groucho Marx. Cũng như diễn viên hài kịch nổi tiếng, tôi cũng không quan tâm đến việc phải được tham gia làm thành viên của một câu lạc bộ.

Điều này hoàn toàn không phải vì tôi tin vào khả năng độc lập: lúc đó tôi đã biết giá trị và ảnh hưởng của những buổi tụ tập đông người. Bạn cũng không bao giờ nghe tôi phàn nàn vì không có đủ thời gian. (Tôi ghét lời bào chữa này - còn gì quan trọng hơn việc gặp gỡ những người đồng chí hướng?) Và dĩ nhiên tôi cũng không nhút nhát trước đám đông.

Vấn đề là những câu lạc bộ đáng tham gia đều đóng chặt cửa đối với một anh chàng còn trẻ và chưa có nhiều mối quan hệ như tôi.

Những dạng câu lạc bộ như vậy, chỉ tiếp nhận thành viên một cách chọn lọc và có quyền hành riêng, tồn tại vì những lý do chính đáng: Con người luôn khao khát được tụ họp với những người có cùng sở thích, để tạo sự khác biệt trong cộng đồng, và để tạo một môi trường thuận lợi cho hoạt động giao dịch kinh doanh. Các CEO công ty lớn hiểu rằng để làm được việc lớn - cho dù là thay đổi chính sách công hay thỏa thuận thương vụ làm ăn - bạn cần đến sự giúp sức của người khác. Những con người bạn quen biết ấy càng có quan hệ rộng rãi, có quyền lực, có nguồn lực lớn bao nhiêu, thì bạn dễ dàng thành công bấy nhiêu.

Đó là lý do tại sao những cuộc họp của giới quyền lực và kinh doanh như Diễn đàn Kinh tế Thế giới tại Davos và Tuần lễ Renaissance là những sự kiện không dễ gì chen chân vào được. Tại Tuần lễ Renaissance, tôi đã chứng kiến những nhà chính trị còn vô danh kết nối với những người có thể giúp họ trở thành hình ảnh của đất nước. Tại Davos, chúng ta đã chứng kiến những chính sách kinh tế quốc tế được thông qua, và những thương vụ trị giá hàng tỉ đôla được ấp ủ và chia sẻ bên tách cà phê. Dĩ nhiên, chúng ta hiếm có ai được mời vào Davos. Nhưng ngoài ra cũng có rất nhiều buổi tụ tập hay câu lạc bộ khác mà chúng ta cũng không được mời, ít nhất là trong giai đoạn đầu.

Vậy là bạn không được mời vào cái bữa tiệc đình đám trong ngày mai. Lo đấy. Chúng ta đều có máu kinh doanh trong người, nếu bạn không được chơi trên một ngọn núi nào đó, thì chẳng có gì ngăn cản bạn xây ngọn núi khác.

Tôi có người bạn Richard Wurman là một kiến trúc sư, cách đây hai mươi năm đã tiên đoán sự thay đổi khủng khiếp của nền kinh tế nếu kết hợp công nghệ, giải trí và thiết kế với nhau. "Tôi là người hay bay, và tôi thấy chỉ có nói chuyện với những người làm trong ba ngành này thì mới thấy thú vị," anh ta đã nhiều lần nói với tôi. "Và khi họ kể về một dự án mà họ đang rất đam mê, thế nào họ cũng nhắc đến tên của những người làm trong hai ngành còn lại." Và để gom những người trong ba ngành này ngồi lại với nhau, anh ta đã lập nên hội thảo TED năm 1984, đầu tiên chỉ có vài người tham dự và vài người bạn của anh ta đứng lên làm khách mời phát biểu.

Năm nào TED cũng mở đầu bằng cùng một dòng chữ, "Chào mừng các bạn đến với bữa tiệc mà bạn vẫn hằng mong ước mà chưa làm được," và TED đã trở thành một sự kiện tuyệt vời – đâu đó giữa một bữa tiệc nhộn nhịp và một hội thảo thu hút những sinh viên tốt nghiệp. Năm này qua năm khác, ngày càng có nhiều người từ khắp các ngành nghề đến tham dự: nhà khoa học, tác giả, diễn viên, CEO, giáo sư. Tại TED, không có gì lạ nếu bạn nhìn thấy nhạc sĩ/ nhà sản xuất Quincy Jones tán gẫu với CEO Newscorp Rubert Murdoch, hay đạo diễn Oliver Stones tranh cãi với CEO và nhà sáng lập Oracle là Larry J. Ellison.

Từ thuở ban đầu là những buổi tụ họp không thu lợi và đến nay là những buổi nói chuyện dành riêng cho khách mời, TED cuối cùng đã thu lại hơn 3 triệu đôla hàng năm, và gần như tất cả số tiền này là lợi nhuận. Richard không phải trả phí cho bất cứ diễn giả nào và anh ta tổ chức các sự kiện chỉ với vài phụ tá. Anh ta bán TED được 4 triệu đôla năm 2001, và bây giờ đang bận rộn điều hành một hội thảo mới tên là TEDmed, tập trung vào mối liên kết giữa công nghệ và sức khỏe. Đây là một hội thảo được tôi ủng hộ hoàn toàn.

Tôi cũng đã từng thử làm tương tự, khi tôi còn là một anh chàng mới tốt nghiệp MBA, mới dọn đến Chicago sau khi nhận lời mời làm việc cho Deloitte. Lúc đó tôi gần như chẳng biết ai trong thành phố này. Việc đầu tiên tôi làm là yêu cầu người ta giới thiệu tôi với bạn bè của họ tại Chicago. Khi tôi gặp gỡ những người do bạn bè tôi giới thiệu, tôi bắt đầu hỏi thăm xem có tổ chức nào tôi có thể tham gia để đóng góp thêm cho cuộc sống của thành phố hay không. Vì tôi biết, nhờ vậy, tôi sẽ tìm được thêm khách hàng cho công ty mới của mình.

Tôi còn trẻ, nên chẳng ai quan tâm cho rằng tôi nghiêm túc cả. Những cơ hội kiểu cổ điển, như hội đồng dàn nhạc giao hưởng, hay câu lạc bộ đồng quê, đều không chào đón tôi. Tôi nhận được nhiều lời mời tham gia những hội đồng của người trẻ. Nhưng những nhóm này chủ yếu là gặp nhau để bù khú. Tôi muốn mình làm được nhiều hơn, như một người hoạt động xã hội, đóng góp làm thay đổi cộng đồng. Tôi không muốn chỉ làm chủ nhà đãi tiệc tại những buổi giao lưu làm quen của bọn thanh niên choai choai.

Vào những lúc như thế này, bạn phải xác định được USP - Unique Selling Proposition - điểm bán hàng độc đáo của mình là gì, theo đúng cách nói của dân MBA. Bạn có thể mang loại nước xốt đặc biệt nào đến bàn tiệc? Điểm độc đáo của bạn có thể là kiến thức chuyên môn, thú tiêu khiển, hay một mối quan tâm đến một lý tưởng nào đó để làm nền tảng xây dựng cả một tổ chức hay câu lạc bộ.

Tất cả mọi câu lạc bộ đều được xây dựng dựa trên những sở thích chung. Thành viên gắn kết với nhau do cùng nghề nghiệp, triết lý, thú vui, hàng xóm, hay nhiều khi chỉ đơn giản là vì họ có cùng chủng tộc, cùng tôn giáo, cùng thế hệ. Họ gắn kết với nhau vì một điểm chung duy nhất giữa họ. Nói cách khác, họ có lý do để tụ tập với nhau.

Bạn có thể dựa trên điểm độc đáo của mình và làm một điều mà ít ai thực hiện. Đó là khởi xướng một tổ chức. Và mời những ai bạn muốn gặp gỡ cùng tham gia. Tìm thành viên không khó. Giống như bất cứ câu lạc bộ nào, tổ chức của bạn khởi đầu là một nhóm bạn, sau đó mở rộng dần. Theo thời gian, người này rỉ tai người kia, họ sẽ giới thiệu thêm nhiều người mới, thú vị cho tổ chức.

Đây là một mô hình thành công rực rỡ mà nhiều doanh nghiệp dựa vào đây để xây dựng công ty của họ. Bạn thử nghĩ đến những trang web thành công nhờ thu hút được nhiều người đến vì một mục đích chung - giống như tham gia đảng chính trị, làm vườn, hay như trường hợp của iVillage, vì bạn là phụ nữ - và thành lập những tổ chức thu lợi nhuận trên cảm giác thân thuộc với cộng đồng. Hãy thử nghĩ đến hãng hàng không hay thậm chí cửa hàng tạp phẩm gần nhà của bạn, bạn sẽ được giảm giá nếu có thẻ khách hàng thân thiết. Xây dựng một cộng đồng những người cùng sở thích, cùng chí hướng từ trước đến nay bản thân nó đã luôn là một điểm đầy thuyết phục.

Vào thời đó, điểm độc đáo của tôi là TQM (Total Quality Management – Quản trị Chất lượng Toàn diện), một sở thích cá nhân mà, như tôi đã trình bày ở các chương trước, là nền tảng của sự khác biệt khi tôi tìm được công việc đầu tiên sau khi tốt nghiệp Yale và sau đó là một thời gian ngắn làm việc với một giáo sư tại trường kinh tế.

Trên bình diện quốc gia, chính phủ vừa thiết lập một tổ chức gọi là Baldrige National Quality Program chuyên khen thưởng những công ty đạt thành tích xuất sắc về TQM. Tại Illinois, tôi cho là mình cũng có thể thành lập một tổ chức phi lợi nhuận tương tự để hỗ trợ những công ty trong vùng. Nhờ có chương trình liên bang, tôi cho là cũng không quá khó để tìm những người đồng chí hướng - tôi có thể tìm đến các giám khảo hay những thành viên khác của tổ chức thuộc liên bang hiện đang sinh sống tại Chicago, các nhà tư vấn, và những nhân viên các tập đoàn lớn có công việc liên quan đến TQM.

Điều đầu tiên tôi cần làm là kêu gọi sự ủng hộ của một tổ chức hay chuyên gia về TQM nhằm thu hút được những người tiềm năng làm thành viên. Tôi đề nghị người đứng đầu về TQM tại First Chicago, Aleta Belletete, cùng tham gia làm thành viên sáng lập. Bà ấy gọi thêm cấp trên và là một trong những CEO có thế lực nhất tại Chicago lúc đó, Dick Thomas, người đã đứng ra ủng hộ chúng tôi hết lòng. Nhờ sự đồng ý của Dick, Thống đốc Jim Edgar vui lòng chỉ định Phó thống đốc tham gia vào hội đồng điều hành của chúng tôi. Sự ủng hộ của ba người này đã giúp cho một tổ chức mới thành lập như của chúng tôi tạo được niềm tin ngay từ đầu. Chẳng bao lâu sau đã có rất nhiều người xin gia nhập, bao gồm cả người phụ trách TQM tại Amoco và Bệnh viện Rush Presbyterian, và họ rủ theo cả các CEO. Lợi thế của tôi: Vì tôi là người sáng lập, tôi nghiễm nhiên là chủ tịch! Dĩ nhiên, công việc của chúng tôi cũng không đơn giản, chúng tôi phải thiết lập, điều hành, và tìm nguồn tài chính cho tổ chức hoạt động. Nhưng phần khó khăn nhất thế là đã qua. Chúng tôi là một tổ chức đáng tin cậy, giờ đây chỉ còn xắn tay áo vào làm việc thực thụ.

Đó là sự ra đời của The Lincoln Award for Business Excellence (ABE – Giải thưởng Lincoln cho Doanh nghiệp Xuất sắc). Tổ chức này hiện nay vẫn còn hoạt động như là một quỹ phi lợi nhuận thành công chuyên hỗ trợ các công ty tại Illinois xây dựng hoạt động hiệu quả. Hiện nay nó có hàng trăm người làm việc tình nguyện, một hội đồng điều hành uy tín, và một bộ máy nhân viên toàn thời gian. Hai năm sau khi tôi thành lập tổ chức này, tôi đã làm thân với hầu hết những CEO công ty lớn tại Chicago.

Bài học rút ra? Bằng cấp MBA từ Harvard hay lời mời tham gia Davos cũng không thể thay thế được một ý tưởng cá nhân. Nếu bạn không tìm ra được một nơi nào cho phép bạn tham gia và tạo ra sự khác biệt, thì bạn hãy nhìn lại xem mình có thể làm được gì – từ chuyên môn riêng của mình, các mối liên hệ, sở thích, hay kinh nghiệm. Kêu gọi mọi người ủng hộ mình và tạo nên sự khác biệt.

Những ngày mà câu lạc bộ chỉ mở cửa cho những người đàn ông da trắng tụ tập với nhau đã không còn nữa. Chẳng có gì khác nhau giữa một nhóm người chuyên bán thảm tụ họp hàng tuần để bàn luận về những cái được và mất của nghề nghiệp; giữa một hội nghị các phụ nữ đảng Cộng hòa không hài lòng với quan điểm của đảng mình; hay giữa một nhóm những người sành rượu tụ họp hàng tháng để thử rượu, nghe những câu chuyện kể trên khắp các vườn nho, và lập kế hoạch đi du lịch đến Napa. Cho dù mục đích là gì và ai tham gia, tất cả không còn quan trọng nữa.

Chỉ cần đó là một tập hợp những người cùng sở thích tại một địa điểm cụ thể (thậm chí là không gian ảo), bạn sẽ hưởng lợi từ những thành viên khác. Bạn và những thành viên sẽ cảm thấy gắn bó bởi một hướng đi chung. Và khác với trong kinh doanh, khi biên giới của những mối quan hệ được định nghĩa rõ ràng bằng một dự án cụ thể hay một thương vụ xác định và kết thúc khi dự án hay hợp đồng chấm dứt, thành viên câu lạc bộ (nhất là câu lạc bộ do bạn sáng lập) sẽ đưa bạn đến những tình bạn kéo dài nhiều năm liền.

TIỂU SỬ NGƯỜI NỔI TIẾNG

Benjamin Franklin (1706 – 1790)

"Không được tham gia câu lạc bộ sao?
Hãy tổ chức CLB riêng của bạn đi."

Thuật ngữ mạng lưới trong kinh doanh được đưa vào tiếng Anh năm 1966. Nhưng trước đó hơn hai thế kỷ, tại Philadelphia, anh chàng Benjamin Franklin đã biết vận dụng môn khoa học xã hội ngọt ngào này để trở thành một trong những người có ảnh hưởng lớn nhất trong một đất nước lúc bấy giờ còn chưa được đặt tên. Trước khi trở thành một người yêu nước đầy sùng kính, một chính khách, một nhà phát minh, ông là một doanh nhân thành đạt nhất nước Mỹ, đi lên từ một người học nghề thành một ông vua nghề in.

Lật nhanh trang sử về năm 1723, vào thời điểm anh chàng Franklin 17 tuổi chưa giàu có cũng không thành đạt. Ông là một doanh nhân khát vọng – được đào tạo nghề in từ người anh James – và là một gương mặt mới tại Philadelphia, mới dọn đến sau khi thất bại không tìm được việc làm tại New York. Franklin chưa quen biết ai trong thành phố mới này, nhưng ông khao khát được mở xưởng in đầu tiên của mình, ông quyết định tận dụng hết khả năng giao tiếp của mình.

Chỉ trong vòng bảy tháng, Franklin đã tìm được việc tại một xưởng in danh tiếng, và làm quen với thống đốc bang Pennsylvania William Keith. Vị thống đốc khuyến khích Franklin đi sang London để mua thiết bị cần thiết cho một xưởng in mới. Keith thậm chí còn hứa sẽ viết thư giới thiệu và đỡ đầu, một việc rất cần thiết để Franklin có thể mua được máy in và phông chữ.

Khi đến London, Franklin phát hiện ra Keith đã không gửi những bức thư này. Franklin mất hai năm liền tại đây để kiếm đủ tiền mua vé quay về lại nước Mỹ. Trên chuyến tàu trở về, Franklin lại thể hiện khả năng nối kết của mình: Công việc đầu tiên khi quay về lại Philadelphia là làm thư ký cho một cửa hàng của Thomas Denham, một người bạn đồng hành trên chuyến tàu xuyên Đại Tây Dương.

Không bao lâu sau, Franklin quay lại với nghề in, làm việc trong xưởng in danh tiếng trước kia. Do nhu cầu muốn được học hỏi kiến thức cao hơn, Franklin đã mời khoảng chục người bạn tham gia một nhóm xã hội mỗi thứ sáu gọi là "Junto" – được miêu tả như sau trong quyển tự truyện của ông *The Autobiography*:

> Quy định tôi đưa ra là mọi thành viên, đến lượt mình, phải đặt ra một hay nhiều câu hỏi về Đạo đức, Chính trị, Triết học tự nhiên [vật lý], để mọi người cùng thảo luận; và cứ mỗi ba tháng phải giới thiệu trước toàn thể một bài viết của mình, đề tài tự do tùy sở thích.

Thành viên của Junto là những thanh niên chưa đủ thành đạt và được kính trọng để có thể được mời tham gia vào các câu lạc bộ dành riêng cho nhóm doanh nhân hàng đầu. Cũng như Franklin, họ đều là những người buôn bán, những người bình dân. Dĩ nhiên không cần phải nói – con người mê tham gia câu lạc bộ. Thật vậy, ngoài những bài học về tiết kiệm, kinh doanh, thận trọng, quyển tự truyện của Franklin còn khuyên chúng ta nên tham gia vào một nhóm xã hội, nếu không muốn nói là ít nhất ba nhóm. Ông tin rằng trong một nhóm những người cùng chí hướng, cùng mục đích, thành công của từng cá nhân sẽ được kết hợp để mang lại những kết quả vĩ đại rất khó đạt được nếu chỉ thực hiện đơn lẻ.

Chúng ta lại lật tiếp lịch sử đến năm 1731. Franklin lúc này đã kiếm đủ tiền để mở xưởng in riêng, đầu tư vào một tờ báo sắp phá sản, tờ *Pennsylvania Gazette*. Franklin đã biến tờ *Gazette* thành một công cụ sinh lời có số phát hành cao nhất trong toàn vùng thuộc địa bằng cách đưa vào đây nội dung thẳng thắn, hình vẽ táo bạo (hầu hết do chính tay ông thực hiện) và hệ thống phát hành rộng khắp. Sự thành công vượt bậc của tờ báo đã đưa Franklin thành một nhân vật của giới truyền thông thế kỷ 18. Franklin tạo được đủ uy tín – và tiền bạc – để tham gia vào các dự án công, mà đầu tiên phải kể đến là Thư viện Cộng đồng Philadelphia, thư viện đầu tiên tại Bắc Mỹ (hiện vẫn hoạt động).

Chính từ chiến dịch vận động cho thư viện, dự án đầu tiên trong số rất nhiều dự án của Franklin dành cho Philadelphia, Franklin càng thấu hiểu giá trị quý báu của việc xây dựng mạng lưới. Sự chống đối mà ông gặp phải, theo như ông kể cho chúng ta:

Giúp tôi sớm nhận ra rằng thật không phù hợp nếu tự giới thiệu bản thân như là người đưa ra đề nghị cho bất kỳ dự án hữu ích nào có khả năng nâng cao uy tín bản thân hơn người lân cận dù chỉ là một chút thôi, nhất là khi ta cần đến sự đóng góp của người đó vào thành công của dự án. Vì vậy tôi cố gắng tránh tối đa không che lấp bằng tên tuổi mình, thay vào đó tôi trình bày dự án như một kế hoạch tập thể của những người bạn đã ủy quyền cho tôi đi giới thiệu với những người cũng yêu thích đọc sách. Bằng cách này, những kế hoạch của tôi được hoàn thành suôn sẻ, và từ đó tôi luôn áp dụng trong cả những tình huống khác.

À, nhắc đến "những tình huống khác". Sau khi thành lập thư viện năm 1731 (Junto đã giúp Franklin ghi danh được 50 người ủng hộ đầu tiên), tiếp theo là cơ quan giám sát thành phố Philadelphia

(1735), công ty cứu hỏa đầu tiên (1736); trường cao đẳng đầu tiên, hai năm sau được nâng cấp lên thành Đại học Pennsylvania (1749); bệnh viện đầu tiên của bang và của cả vùng thuộc địa, nhờ sự đóng góp của cả công lẫn tư (1751); và công ty bảo hiểm hỏa hoạn đầu tiên (1751). Franklin còn tổ chức quân đội tình nguyện đầu tiên cho Pennsylvania (1747) và đưa ra một chương trình tráng vỉa hè, chiếu sáng, và dọn dẹp đường phố Philadelphia (1756). Mỗi dự án đều lệ thuộc rất nhiều vào sự hỗ trợ của mạng lưới những nối kết cá nhân và trong công việc của Franklin, và sau mỗi dự án, mạng lưới này càng được mở rộng, tăng cao theo uy tín của Franklin như một người làm việc tốt.

Franklin mất tháng Tư năm 1790, khoảng một năm sau khi George Washington nhậm chức. Hơn 20.000 người dân Mỹ đã đến viếng lễ tang của ông.

Xây dựng mạng lưới là một con đường mà Franklin để lại trong di sản. Từ ông, chúng ta cũng học được giá trị của sự khiêm tốn và quyền năng của làm việc nhóm – khởi đầu bằng một nhóm thanh niên ông tụ tập vào Junto và kết thúc bằng những nhân vật đầy quyền lực đã đóng dấu ấn vào Tuyên ngôn Độc lập và Hiến pháp nước Mỹ.

CHƯƠNG 28

Đừng bao giờ kiêu căng

Trong luận văn Ph.D (tiến sĩ) của tôi về xây dựng mạng lưới, tôi cố gắng đưa vào một số bài học rút ra từ một bậc thầy về nối kết con người. Nhưng tôi sẽ rất thiếu sót nếu không kể một câu chuyện đáng xấu hổ, tuy ngắn nhưng đã dạy tôi bài học quan trọng nhất ngay từ những ngày đầu khởi nghiệp.

Đây là một câu chuyện lưu ý bạn những gì không nên làm và những hành động không nên có.

Theo đuổi một mạng lưới mạnh với những người bạn thân không phải là một việc xấu. Nhưng khi bạn càng tiệm cận với những người quyền lực, bạn có khuynh hướng cũng cảm thấy mình có uy. Đến một lúc nào đó việc làm quen với người khác diễn ra một cách rất tự nhiên; một nối kết quyền lực sẽ dẫn bạn đến với một người quyền lực khác, và cứ thế tiếp tục. Đây có thể là một hành trình thú vị, tích cực, và rất quan trọng.

Đừng để sự phù hoa len lỏi vào trong những hành động của bạn, hay kỳ vọng quá cao, hay tạo cảm giác ban ơn. Đừng cố gắng đạt bằng cấp tiến sĩ về xây dựng mạng lưới, rồi sau đó lại quên mất hết những bài giảng và những giá trị nền tảng của bạn.

Mọi người ai cũng có lần thất bại. Bạn sẽ làm gì khi những cuộc điện thoại trước kia được chào đón giờ không ai thèm nhấc lên nghe nữa?

Khi tham gia tranh cử vào Hội đồng thành phố New Haven khi còn là sinh viên năm hai, đối đầu với một người bạn cùng lớp, thì ý nghĩ một thằng bé tranh cử vào chính quyền địa phương là một cái tin câu khách hết cỡ. Tôi không phải đợi lâu thì được một phóng viên của tờ *New York Times* đến viết một bài báo. Lúc đó tôi nào biết đâu rằng chỉ cần một bài báo của tờ *Times* thôi đã mang lại cho tôi những bài học đau thương nhưng hữu ích nhất trong cuộc đời. Vì qua bài báo này tôi đã làm nổi giận William F. Buckley Jr., cựu sinh viên nổi tiếng của Yale, người đã sáng lập tạp chí bảo thủ *National Review* và là tác giả của hàng chục quyển sách khác.

Tôi tranh cử với tư cách ứng viên của đảng Cộng hòa. Đảng Cộng hòa cần có một ứng viên, và tại Yale, họ chỉ chiếm thiểu số so với những người tự do đi xe limousine mà dưới con mắt của một thằng bé xuất thân từ gia đình công nhân thép tại Pittsburgh là thuộc dạng người không thành thật và thiếu xét đoán. Thật ra, tôi vẫn còn trẻ, và tôi vẫn đang tìm hiểu những khía cạnh nhạy cảm của chính trị. Tôi cảm thấy đồng cảm với tính truyền thống của nhóm Tories tương đối bảo thủ trong trường và đặc biệt thích những bữa tiệc của họ cũng như sự gắn kết về mặt lãnh đạo và sự ủng hộ của những sinh viên đã tốt nghiệp.

Nhưng câu chuyện tôi đang kể đây không liên quan đến chính trị. Đây là một câu chuyện về sự kiêu hãnh và cái tôi.

Vào thời đó, tôi chưa nhận thức được rằng tuổi thơ của tôi thật sự là một điểm mạnh chứ không phải là điểm yếu. Sự bất

ổn khiến tôi phải hành động theo những cách khác với mong
muốn. Phong cách lãnh đạo của tôi chẳng hạn, không mang tính
thu hút. Trong khi tôi đi từ thành công này đến thành công
khác, thì tham vọng và quyết đoán của tôi làm nhiều người xa
lánh. Tôi chiến thắng các giải thưởng nhưng không nhìn nhận
sự đóng góp của rất nhiều người đã giúp tôi đi đến thành công
này. Kiêu căng quá mức và thiếu khiêm tốn, đó là nhận xét của
cha tôi, mặc dù ông không dùng nhiều từ như thế.

Tôi phô trương cho những anh chàng ngày xưa tôi phải xách
gậy chạy theo thấy rằng tôi cũng không thua kém gì họ.

Tôi thua cuộc tranh cử, như bạn biết rồi đấy, nhưng bài báo
trên tờ *New York Times* được nhiều người đọc, và trong số đó
bao gồm cả những người cho rằng làm một người ủng hộ đảng
Cộng hòa tại Yale là một điều hay. Trong hộp thư của tôi chừng
vài tuần sau cuộc tranh cử, tôi nhận được một lời nhắn.

"Tôi rất vui thấy ít nhất cũng có một người theo đảng Cộng
hòa tại Yale. Đến gặp tôi khi nào anh rảnh. WFB."

William F. Buckley Jr. đã bỏ thời gian viết thư cho tôi. Tôi thật
như bay lên mây. Tôi đã trở thành một người nổi tiếng trong
cộng đồng nhỏ bé của mình.

Dĩ nhiên, ông Buckley đích thực đã gửi thư mời, và tôi chắc
chắn sẽ nhận lời. Tôi ngay lập tức liên lạc với ông để hẹn ngày
giờ. Ông vui vẻ mời tôi đến nhà và còn đề nghị tôi rủ theo vài
người bạn.

Vài tháng sau, cùng với ba người bạn khác, chúng tôi xuống
ga xe lửa Connecticut và được chính ông Buckley đích thân đón
trong một bộ đồ bình dân gồm quần khaki bạc màu và áo sơ mi
đã sờn. Ông chở chúng tôi về nhà, và gặp mặt vợ ông lúc đó
đang làm vườn. Đó là một ngày huy hoàng. Chúng tôi uống với

nhau vài ly rượu, nói chuyện chính trị, ông Buckley chơi vài bản nhạc trên chiếc đàn clavico, và chúng tôi sau đó ăn trưa và trò chuyện thật lâu. Sau cùng, ông mời chúng tôi cùng đi bơi trong chiếc hồ tuyệt đẹp của nhà Buckley với những viên gạch lót nền gợi nhớ bồn tắm ở La Mã.

Tôi không để cho cơ hội trôi qua uổng phí. Ông Buckley không phải là cựu sinh viên Yale duy nhất thất vọng về môi trường chính trị trong trường cũ. Nhiều cựu sinh viên khác cũng đã lên tiếng phàn nàn. Có người còn ngưng hẳn việc đóng góp cho Yale. Tôi nghĩ mình có một giải pháp có thể làm hài lòng cả ngôi trường lẫn những cựu sinh viên này.

Tôi đề nghị tại sao chúng tôi không tạo ra một quỹ khác cho phép những cựu sinh viên bảo thủ không hài lòng này cơ hội đóng góp tiền trực tiếp cho những tổ chức của sinh viên đại học đại diện những giá trị truyền thống mà họ ủng hộ? Yale cũng hài lòng vì họ nhận được tiền tài trợ. Những cựu sinh viên bảo thủ cũng hài lòng vì họ cảm thấy tự hào vì ngôi trường của mình và được đóng góp xây dựng nó. Các sinh viên cũng hài lòng vì sẽ có thêm nhiều tổ chức đa dạng và thêm tiền cho các câu lạc bộ trong trường. Còn gì tốt hơn thế nữa?

Thế là tôi đã trình bày ý tưởng này và tôi nghĩ ông Buckley cũng ủng hộ nó. Ông cho biết ông đã thành lập quỹ để hỗ trợ một ấn phẩm của sinh viên cách đây vài năm nhưng cuối cùng nó không được thực hiện. Ông nói, vì vậy tiền vẫn còn nằm trong quỹ, và ông sẽ rất vui được giới thiệu ý tưởng của tôi với ban điều hành. Ít nhất thì đó cũng là những gì tôi cho là mình đã nghe. Vì quá hào hứng, tôi đã không hỏi thêm cho thật rõ, sợ rằng những điều tốt không kéo dài. "Đừng tiếp tục huyênh hoang sau khi bạn chắc đã bán được hàng," ngạn ngữ đã nói thế, và tôi nghĩ mình đã bán được hàng.

Họ có bao giờ nhắc nhở bạn là phải đảm bảo cả hai bên biết chính xác món hàng là gì và cả hai vẫn giữ lời hứa sau đó không?

Khi tôi quay lại trường, tôi đã không giấu được vui mừng. Tôi khoác lác với tất cả mọi người rằng tôi sẽ là vị chủ tịch của một tổ chức hoành tráng sắp được thành lập. Trời ạ, tôi thật tuyệt vời! Tôi bắt đầu tìm hiểu những cựu sinh viên có thể cảm thấy hứng thú đóng góp cho ý tưởng này. Tôi bắt đầu gọi điện khắp nơi, và đến cuối tuần, tôi đi New York để trình bày với những cựu sinh viên về một quỹ mới mà William F. Buckley và tôi sắp thành lập.

"Bill Buckley đã đóng góp một ít. Ông có muốn giúp chúng tôi thêm không?" tôi hỏi họ. Và thế là họ giúp. Sau mỗi chuyến đi đến New York, đầu tôi càng to thêm khi tôi nhớ lại những người quyền lực và quan trọng đã đóng góp tiền cho tôi như thế nào (lưu ý chữ tôi, chứ không phải chúng tôi).

Những người bạn học của tôi phải chịu đựng liên tục những câu chuyện khoe khoang về thành công của những chuyến đi này. Nhưng, cũng nhanh chóng như lúc diều gặp gió, cơ hội nổi tiếng của tôi đột nhiên bị chặn lại.

Một ngày may mắn nọ ông Buckley cùng đi thang máy với một cựu sinh viên nổi tiếng khác đã đóng góp tiền. "Bill," vị này nói, "Tôi đã đóng một số tiền tương đương với ông cho cái quỹ mới tại Yale." Nghe thế, Bill hỏi: "Quỹ nào?"

Sự việc sáng tỏ là ông Buckley không hề nhớ đến cuộc trò chuyện của chúng tôi. Hoặc có thể ông nói một đằng nhưng tôi nghe một nẻo. Hoặc có thể ông nghĩ tôi muốn làm sống lại tờ tạp chí ẻo mệnh đó. Nhưng lúc này, mọi thứ không còn quan trọng nữa. Ông Buckley chỉ còn nhớ đến tờ tạp chí bị ngâm và lờ mờ nhớ là có nhắc đến khởi động lại tại Yale. Ông nói với những nhà hảo tâm khác là ông không hề đồng sáng lập một quỹ bảo thủ nào tại Yale, và tôi chắc ông nói đúng thực tế. Mọi thứ thế là đi tong.

Những lời hứa mà tôi đã xin được giờ không còn cơ hội thực hiện, vì tôi không có nơi nhận. Ông Buckley không nói chuyện với tôi nữa. Và quan trọng hơn, tôi rất ngạc nhiên khi những người bạn cùng dự bữa ăn trưa hôm đó, cùng hào hứng với tôi tại nhà ông Buckley hôm đó, giờ không chịu đứng ra nói giúp tôi mặc dù tôi đã hết lời năn nỉ họ giải thích những gì họ nghe hôm đó. Danh tiếng của tôi thế là tiêu tan trong mắt một số nhân vật quan trọng. Tôi rất xấu hổ với bạn bè vì đã khoe khoang. Rồi như xát muối vào vết thương, ai đó trong tòa soạn tờ báo nội bộ của Yale nắm được tin này và vẽ một bức tranh biếm họa cho thấy tôi bị thương nặng bởi những cái tên nặng ký rớt từ trên trời xuống. Đau thế, nhưng thật ra cũng đáng cho tôi lắm.

Bây giờ nhìn lại, tôi cám ơn cơ hội này đã cho tôi một bài học. Tôi đã học được nhiều bài học quý giá. Thứ nhất, tôi đã bắt đầu thay đổi phong cách lãnh đạo của mình. Làm được việc không thôi chưa đủ. Bạn phải làm được việc và kêu gọi sự ủng hộ của những người xung quanh, không phải chỉ tham gia một phần trong quá trình làm việc mà tham gia cả vào quá trình lãnh đạo. Tôi học được rằng sự hứa hẹn không chắc chắn trừ khi tất cả các bên liên quan hiểu rõ vấn đề một cách tường tận. Tôi học được rằng thế giới quả là nhỏ bé, nhất là thế giới của những người giàu có và quyền lực.

Quan trọng hơn, tôi học được rằng sự kiêu hãnh là một căn bệnh có thể phản bội lại bạn, làm cho bạn quên đâu là những người bạn thật sự và tại sao họ lại quan trọng đối với bạn đến thế. Ngay cả khi bạn có ý định tốt, nếu bạn quá kiêu căng thì người ta cũng bực mình và muốn đưa bạn về đúng chỗ của mình. Vì vậy nên nhớ trong quá trình trèo lên đỉnh núi, phải biết khiêm tốn. Giúp đỡ người khác cùng leo lên núi với bạn và trước bạn. Đừng bao giờ để triển vọng được làm quen với một người nổi tiếng hơn, quyền lực hơn làm bạn quên đi sự thật rằng những mối liên kết giá trị nhất là những mối liên kết bạn đã tạo được ở các cấp độ. Tôi thường xuyên ôn lại những kỷ niệm cũ với những người đã giúp tôi rất nhiều khi tôi còn là một thằng bé. Tôi làm mọi cách để nói với những người đỡ đầu thuở trước rằng họ rất có ý nghĩa đối với tôi và rằng thành công hôm nay đều bắt nguồn từ họ.

CHƯƠNG 29

Tìm người đỡ đầu, tìm người để đỡ đầu, lại quay về tìm người đỡ đầu

Dạy tức là học thêm một lần nữa.

_H.J. BROWN

Các nhạc sĩ tài danh hiểu rất rõ điều này. Những vận động viên chuyên nghiệp và những diễn giả hàng đầu thế giới cũng vậy. Những người thành công trong bất kỳ lĩnh vực nào cũng hiểu được rằng họ không thể xuất sắc nếu không có được một người huấn luyện viên giỏi đứng sau. Bây giờ thì thế giới kinh doanh cũng đã nhận ra điều này: Trong một môi trường năng động, hối hả, liên tục thay đổi, khi các tổ chức ngày càng ít cấp bậc mà chuyển sang hoạt động dựa trên những nhóm đa thành phần và phải thích nghi nhanh chóng với thay đổi, người đỡ đầu là chiến lược hiệu quả nhất để phát huy hết tìm năng của từng cá nhân.

Nhiều công ty đã thiết lập những chương trình đỡ đầu chính thức, chia sẻ những gì bạn biết và học những gì người khác giỏi hơn, và xem đây là cách quản trị thông minh. Tại FerrazziGreenlight, chúng tôi đã làm việc với rất nhiều công ty để thiết lập những chương trình như vậy vì chúng tôi tin rằng giúp nhân viên xây dựng mối quan hệ để thành công trong sự nghiệp sẽ giảm bớt tỉ lệ thôi việc và chắc chắn sẽ dẫn đến những mối quan hệ bền chắc với bên ngoài để tăng doanh thu. Một trong những chương trình thành công đặc biệt được xây dựng năm 1997 tại một trong những xưởng sản xuất con chip lớn nhất của Intel tại bang New Mexico.

Những người chịu trách nhiệm thiết lập chương trình mong muốn đi xa hơn khái niệm truyền thống về đỡ đầu như một quy trình một chiều đưa những nhà lãnh đạo thành công với những nhân viên mới có năng lực và tham vọng vào cùng một nhóm. Đối với Intel, chương trình đỡ đầu toàn công ty nghĩa là tạo ra một mạng lưới học tập rộng khắp không chỉ nhóm mọi người lại tùy theo chức danh hay thâm niên và dựa trên cả những kỹ năng được đánh giá cao trong công ty. Công ty sử dụng hệ thống mạng nội bộ và email để phá bỏ những hàng rào ngăn cách các bộ phận và tạo nên sự hợp tác giữa hai người có thể hỗ trợ những kỹ năng cho nhau để họ cùng phát triển thành những nhân viên giỏi. Hệ thống này giúp Intel giới thiệu những cách làm tốt nhất một cách nhanh chóng trên toàn cầu và phát triển những nhân viên giỏi nhất, tài năng nhất trong ngành.

Mặc dù thật tuyệt vời là cuối cùng giới kinh doanh cũng bắt đầu hiểu, đỡ đầu - một quy trình kéo dài cả đời cho và nhận trong cả hai vai trò người thầy và người học - đã luôn là một Con đường ánh sáng đối với những ai yêu thích kết nối người với người.

Không có một quy trình nào trong lịch sử có thể vượt qua được việc đỡ đầu nếu xét đến tính hỗ trợ trao đổi thông tin, kỹ năng, kiến thức, và mối liên hệ. Những nam thanh nữ tú học hỏi về nghề nghiệp bằng cách học nghề với những người thợ bậc thầy. Nghệ sĩ trẻ phát triển phong cách riêng sau nhiều năm làm việc với những người thầy lớn tuổi và giàu kinh nghiệm hơn. Những tu sĩ mới phải học việc trong suốt hơn 10 năm với những linh mục lớn tuổi để trưởng thành và rèn luyện thành những nhà thông thái. Khi cuối cùng những con người trẻ này có thể tự thân lập nghiệp, họ đã có được kiến thức và những mối quan hệ cần thiết để thành công trong lĩnh vực mình đã chọn.

Nhờ học hỏi từ cuộc sống của những người giàu kinh nghiệm hơn, chúng ta mở mang chân trời hiểu biết của mình. Khi còn nhỏ, tôi nhận thấy rằng những đứa trẻ khác có nhiều cơ hội để giúp chúng trải nghiệm nhiều thứ mới lạ, gặp gỡ nhiều người khác nhau, ví dụ như trại hè hay học nhóm, nhưng tôi thì không. Tôi cũng nhanh chóng học được rằng thành công trong cuộc sống tùy thuộc rất nhiều vào sự kiên trì, quyết đoán, khám phá, và tự lập. Tôi cũng học được rằng phải lệ thuộc vào những người luôn sẵn sàng đón nhận: cha tôi và những nhà chuyên môn khác mà ông quen biết trong vùng.

Cha mẹ tôi hướng dẫn tôi quan sát cách làm việc, trao đổi, sinh sống của những người thành công mà chúng tôi biết. Cha mẹ tôi chỉ tôi cách sống cuộc sống của mình bằng cách nhìn người khác sống cuộc sống của họ. Cha tôi dĩ nhiên đã làm tất cả mọi thứ để nuôi dưỡng và dạy dỗ tôi tất cả những gì ông biết. Nhưng ông muốn tôi biết nhiều hơn thế; cũng như bao bậc làm cha làm mẹ khác, ông muốn tôi có một cuộc sống tốt đẹp hơn ông. Ông đã cho tôi sự tự tin cần thiết để vào đời, không quá kiêu căng nhưng cũng không thấy bất ổn, và tạo cho tôi mối quan hệ với những người ông kính trọng.

Có thể giá trị của một người đỡ đầu đã được ông đọc từ Damon Runyon, một tác giả ông yêu thích. Runyon là một anh chàng lì đòn bỏ học từ hồi lớp sáu và vất vả leo lên đến thành công, và những câu chuyện ông kể về những nhân vật cũng lì lợm không kém, gan góc không kém, có nhiều điểm tương đồng với cha tôi. Một câu nói mà cha tôi thường trích dẫn của Runyon là "Luôn cố gắng kiếm cơ hội làm ra tiền, vì nếu bạn có nhiều cơ hội, một lúc nào đó tiền sẽ rơi vào túi bạn." Do đó, không có gì ngạc nhiên khi cha tôi muốn tôi gặp gỡ những người có tiền, có kiến thức, có kỹ năng giỏi hơn ông.

Trước khi tôi lên 10, tôi còn nhớ ông đã khuyến khích tôi đạp xe xuống đường và chơi với bọn trẻ con hàng xóm. Khi tôi đi học, tôi đã làm quen với George Love, cha của một trong các bạn của tôi và là một luật sư trong vùng. Cha tôi thỉnh thoảng dẫn tôi đến thăm Walt Saling, một nhà môi giới chứng khoán, chỉ để chơi thôi. Tôi thường ngồi kế bên và hỏi Walt liên tục về công việc và những người ông giao dịch. Khi tôi vào trung học, mỗi lần về nhà cha con tôi thường làm vài "vòng". Chúng tôi đến thăm những người mà theo cha tôi xứng đáng cho tôi học hỏi: Toad và Julie Repasky, chủ nhà máy xi măng trong vùng mà cha tôi từng làm việc, hay chị em nhà Fontanella, người thường dạy thêm cho tôi về Latin và toán khi còn nhỏ. Đây là những người được xem là nổi tiếng trong gia đình lao động như chúng tôi. Họ là những người làm công việc chuyên môn, có học vấn, và có nghĩa là họ có thể dạy chúng tôi điều gì đó.

Thật tình thì dưới mắt cha tôi, ai cũng có những điều xứng đáng cho tôi học hỏi. Khi ông tham gia tụ họp hàng tuần tại một quán ăn địa phương với bạn bè, ông cũng dẫn tôi theo. Ông muốn tôi thoải mái trò chuyện với người lớn, người giàu kinh nghiệm hơn và không ngại nhờ cậy họ giúp đỡ hay đặt câu hỏi cho họ. Mỗi lần cha tôi xuất hiện với cái đuôi là tôi, bạn của ông thường nói đùa, "Chào hai cha con Pete [tên cha tôi], và Re-Pete [tên thân mật họ đặt cho tôi]."

Tôi nhớ lại những ngày tháng ấy với lòng biết ơn và đầy cảm xúc. Đến tận bây giờ, mỗi khi có dịp, tôi đều cố gắng kết nối với những nhà tiên phong, những người dẫn đầu, những người có kinh nghiệm sống khác với mình.

Cha tôi và Runyon có lẽ đã khám phá ra một điều gì đó sâu sắc hơn cả trí tưởng tượng. Các nghiên cứu hiện nay đồng ý với bạn rằng người bạn kết thân đóng vai trò quan trọng đối với tương lai của bạn. Tiến sĩ David McClelland tại ĐH Harvard đã nghiên cứu những tính cách và phẩm chất của người thành đạt trong xã hội. Ông nhận thấy rằng quyết định chọn lựa "nhóm tương quan" bao gồm những người bạn chơi chung, là một yếu tố quan trọng ảnh hưởng đến tương lai của bạn thành công hay thất bại. Nói cách khác, nếu bạn chơi chung với những người có mối quan hệ rộng, bạn cũng tạo được nhiều quan hệ. Nếu bạn chơi chung với người thành công, bản thân bạn có nhiều cơ may thành công hơn.

Tôi sẽ giải thích cho bạn thấy việc đỡ đầu quan trọng đối với tôi như thế nào qua một trải nghiệm trong sự nghiệp của mình. Đó là vào khoảng cuối mùa hè năm thứ hai tại trường kinh tế. Deloitte & Touche, công ty kiểm toán và tư vấn mà tôi đang thực tập, tổ chức tiệc cocktail cuối mùa hè cho toàn bộ nhân viên thực tập tại các văn phòng trên cả nước.

Ở một góc phòng, giữa những tiếng leng keng của ly tách và những lời chào hỏi lịch sự, tôi nhìn thấy một nhóm những nhà quản lý và nhân viên thâm niên đẳng tụ tập vui vẻ xung quanh một ông già tóc trắng hơi cộc tính. Những sinh viên thực tập khác đều giữ khoảng cách với cấp trên để được thoải mái, nhưng tôi quyết định tiến thẳng về phía quyền lực. Thật ra, lần này cũng không khác gì những lần tôi chạy xe đạp đi làm quen với hàng xóm.

Tôi đi đến chỗ trung tâm chú ý của mọi người, tự giới thiệu mình, và hỏi thẳng ông, "Ông là ai?"

"Tôi là CEO của công ty này," ông trả lời một cách thẳng thừng, ý chừng cho tôi thấy đáng lẽ tôi phải biết rồi, trong khi những người xung quanh tôi bắt đầu cười khúc khích chế nhạo.

Ông cao chừng 1m9, ngực vạm vỡ, và rất thẳng tính. Ông thuộc dạng người thu hút sự chú ý bất cứ nơi nào ông xuất hiện.

"Tôi nghĩ đáng lẽ tôi phải biết rồi mới đúng," tôi trả lời.

"Phải, tôi cũng nghĩ thế," ông nói. Ông đang nói đùa, và như nhiều người ở những vị trí cao và đầy quyền lực, ông thích sự thẳng thắn và bạo dạn của tôi. Ông tự giới thiệu mình là Pat Loconto.

"Loconto," tôi nói. "Đó là một cái tên gốc Do Thái rất hay, phải không ạ?"

Ông cười, và chúng tôi bắt đầu nói với nhau bằng thứ tiếng Italia lõm bõm của hai người. Nói ngắn gọn, chúng tôi thật sự trò chuyện, chia sẻ về gia đình và xuất thân của hai người. Cha ông ấy cũng là người Mỹ gốc Italia thế hệ thứ nhất và đã dạy cho ông những giá trị tương tự như cha tôi đã truyền lại. Thật ra tôi cũng có biết tiếng của Pat. Tôi đã từng được biết về phong cách làm việc thẳng tính của ông, nghiêm khắc, không khoan nhượng nhưng cũng rất nồng hậu. Tôi quyết định ngay lúc đó rằng tôi có thể hưởng lợi nếu kết thân với ông.

Từ việc tôi tiếp cận ông tại bữa tiệc và phát hiện ra rằng chúng tôi có cùng gốc gác càng làm tăng sự kính trọng của tôi cho ông và ngược lại, sự tôn trọng của ông dành cho tôi. Tôi biết được sau đó rằng sau lần gặp gỡ đó, ông đã cho tìm hiểu và biết được tất cả mọi thứ về tôi cũng như thời gian làm việc trong mùa hè của tôi tại công ty. Đêm đó tôi ngồi chơi với Pat và những đồng nghiệp đáng nể của ông đến tận khuya. Tôi không hề ra vẻ thể hiện vai một người nào hết. Tôi không khoe khoang hay giả bộ biết nhiều hơn thực tế. Nhiều người cho rằng đây là những hành động cần có khi làm quen với những người cấp cao, nhưng sự thật là việc này chỉ biến bạn thành một thằng ngốc mà thôi.

Tôi còn nhớ cha mẹ tôi khuyên rằng trong những trường hợp này bạn hãy nói ít lại; bạn càng ít nói, bạn càng nghe nhiều. Họ đã cảnh báo tôi từ trước, biết rằng tôi có khuynh hướng lấn lướt trong khi nói chuyện từ hồi còn nhỏ. Đó là cách con học từ người khác, cha tôi nói, và nhặt được những điều tinh tế sẽ giúp con tạo dựng một mối quan hệ sâu sắc sau này. Đây cũng là cách tốt nhất để thể hiện ý định muốn nhận người đó làm người đỡ đầu. Người ta ngầm quan sát sự kính trọng của bạn và cảm thấy được tâng bốc lên khi bạn chú ý đến họ. Nói đi thì phải nói lại, im lặng theo cách nói của tôi không có nghĩa là im lặng. Tôi hỏi hàng đống câu hỏi, đưa ra những nhận xét từ công việc của mình trong mùa hè, và tranh luận với những nhà lãnh đạo của công ty về một điều đặc biệt quan trọng đối với họ - mang lại thành công cho công ty.

Đỡ đầu là một hành động có ý thức đòi hỏi người ta phải bỏ lại cái tôi ngoài cửa, ngăn cản bản thân không ganh ghét sự thành công của người khác, và liên tục cố gắng xây dựng những mối quan hệ có lợi bất cứ khi nào thời cơ thuận tiện. Những sinh viên thực tập khác tại buổi tiệc nhìn Pat và các nhà lãnh đạo khác với sự e ngại và chán chường (Mình với họ thì có gì giống nhau đâu?) và vì vậy giữ khoảng cách xa. Họ nhìn vào chức danh trên tấm danh thiếp và cảm thấy bị loại ngoài cuộc, và chính vì ý nghĩ này, họ thật sự đã bị loại ra khỏi cuộc chơi.

Khi tôi cuối cùng cũng hoàn tất việc học, theo đúng tinh thần MBA, tôi đi phỏng vấn tại rất nhiều công ty. Sự chọn lựa cuối cùng của tôi là Deloitte Consulting và một công ty đối thủ của họ, McKinsey. McKinsey lúc đó được xem là chuẩn mực vàng trong ngành tư vấn. Nếu là các bạn khác của tôi, họ hẳn không cần phải cân nhắc nhiều.

Bỗng một chiều, ngay trước ngày phỏng vấn cuối cùng với McKinsey, tôi nhận được một cuộc điện thoại. Khi tôi nhấc lên nghe, một giọng nói hơi xẵng vang lên, "Nhận lời đề nghị đi rồi tối nay xuống New York ăn tối với tôi và mấy người khác trong công ty." Trước khi tôi kịp định thần để trả lời, ông tiếp: "Tôi là Pat Loconto. Tôi muốn biết anh có vào Deloitte không?"

Tôi nói với Pat một cách không thoải mái lắm rằng tôi chưa quyết định sẽ về với ai. Nhưng tôi có một ý tưởng có thể giúp tôi quyết định. "Thế này nhé, tôi vẫn chưa thiên về bên nào," tôi nói với ông. "Nhưng tôi sẽ dễ quyết định hơn nếu tôi được ăn tối với ông và những cộng sự trong công ty để hiểu rõ thêm về công việc của tôi cũng như định hướng tương lai của công ty."

"Tôi chỉ ăn tối với anh nếu anh nhận lời mời của bên tôi," ông nói. Pat lại nói đùa rồi, và tôi càng thấy thích ông hơn vì cách tuyển dụng không theo truyền thống này. Sau đó ông kết thúc cuộc điện thoại: "OK, xách đít xuống New York đi, và đừng lo, chúng tôi sẽ sắp xếp cho anh bay về Chicago vào buổi sáng để kịp phỏng vấn." À há, sao ông ta biết rõ về cuộc phỏng vấn của tôi thế nhỉ?

Thế là tôi đến ăn tối cùng với Pat và một vài nhà lãnh đạo khác tại Grifone, nhà hàng Italia yêu thích của họ tại Manhattan. Những lời bông đùa khá sốc, và chúng tôi cũng uống khá nhiều. Chúng tôi gọi hết chai rượu vang này đến chai khác và còn uống thêm cognac nữa. Gần cuối bữa ăn, Pat mới bắt đầu mở bài và gần như chuyển ngay vào giọng điệu đả kích khá căng thẳng.

"Anh tưởng anh là ai chứ? Anh tưởng McKinsey có chút quan tâm nào đến Keith Ferrazzi?" Trước khi tôi kịp trả lời, ông đã tiếp. "Anh nghĩ CEO của McKinsey biết anh là ai à? Anh nghĩ mấy nhà lãnh đạo ở đó sẽ dành buổi tối Chủ nhật để ăn tối với anh à? Anh sẽ chỉ là thêm một thằng tốt nghiệp MBA chuyên đọc số liệu trong mớ lộn xộn ở đó mà thôi. Chúng tôi quan tâm đến anh. Chúng tôi muốn anh có cơ hội thành công. Nhưng quan trọng hơn, chúng tôi nghĩ anh có thể tạo nên sự khác biệt tại công ty này."

Tôi có nhận lời không? Pat muốn biết.

Wow, đó quả là một bài thuyết phục rất hay, và trực giác tôi cũng đồng ý là ông nói đúng. Tôi biết ông nói đúng. Nhưng tôi không ra về mà không đưa ra lý lẽ của mình.

"Thế này nhé, tôi đưa ra đề nghị phía mình," tôi nói. "Nếu tôi chấp thuận lời mời của ông, tôi chỉ yêu cầu thêm rằng mỗi năm tôi sẽ có ba bữa ăn tối như thế này tại nhà hàng này cho đến khi nào tôi còn làm ở Deloitte. Tôi sẽ nhận lời nếu ông đồng ý."

Ông nhìn thẳng vào mặt tôi và nở nụ cười thật tươi, "Tuyệt vời. Chào mừng anh gia nhập Deloitte."

Nhân lúc đó, tôi đề nghị ông cho thêm tiền. Ông chỉ biết lắc đầu và cười. Thì có mất mát gì đâu; tệ lắm là ông ấy từ chối. Và thế là sau ba giờ tại nhà hàng, người đàn ông này đã thuyết phục tôi đưa ra một quyết định làm thay đổi cả cuộc đời mà không hề nhắc một chữ nào đến chức danh, mức lương, hay thậm chí một chi tiết nào về những gì ông mong muốn tôi sẽ tạo sự khác biệt.

Thành thật mà nói, ban đầu tôi vẫn chưa tin hẳn là mình đã quyết định đúng. Trong ngành tư vấn, Deloitte thời đó chỉ là một củ khoai nhỏ; uy tín của nó không thể nào sánh được với McKinsey.

Nhưng quả thật đó là một bước đi đúng – thực tế, đó là nước cờ hay nhất trong cuộc đời tôi. Đầu tiên, vì trong vòng tám năm từ khi gia nhập Công ty tư vấn Deloitte, tôi đã được giao trách nhiệm và học được về ngành tư vấn nhiều tương đương người khác trong 20 năm. Thứ hai, tôi phát hiện mình có thể tạo được nhiều khác biệt nhờ sự ủng hộ của cấp lãnh đạo. Thứ ba, và quan trọng nhất, tôi nhận thấy tìm được một người đỡ đầu giàu kinh nghiệm, đầy tài năng, sẵn sàng dành thời gian và công sức để giúp bạn phát triển về chuyên môn lẫn tính cách thật sự quan trọng hơn những cơ hội nghề nghiệp chỉ đơn thuần dựa trên lương bổng và danh tiếng.

Ngoài ra, lúc đó tiền bạc không phải là vấn đề. Như ngạn ngữ xưa đã nói, tuổi hai mươi là tuổi học hỏi, tuổi ba mươi mới bắt đầu kiếm tiền. Chúa ơi, tôi đã học được những gì. Mỗi năm, Pat và tôi có ít nhất ba bữa ăn tối tại Grifone, cũng là cái nhà hàng Italia mà chúng tôi gặp lần đầu. Trong suốt thời gian làm việc tại Deloitte, tôi là cái tên cửa miệng của CEO, lúc nào ông cũng hỏi các nhà lãnh đạo khác về tôi. Ông luôn quan tâm đến tôi.

Dĩ nhiên tôi thật sự đã làm việc thân cận với Pat và những nhà lãnh đạo tuyệt vời khác tại Deloitte, và học được tầm quan trọng của việc theo chân những con người vĩ đại, những người thầy vĩ đại. Điều này không có nghĩa là làm việc với Pat hay cánh tay phải Bob Kirk là việc đơn giản. Họ dạy tôi những bài học nghiêm khắc về sự tập trung; rằng ý tưởng táo bạo không có ý nghĩa gì nếu không được thực hiện; rằng chi tiết cũng đáng quan tâm như lý thuyết; rằng bạn phải biết đặt con người lên trên hết, tất cả mọi người, chứ không chỉ cấp trên của bạn mà thôi. Pat đáng lẽ đã phải đuổi việc tôi nhiều lần lắm. Tuy nhiên, ông đã dành thời gian và công sức để rèn giũa tôi thành nhà điều hành - và quan trọng hơn, nhà lãnh đạo - mà ông muốn nhìn thấy ở tôi vì lợi ích công ty và với tư cách một người đỡ đầu.

Có hai yếu tố cực kỳ thiết yếu để giúp mối quan hệ đỡ đầu của Pat với tôi - hay bất cứ mối quan hệ đỡ đầu với ai - đạt thành công. Ông sẵn sàng dẫn dắt tôi vì, thứ nhất, tôi hứa hẹn sẽ đóng góp ngược lại bằng sự cố gắng của mình. Tôi đã làm việc không ngừng nghỉ để vận dụng hết những kiến thức mà ông chia sẻ để giúp ông, công ty ông, thành công hơn. Và thứ hai, chúng tôi đã tạo ra một tình huống thân tình, không đơn thuần chỉ là công việc. Pat thích tôi và đích thân theo dõi sự tiến bộ của tôi. Ông quan tâm đến tôi. Đó chính là chìa khóa của sự đỡ đầu thành công. Mối quan hệ đỡ đầu thành công cần cả hai yếu tố lý trí và tình cảm. Bạn không thể đòi hỏi người khác tự nhiên phải đầu tư vào bạn. Bạn cũng phải cho thấy bạn sẽ đáp trả như thế nào - có thể là lòng trung thành hay tinh thần làm việc hăng hái - để người khác chấp nhận đỡ đầu bạn. Sau đó, khi mối quan hệ đã được thiết lập, bạn phải biết cách uốn người đỡ đầu thành người huấn luyện; một người mà sự thành công của họ phụ thuộc vào thành công của bạn. Tôi nợ Pat quá nhiều. Nếu không có ông, tôi không phải là tôi ngày hôm nay. Và điều này cũng đúng với rất nhiều người khác, bắt đầu từ Cha Mẹ tôi, Jack Pidgeon ở trường Kiski, "ông chú" Bob Wilson, và nhiều người khác mà tôi đã có dịp nhắc tên trong quyển sách này, và cả những người tôi không nhắc đến nhưng tôi vẫn cảm thấy rất gần gũi với họ.

Cách tốt nhất để giải quyết khía cạnh công việc là hãy đề nghị đóng góp phần mình trước, chứ không phải là đòi hỏi được giúp đỡ. Nếu bạn thấy một người nào đó có những kiến thức mình cần học hỏi, hãy tìm cách trở nên đắc lực đối với họ. Tìm hiểu nhu cầu của họ và nghĩ xem mình có thể giúp được những điểm nào. Nếu bạn không thể giúp được họ một cách trực tiếp, bạn có thể đóng góp cho quỹ từ thiện của họ, công ty của họ, hay cộng đồng của họ. Bạn phải chuẩn bị sẵn sàng trả ơn cho người đỡ đầu và hãy thể hiện cho họ thấy điều này ngay từ đầu. Trước khi Pat có thể cân nhắc ăn tối với tôi ba lần mỗi năm, ông phải chắc chắn là tôi gắn bó với công ty. Nhờ vậy tôi đã được đặt vào một thế quan trọng, sau này phát triển thành tình bạn giữa chúng tôi.

Tuy nhiên, nếu bạn không tìm thấy cơ hội nào để giúp ngay lập tức, bạn phải cẩn thận và ý thức được sự rắc rối bạn đang gây ra cho người đỡ đầu. Hầu như ngày nào tôi cũng nhận được những email của các thanh niên đầy tham vọng viết một cách rất thẳng thắn, "Tôi muốn có việc làm." Hoặc, "Tôi nghĩ ông có thể giúp được tôi. Hãy nhận làm người đỡ đầu cho tôi." Tôi rất thất vọng trước sự sai lệch trong suy nghĩ của những con người này về mối quan hệ đỡ đầu. Nếu họ cần tôi giúp đỡ, họ cũng phải thể hiện họ đóng góp được gì, ít nhất cũng phải làm tôi thích họ cái đã. Phải nói cho tôi biết bạn có điều gì đặc biệt. Cho tôi biết chúng ta có điểm gì chung. Thể hiện lòng biết ơn, sự hào hứng, niềm đam mê.

Vấn đề là những con người này trước đây chưa bao giờ có được người đỡ đầu và vì vậy họ có quan điểm rất sai lệch về cơ chế vận hành của nó. Có người cho rằng ngoài kia có một người đặc biệt duy nhất đang từng giờ từng phút chờ đợi họ. Nhưng như cha tôi đã dạy, người đỡ đầu có thể là bất cứ ai quanh bạn. Không nhất thiết phải là cấp trên của bạn hay thậm chí không nhất thiết phải làm cùng ngành với bạn. Đỡ đầu là một hành động không có tính giai cấp vượt lên trên đặc tính nghề nghiệp hay cấp bậc trong tổ chức.

Một CEO có thể học hỏi từ một nhà quản lý, và ngược lại. Một số công ty khôn ngoan nhận thấy điều này và đã thiết kế những chương trình để những người mới vào làm trong công ty được đóng vai người đỡ đầu. Sau khoảng một tháng trong công ty, họ sẽ yêu cầu những nhân viên mới này liệt kê tất cả những ấn tượng của họ. Họ tin rằng đôi mắt của người mới sẽ nhìn vấn đề cũ khác đi và có thể đưa ra những giải pháp sáng tạo hơn.

Trên thực tế, những người đã dạy tôi nhiều điều chính là những người trẻ được tôi đỡ đầu. Họ đã giúp tôi liên tục cập nhật kỹ năng của mình và nhìn thế giới bằng con mắt mới.

Và trong khi bạn làm hết sức để tiếp cận người trên, bạn cũng cần phải nhớ dành nỗ lực tương tự để tiếp cận người dưới và giúp đỡ người khác. Tôi luôn dành thời gian để giúp những người trẻ. Đa số họ thường sẽ trở thành nhân viên của tôi, có thể là nhân viên tập sự hoặc chính thức. Những cái tên như Paul Lussow, Chad Hodge, Hani Abisaid, Andy Bohn, Brinda Chugani, Anna Mongayt, John Lux, Jason Annis, và còn nhiều nữa.

Có những người đầu tiên không hiểu được vấn đề. Họ rụt rè đặt câu hỏi, "Làm sao tôi có thể trả ơn những gì anh đã làm cho tôi?" Tôi bảo với họ rằng thì ngay chính lúc này họ đang trả ơn tôi đấy. Tất cả những gì tôi trông đợi ở họ là một chút lòng biết ơn, và được nhìn thấy họ áp dụng những gì đã học.

Tôi đã nhìn thấy Brinda càng ngày càng thăng tiến tại

Deloitte, Hani trở thành lãnh đạo trong một công ty của tôi và "tốt nghiệp" ở một công ty mới mà tôi có công đóng góp thành lập; Chad trở thành một trong những nhà văn trẻ tuổi thành công nhất tại Hollywood; Andy trở thành một người trong cuộc tại Hollywood; hay Paul được nhận vào Wharton; đây là những lúc tôi thấy xúc động nhất. Bạn càng hạnh phúc hơn khi họ thành đạt và trở thành người đỡ đầu cho những người khác.

Tôi có nói mãi cũng không thể lột tả hết quyền năng của mối quan hệ đỡ đầu và điều quan trọng là bạn phải tôn trọng và dành thời gian cho nó. Bù lại, bạn sẽ được nhận rất nhiều về mặt tinh thần, sự hăng hái, niềm tin, đồng cảm - tất cả những thứ này chắc chắn vượt quá giá trị một lời khuyên bạn đưa ra.

Nếu bạn thật sự muốn xây dựng mối quan hệ đỡ đầu, hãy dành cho nó thời gian và công sức, và bạn sẽ thấy mình tham gia vào một mạng lưới học hỏi không khác gì ở Intel. Bạn sẽ nhận thông tin và kiến thức nhiều hơn mong đợi trong vai trò của người thầy lẫn người trò, trong một mạng lưới chắc chắn những người liên tục cho và nhận.

TIỂU SỬ NGƯỜI NỔI TIẾNG

Eleanor Roosevelt (1884 – 1962)

"Kết nối sẽ giúp những nguyên tắc của bạn càng vững chắc, chứ không nhượng bộ."

Nếu kết nối được định nghĩa một cách đơn giản là sự hòa trộn giữa tình bạn và sứ mệnh, thì Đệ nhất phu nhân Eleanor Roosevelt là một trong những nhà thực hành tiên phong của thế kỷ 20. Trong quyển hồi ký, bà viết: "gắn bó với nhau trong công việc... là một trong những cách tuyệt vời nhất để kết bạn và xây dựng tình bạn." Thông qua những tổ chức như International Congress of Working Women và Women's International League of Peace and Freedom, Roosevelt đã kết thân với một mạng lưới rất rộng bạn bè – và cả đối thủ – khi thúc đẩy một số lý tưởng xã hội vĩ đại nhất của thời đại.

Đệ nhất phu nhân không hề ngần ngại trong việc sử dụng mạng lưới cá nhân để giải quyết những vấn đề xã hội hóc búa. Ví dụ, bà đấu tranh cho quyền lợi phụ nữ tại nơi làm việc – được tham gia vào công đoàn và được quyền đi làm nhận lương. Ngày nay những điều này được xem là không có gì để bàn cãi, nhưng trong những năm cuối thập niên 1920 và đầu 1930, nhiều người Mỹ đã đổ lỗi cho những phụ nữ đi làm đã tranh mất chỗ của người đàn ông "phải nuôi gia đình" khi cuộc khủng hoảng bùng nổ.

Roosevelt tin rằng khi bạn sống trong một xã hội dân chủ bạn có quyền và nghĩa vụ phải bảo vệ niềm tin của mình; và bà đã chứng minh rằng bạn có thể làm được điều này với sự tin tưởng và ngưỡng mộ của những người quen biết. Bà cũng chứng minh rằng đôi khi bạn phải đứng lên phản đối chính những người này.

Năm 1936, nhờ công lớn của bà Đệ nhất phu nhân, một ca sĩ opera tên Marian Anderson trở thành người phụ nữ da đen đầu tiên biểu diễn tại Nhà Trắng. Sự chấp nhận cho Anderson biểu diễn tại 1600 Pennsylvania Avenue là một việc khác thường. Mặc dù Anderson là người có khả năng thu hút khách đến thưởng thức cao thứ ba trên cả nước, sự thành công này không giúp cô thoát được nạn kỳ thị chủng tộc lúc đó còn rất phổ biến. Khi di chuyển, cô bị cấm cung trong những phòng chờ, khách sạn, toa xe "dành cho người da màu". Tại các bang miền Nam, báo chí hiếm khi gọi "cô Anderson" mà thay bằng "nghệ sĩ Anderson" hay "ca sĩ Anderson".

Năm 1939, nhà quản lý của Anderson và Trường ĐH Haward cố gắng sắp xếp một buổi biểu diễn tại Constitution Hall tại Washington D.C. Tổ chức Daughters of the Amercian Revolution là chủ quản lý tòa nhà này đã từ chối. Roosevelt, một thành viên trong tổ chức D.A.R đã nhanh chóng và công khai rút khỏi danh sách hội viên để phản đối. Trong một bức thư gửi cho D.A.R, bà viết: "Tôi hoàn toàn không đồng ý với thái độ từ chối không cho một nghệ sĩ lớn được biểu diễn tại Constitution Hall... Quý vị đã có một cơ hội để đi đầu trong việc khai sáng nhưng tôi nhận thấy quý vị đã không thể thực hiện được."

Bà Roosevelt sắp xếp cho Anderson biểu diễn trên bậc thềm của đài tưởng niệm Lincoln. Buổi biểu diễn vào ngày 9 tháng 4 (ngày Chủ nhật Lễ Phục sinh), năm 1939 đã thu hút được đám đông 75.000 người.

Vâng, đúng là lòng trung thành rất quan trọng. Nhưng nó không có ý nghĩa gì khi bạn phải hy sinh nguyên tắc của mình.

Mặc dù quan điểm của Eleanor Roosevelt về nhân quyền không còn mang tính cấp tiến xét theo hoàn cảnh hiện tại, nhưng nó thật sự đi trước thời đại vào thời điểm đó.

Mỗi lần Đệ nhất phu nhân lên tiếng ủng hộ một lý tưởng xã hội, kêu gọi sự tha thứ trong một giáo đường của người da đen hay người Do thái, hay thậm chí là khi đại diện cho cơ quan Liên Hiệp Quốc mới được thành lập và thông qua Tuyên bố Quốc tế về Nhân quyền đầy tranh cãi, bà đã mất đi rất nhiều bè bạn và nhận lại nhiều lời chỉ trích nặng nề vì đã dám đi ngược dòng.

Tuy nhiên, người phụ nữ vĩ đại này vẫn kiên định xây dựng tầm ảnh hưởng với một kế hoạch cấp tiến. Bà để lại một di sản mà ai trong chúng ta cũng phải cúi đầu hàm ơn. Chúng ta học được gì từ bà Eleanor Roosevelt? Làm quen với người khác thôi chưa đủ, thay vào đó, chúng ta phải kiên quyết đảm bảo rằng những nỗ lực mang con người lại gần với nhau này phải thống nhất với nỗ lực xây dựng một thế giới tốt đẹp hơn.

Dĩ nhiên, khi bạn theo đuổi nguyên tắc, bạn phải hy sinh. Nhưng quyết tâm nối kết của bạn không nên vượt lên trên những giá trị của mình. Trên thực tế, mạng lưới đồng nghiệp và bạn bè, nếu được chọn lọc thích hợp, sẽ giúp bạn đấu tranh vì những lý tưởng của bạn.

CHƯƠNG 30

Cân bằng là một khái niệm nhảm nhí

Cân bằng là một huyền thoại.

Bạn không thể nhìn vào lịch trình làm việc của tôi mà gọi là "cân bằng" theo tiêu chuẩn truyền thống. Để tôi chỉ cho bạn xem một ngày bình thường của tôi. Thứ hai: Thức dậy lúc 4:00 sáng tại Los Angeles để gọi điện cho nhóm làm việc tại New York. Sau đó tôi nói chuyện điện thoại chừng vài giờ, cố gắng tổ chức một buổi quyên góp cho một người bạn đang tranh cử. Đến 7:00 sáng, tôi ra phi trường đáp máy bay đến Portland, Oregon để gặp khách hàng mới (hai chiếc điện thoại di động liên tục nhấp nháy, mở chiếc BlackBerry để gửi email, trong khi máy laptop nằm kế bên với các bảng tính). Sau buổi gặp, tôi lên xe về lại Seattle và về lại với chiếc điện thoại, sắp xếp cuộc họp cho buổi tối hôm nay, cho ngày mai, và cho cả tuần. Tôi liên tục liên hệ người trợ lý, cố gắng gửi thư mời đến dự buổi tiệc tối hoành tráng tôi sẽ tổ chức trong một tháng nữa. Tại Seattle, tôi đã lên lịch ăn tối với những tay sẽ tổ chức hội thảo CEO của Bill Gates trong năm nay, sau đó tôi đi uống một tí với mấy người bạn thân. Và ngày mai, tôi sẽ có cuộc gọi đánh thức lúc 4:00 sáng để tiếp tục vòng xoay này.

Vậy là bạn đã đến với "Ferrazzi Time", như cách gọi đùa của bạn bè tôi, một giai đoạn làm việc liên tục và những nối kết nhân loại vẫn diễn ra.

Khi bạn chứng kiến một lịch trình làm việc hàng ngày như vậy, một câu hỏi thường bật ra trong đầu. Thế này có phải là cuộc sống không? Làm việc kiểu này người ta có còn tìm thấy cân bằng giữa công việc và đời sống riêng tư không? Và liệu bản thân mình có phải làm như Ferrazzi Time thì mới thành công không?

Câu trả lời lần lượt là: Vâng, đây là cuộc sống, dù chỉ là của riêng tôi; vâng, bạn có thể tìm thấy cân bằng, theo định nghĩa của chính bạn; và không, ơn Chúa, bạn không phải làm như tôi.

Đối với tôi, điều tuyệt vời về một sự nghiệp theo đuổi mối quan hệ là nó không phải đơn thuần là công việc mà thôi. Nó là một phong cách sống. Cách đây vài năm, tôi bắt đầu nhận thấy rằng nối kết là một cách thật tuyệt để nhìn thế giới. Khi tôi suy nghĩ và hành động theo cách này, phân chia cuộc sống thành hai cực chuyên môn và riêng tư không còn cần thiết nữa. Tôi nhận thấy rằng điều giúp bạn thành công ở cả hai cực chính là thế giới con người và cách nối kết với họ. Cho dù những người này là gia đình, đồng nghiệp, hay bạn bè, sự nối kết thật sự cũng đòi hỏi bạn phải mang lại những giá trị tương đương cho mỗi nối kết. Vì vậy, tôi thấy không cần thiết phải phân biệt giữa hạnh phúc trong công việc và hạnh phúc trong đời sống riêng – đây là cả hai phần không thể thiếu trong tôi. Cuộc đời tôi.

Khi tôi hiểu rõ rằng chìa khóa quan trọng của cuộc đời là mối quan hệ, tôi nhận thấy mình không cần phải ngăn cách công việc ra khỏi gia đình hay bạn bè. Tôi có thể ăn mừng sinh nhật tại một hội thảo công việc, chung với những người bạn tuyệt vời, như lần gần đây, hay tôi có thể ở nhà tại Los Angeles hay New York với những người bạn thân.

Khái niệm sai lầm về cân bằng như một phương trình, và bạn có thể lấy bớt vài giờ bên này bỏ sang bên kia không còn hợp thời nữa. Vì vậy không còn cần thiết phải căng thẳng cố gắng đạt trạng thái cân bằng mà chúng ta vẫn thường nghe mọi người kêu gọi.

Cân bằng không phải là một món hàng để bán mua. Cân bằng cũng không cần phải "được thực hiện". Cân bằng là cách suy nghĩ, cũng đặc biệt và độc đáo như bộ gene của mỗi chúng ta vậy. Khi bạn tìm thấy niềm vui, nghĩa là bạn đã thấy cân bằng. Lịch làm việc tất bật của tôi rất phù hợp với tôi, và có thể chỉ phù hợp với mỗi mình tôi thôi. Sự đan xen giữa công việc và cuộc sống không phải phù hợp với tất cả mọi người. Điều quan trọng là phải nhìn nhận việc kết nối với người khác không phải là một công cụ điều khiển để đạt mục tiêu mà là một lối sống. Khi bạn mất cân bằng, bạn sẽ nhận thấy ngay vì mình bị hối hả, giận dữ, thấy thiếu ý nghĩa. Khi bạn cân bằng, bạn vui tươi, hăng hái, và đầy hàm ơn.

Đừng lo lắng phải thiết lập một phiên bản Ferrazzi Time cho riêng bạn. Phương thức tốt nhất giúp bạn làm quen với người khác cũng chính là cách bạn tiêu thụ một con vượn 400kg: cắn từng miếng nhỏ thôi.

Nói cho cùng, chúng ta ai cũng chỉ có một cuộc sống. Và cuộc sống này lệ thuộc vào những con người xung quanh chúng ta.

Thêm người, thêm cân bằng

Nếu bạn đồng ý với cách suy nghĩ truyền thống về cân bằng

(khái niệm cân bằng là một phương trình hai vế), như tôi trước đây, những câu hỏi "Nếu tôi thành đạt, sao tôi không thấy vui?" hay "Nếu tôi là người biết sắp xếp, sao tôi lúc nào cũng cảm thấy không kiểm soát được tình hình?" sẽ có câu trả lời là "đơn giản hóa", "phân chia" hay "giảm thiểu" cuộc sống của bạn chỉ giữ những yếu tố thiết yếu mà thôi.

Như vậy là chúng ta sẽ cố gắng tiết kiệm thời gian bằng cách ăn trưa ngay tại bàn làm việc. Chúng ta sẽ bớt phần thời gian tán gẫu với đồng nghiệp, người lạ, hay những người "không quan trọng" khác tại khu lấy nước. Chúng ta tập trung thời gian biểu hàng ngày chỉ cho những hành động quan trọng nhất mà thôi.

Người ta nói với chúng ta, "Nếu bạn biết cách sắp xếp, nếu bạn tìm được sự cân bằng giữa công việc và cuộc sống riêng, và biết hạn chế bản thân, chỉ quan tâm đến những người quan trọng trong cuộc đời bạn mà thôi, bạn sẽ cảm thấy khỏe hơn." Đây là một lời khuyên hoàn toàn sai lầm. Đáng lẽ người ta phải khuyên bạn là "Bạn cần có một cuộc sống tràn ngập những người bạn yêu quý." Vấn đề theo tôi, không phải là bạn đang làm gì, mà vấn đề là bạn đang làm với ai.

Bạn sẽ không thể cảm thấy yêu cuộc sống nếu bạn căm ghét công việc, và rất thường xuyên, người ta không yêu công việc chỉ vì họ phải làm việc với những người họ không thích. Nối kết với nhiều người giúp bạn nâng gấp đôi gấp ba cơ hội gặp gỡ những người giới thiệu bạn những công việc mới và hấp dẫn hơn.

Tôi nghĩ vấn đề trong thế giới hiện tại không phải là vì chúng ta có quá nhiều người phải quan tâm, mà là chúng ta không có đủ người. Tiến sĩ Will Miller và Glenn Sparks, trong quyển sách *Refrigerator Rights: Creating Connections and Restoring*

Relationships, đưa ra ý kiến rằng khi chúng ta dễ dàng thay đổi chỗ ở, khi các giá trị cá nhân càng được tôn sùng, khi các phương tiện truyền thông thâm nhập sâu vào cuộc sống, chúng ta càng sống tách biệt hơn.

Có bao nhiêu người có thể đi thẳng vào nhà của ta và tự mở tủ lạnh lấy nước uống? Không nhiều. Người ta cần có "mối quan hệ quyền mở tủ lạnh", đủ để người ta cảm thấy thoải mái, thân mật, và gần gũi để đi thẳng vào nhà bếp người khác và lục tung cái tủ lạnh mà không cần xin phép. Những mối quan hệ gần gũi kiểu này giúp ta cân bằng, hạnh phúc, và thành công.

Chủ nghĩa cá nhân của người Mỹ không tốt cho việc làm quen với người khác. Nhưng cuộc nghiên cứu so sánh về mức độ căng thẳng trong công việc và sự bất mãn của công nhân cho thấy những người thuộc nền văn hóa cá nhân có khuynh hướng cảm thấy căng thẳng cao hơn những người thuộc các nền văn hóa cộng đồng. Mặc dù mức sống của chúng ta khá cao, của cải vật chất không mang lại sự lành mạnh tinh thần. Thay vào đó, như nhiều nghiên cứu chỉ ra, chúng ta cảm thấy hạnh phúc nhờ vào cảm giác thân thuộc.

Khi chúng ta bị chìm đắm trong đời sống đơn độc, chúng ta đọc những quyển sách dạy tự bảo vệ, nhưng theo tôi, chúng ta không cần tự bảo vệ, chúng ta cần sự giúp đỡ từ người khác. Nếu bạn đồng ý với tôi, và tôi hy vọng bạn sẽ đồng ý, thì những gì tôi nói trong quyển sách này là thuốc giải độc hữu hiệu chống lại những ý tưởng cân bằng cổ điển. Nối kết là một hoạt động hiếm hoi mang đến cho chúng ta chiếc bánh ngọt, và cho phép chúng ta được ăn nó. Nhờ vậy mà chúng ta sẽ thỏa mãn được công việc và cuộc sống, của bản thân và của mọi người.

Oscar Wilde đã từng đề nghị rằng nếu người ta làm những gì

họ yêu thích, họ sẽ không cảm thấy mình đang làm việc. Nếu cuộc đời bạn sống xung quanh những người bạn yêu quý và họ cũng yêu quý bạn, thì không phải lo lắng về vấn đề "cân bằng" cuộc đời gì cả.

CHƯƠNG 31

Thời đại nối kết

Con người là những tế bào xã hội. Chúng ta có mặt trên đời là hệ quả của những hành động của người khác. Chúng ta sống sót không lệ thuộc vào kẻ khác. Cho dù thích hay không, thì không có mấy phút giây trong cuộc sống chúng ta không nhờ cậy vào hành động của người khác. Vì lý do này, không có gì ngạc nhiên khi hạnh phúc của chúng ta chỉ có ý nghĩa khi xét trong mối tương quan với mọi người.

_DALAI LAMA

Lúc này là thời điểm tốt nhất để làm quen và kết nối với mọi người. Xã hội năng động, nền kinh tế năng động sẽ ngày càng phụ thuộc vào sự liên kết và gắn bó lẫn nhau. Nói cách khác, khi mọi vật càng kết nối chặt chẽ với nhau, chúng ta càng lệ thuộc nhiều hơn vào con người và những mối quan hệ nối kết.

Chủ nghĩa cá nhân mục nát đã từng chi phối thế giới này trong thế kỷ 19 và 20. Nhưng thế kỷ 21 là sự thống trị của cộng đồng và liên minh. Trong thời đại kỹ thuật số, khi mạng Internet đã phá bỏ hàng rào địa lý để nối kết hàng trăm triệu người và máy tính trên khắp hành tinh, thì chẳng còn lý do để sống và làm việc một cách cô lập. Chúng ta phải nhận thức một lần nữa rằng thành công không phụ thuộc vào công nghệ tiên tiến hay vốn tư bản dồi dào; thành công tùy thuộc vào mối quan hệ của bạn và bản chất những mối quan hệ đó. Chúng ta nhận thức lại rằng chìa khóa thật sự mang đến lợi nhuận là sự đồng thuận trong công việc với mọi người.

Chúng ta đã vất vả để quay lại với sự thật cơ bản này. Những thay đổi, xu thế thời đại, công nghệ mới của một thập kỷ qua đã lấn át yếu tố con người, dẫn đến các doanh nghiệp đối xử với con người như những thông số kỹ thuật bit hay byte. Chúng ta đặt niềm tin vào các thiết bị sáng loáng, các quy trình, cơ cấu tổ chức, giá cổ phiếu. Khi những thứ này không đáp ứng mong đợi, chúng ta quay lại với bạn, và tôi.

Trong cuộc sống có công việc, trong công việc có cuộc sống, và cả hai đều liên quan đến con người. "Phát minh vĩ đại nhất trong thế kỷ 21 sẽ không xuất hiện do công nghệ, mà chính là nhờ mở rộng khái niệm con người," nhà nghiên cứu John Naisbitt đã phát biểu. Công nghệ đã chứng minh rằng nó không thay thế được mối quan hệ con người; nó chỉ có thể bổ sung cho mối quan hệ này mà thôi. Bạn hãy nhìn xung quanh mình để hiểu được cái nhìn mới về con người, cách chúng ta giao tiếp với nhau. Sau đây là một số ví dụ minh họa:

• Những xu hướng mới nhất xuất phát từ các công cụ phần mềm nối mạng xã hội và những dịch vụ như Spoke Software, Plaxo, Ryze, và LinkedIn. Người ta ngày càng khám phá ra nhiều cách để sử dụng công nghệ nối kết con người trong tình bạn và niềm tin. Có người đã gọi đây là cách mạng xã hội.

• Blog cũng là một phần trong xu thế này; blog cho phép cá nhân chia sẻ nội dung riêng của mình đến hàng triệu người khác. Những cộng đồng tự chủ này đang nở rộ. Trong tương lai, khi thương hiệu cá nhân ngày càng được củng cố trong nền kinh tế, blog sẽ được xem là bản tự bạch của mỗi người.

• Các nhà khoa học xã hội đã khám phá nhiều điều thú vị về quyền năng của mạng lưới xã hội. Những kết quả nghiên cứu gần đây chứng minh rằng những người có nối kết sâu rộng thường sống thọ hơn và khỏe hơn. Trong những cộng đồng người có nối kết, trường học hoạt động tốt hơn, tỉ lệ tội phạm thấp hơn, và tỉ lệ tăng trưởng kinh tế cao hơn. Nối kết con người không đơn giản chỉ là chiến lược nghề nghiệp; nó được xem là một trong những cách hiệu quả nhất để góp phần nâng cao sức khỏe xã hội và công dân.

• Liên đoàn hay đội nhóm kiểu truyền thống đang có dấu hiệu hồi phục. Khi phong trào thuê ngoài mang công việc ra khỏi nước Mỹ ngày càng tăng, nhiều người trong chúng ta chuyển sang làm việc tự do, và vì vậy cần sức mạnh đoàn kết thể hiện qua tấm thẻ thành viên của các tổ chức. Chúng ta chuyển lòng trung thành và niềm tin từ công ty sang bạn bè.

Trên đây chỉ là một số ví dụ của một trào lưu mới. Chúng ta đang trong giai đoạn hình thành một kỷ nguyên mới về kết nối và cộng đồng. Giờ đây bạn đã được trang bị kỹ năng và kiến thức để sống sót trong môi trường mới. Nhưng để làm gì chứ? Bạn sống sót như thế nào đây? Thế nào là một cuộc sống kết nối thật sự?

Dĩ nhiên, trong chúng ta có những người đánh giá thành công dựa trên tiền bạc hay chức vụ. Có những người lại khoe khoang danh tiếng hay kiến thức của mình. Đối với những người khác, thành công là những bữa tiệc tối tuyệt vời do họ tổ chức hay những nối kết đáng khao khát mà họ vừa thiết lập được.

Nhưng thành công theo định nghĩa này nghe vẫn hời hợt lắm. Thay vì sống chung quanh gia đình hạnh phúc và bạn bè thân thiết, chẳng lẽ bạn chỉ có đồng nghiệp với khách hàng?

Sớm hay muộn, dưới hình thức này hay khác, chúng ta cũng sẽ tự hỏi mình những câu này. Ngoài ra, chúng ta còn nhìn lại cuộc sống mình và tự hỏi, Đâu là những di sản mình để lại cho đời sau? Mình đã làm được việc gì ý nghĩa?

Nếu bạn muốn người ta nhớ đến mình như một người nối kết thì bạn phải đóng góp – cho bạn bè, gia đình, cho công ty, cho cộng đồng, và quan trọng hơn, cho thế giới – bằng cách tận dụng những nối kết và tài năng mà bạn có.

Bạn không thể hình dung có những sự kiện bình thường nhưng làm bạn phải nhìn lại mình và tự hỏi định hướng tương lai của mình là gì, và mình đánh giá những yếu tố nào là quan trọng nhất. Tôi còn nhớ khi mình còn là một anh thanh niên, tôi mơ ước được có một chiếc sơ mi Brooks Brothers của riêng mình. Trong suốt thời thơ ấu của mình, tôi toàn phải mặc những chiếc áo được thừa hưởng từ người khác, hoặc là từ những đám trẻ con của khách hàng tại tiệm giặt của mẹ tôi, hoặc mua lại từ những cửa hàng đồ cũ. Tôi luôn nghĩ đến một ngày tôi có thể đường hoàng đi vào tiệm để mua một chiếc áo sơ mi Brooks Brothers mới tinh. Đó sẽ là một ngày trọng đại của tôi.

Và rồi ngày đó cũng đến. Tôi đã khoảng hơn hai mươi và đầy tự hào dùng tiền của mình mua một chiếc áo Brooks Brothers đẹp nhất, đắt nhất. Ngày hôm sau tôi mặc chiếc áo đi làm như thể nó là một chiếc áo choàng đính đá quý hiếm từ thời nữ hoàng Victoria. Sau đó tôi cũng phải đem nó đi giặt. Tôi còn nhớ lúc lấy áo ra khỏi máy giặt thì – trời ơi – chiếc áo mất hai cái nút rồi. Tôi không nói đùa đâu. Rồi tôi tự hỏi mình, đây là những gì mình mong đợi cả cuộc đời sao?

Rabbi Harold Kushner, một diễn giả và tác giả nổi tiếng đã từng viết rằng: "Tâm hồn chúng ta không khao khát danh vọng, của cải, hay quyền lực. Những thứ đó mang đến cùng với nó rất nhiều vấn đề. Tâm hồn chúng ta khao khát ý nghĩa, cảm giác chúng ta đã tìm ra cách sống một cuộc đời có ý nghĩa để làm thay đổi thế giới theo hướng tốt đẹp hơn mỗi khi chúng ta đi qua."

Thật tình tôi còn làm mất thêm mấy cái nút tương tự nữa thì tôi mới thật sự đặt câu hỏi về ý nghĩa cuộc sống, rằng tâm hồn tôi đang khao khát điều gì.

Thời điểm này cuối cùng cũng đến với tôi trong một giai đoạn mà tôi gọi là cách mạng cá nhân. Cách mạng đôi khi khởi đầu tại một nơi không ai ngờ, với những người anh hùng không trông đợi. Bạn có thể tưởng tượng được rằng một ông già Ấn Độ nhỏ bé nói giọng rất khó nghe lại có khả năng thách đố tôi về ý nghĩa cuộc sống và làm thế nào tôi sẽ đạt được chúng. Bạn có thể tưởng tượng là khi tôi không làm gì cả và câm lặng suốt 10 ngày, thay vì làm mọi thứ cùng lúc, tôi đã làm thay đổi cuộc đời mình?

Tia lửa cách mạng đầu tiên xảy ra cho tôi tại Thụy Sĩ, khi tôi đang tham dự Diễn đàn Kinh tế Thế giới, tham gia một buổi nói chuyện được nhiều người đăng ký có tựa đề đơn giản là "Hạnh phúc." Gian phòng đầy nghẹt những người giàu có và thế lực trên thế giới - dấu hiệu rõ ràng cho thấy ngoài kia còn nhiều người cũng đã từng trải qua cảm giác bị mất chiếc nút như tôi.

Chúng tôi tụ tập lại để nghe bài diễn thuyết của một người đàn ông thấp người, mập mạp, nhưng thể hiện sự hạnh phúc thật sự tên là S.N. Goenka. Ông kể về quá trình tìm thấy sức khỏe và hạnh phúc bằng phương pháp thiền theo kiểu truyền thống Vipassana.

Goenka chậm chạp tiến về bục phát biểu và từ đó thu hút sự chú ý của khán giả trong suốt một giờ. Theo từng lời nói của ông, chúng tôi bị cuốn vào một thế giới khác, bị buộc phải đối mặt với cảm giác thiếu thốn, căng thẳng, mất cân bằng vốn vẫn quen thuộc trong đời sống thành công của mình.

Không một lời nào nhắc đến kinh doanh. Ông không nhắc đến bảng cân đối kế toán hay những mối liên hệ quyền lực. Hạnh phúc, theo lời ông, không liên quan đến số tiền chúng ta kiếm được hay cách chúng ta kiếm tiền.

Trên thế giới này chỉ có một nơi để tìm sự bình yên, sự hòa hợp thật sự. Đó chính là bên trong tâm hồn ta, Goenka nói. Rất nhiều người trong số chúng ta đã hiểu rõ thế giới kinh doanh, nhưng đúng là chúng ta chưa hiểu rõ tâm hồn và trí óc của mình.

Ông nói tiếp rằng có một cách để đặt những câu hỏi cần thiết và trở thành người chủ của trí óc mình. Vipassana, ông nói, là một phương pháp thiền giúp chúng ta "nhận biết sự vật theo đúng bản chất của nó." Đây là một phương pháp tìm bình yên tâm hồn, đánh đuổi sợ hãi ra khỏi trái tim, giúp chúng ta thêm can đảm để mình thật sự là mình. Goenka mô tả khóa học kéo dài 10 ngày, trong đó người học phải ngồi hàng giờ trong im lặng, không nhìn, không viết, không giao tiếp với bất cứ ai ngoại trừ người hướng dẫn vào cuối ngày.

Tất cả đều tùy thuộc vào bản thân. Chúng ta phải tìm từ bên trong tâm hồn mình làm cách nào để sống cuộc đời ý nghĩa và hạnh phúc. Chúng ta cần phải đặt những câu hỏi cần thiết và dành thời gian để tìm kiếm và lắng nghe.

Mặc dù tôi không biết trong số khán giả hôm đó có bao nhiêu người thật sự muốn học Vipassana, nhưng tôi biết Goenka đã chạm đến tận đáy lòng chúng tôi. Ông làm cho chúng tôi cảm thấy, ít nhất là ngay lúc đó, rằng chúng tôi có khả năng điều khiển cuộc đời mình, rằng cuộc đời mang một ý nghĩa nhất định, rằng cuộc đời này rất quan trọng, rằng cuộc đời chúng tôi có thể làm thay đổi thế giới, rằng chúng tôi có thể học cách hạnh phúc nếu chúng tôi biết dành thời gian lắng nghe tiếng nói tâm hồn mình.

Tôi cảm thấy rất kích động và lâng lâng, nhưng tôi không chắc mình có bao giờ tham gia học Vipassana. Mười ngày liền không điện thoại, không ăn trưa với mọi người, không nói chuyện... mười ngày! Không bao giờ. Tôi không đào đâu ra thời gian.

Rồi bỗng dưng tôi có nhiều thời gian đến mức không biết làm gì. Sau khi tôi rời Starwood, thêm mấy chiếc nút áo đã rơi mất và tôi cần được sáng tỏ - và hạnh phúc.

Cho đến tận lúc đó, tôi cứ nghĩ mình không có thời gian, không đủ can đảm để dành 10 ngày tự soi xét mình. Nhưng sau cùng tôi cũng tham gia khóa học Vipassana, và học được cách lần đầu tiên trong đời giảm tốc độ lại và thật sự lắng nghe. Trong quá trình học, tôi đã loại bỏ được nhiều, mặc dù chưa phải là toàn bộ - những suy nghĩ rằng tôi phải, hay nên, làm cái này cái kia.

Nếu bạn quyết tâm đi tìm niềm đam mê của mình, ngọn lửa xanh đam mê, bạn sẽ được đền đáp xứng đáng. Câu trả lời mà tôi tìm thấy sau những giờ thiền định đã giúp tôi đánh giá lại ước muốn theo đuổi danh vọng, tiền bạc và chuyển sang một yếu tố khác mà tôi biết rằng quan trọng hơn nhiều: mối quan hệ.

Vipassana dĩ nhiên không phải là phương pháp duy nhất để làm sáng tỏ cuộc đời bạn, nhưng chúng ta ít khi dành thời gian và không gian cần thiết để hiểu rõ hơn con người mình và những ước muốn của cuộc đời mình. Tại sao tôi – và nhiều người khác cũng thông minh tài giỏi không kém cạnh gì – lại để cuộc đời mình đi vào bế tắc như thế? Đó là vì chúng ta quên đặt ra cho mình những câu hỏi quan trọng: Nguồn đam mê của bạn là gì? Những điều gì làm bạn hạnh phúc thật sự? Bạn có thể làm gì để tạo sự khác biệt?

Khi tôi kết thúc khóa thiền và quay về với đời sống thường nhật, tôi thấy mình giống một cậu bé lạc vào cửa hàng bánh kẹo. Tôi có rất nhiều người mà tôi muốn gặp! Có rất nhiều người tôi muốn giúp đỡ! Theo đuổi thành công có thể là một quá trình thú vị, đầy hân hoan, nếu bạn biết mục đích ý nghĩa của nó.

Chúng ta được dạy rằng cuộc đời là quá trình chinh chiến, là một hành trình kết thúc bằng tình yêu, ý nghĩa, và một tài khoản kha khá giúp ta sống sung túc những năm cuối đời. Thực tế, cuộc đời không có kết thúc, không có điểm cuối, cuộc chinh chiến không lúc nào dừng lại. Không có một chức danh nào, hay một chiếc áo Brooks Brothers nào, hay số tiền nào có thể được gọi là đích đến. Cũng vì vậy mà nhiều khi bạn đạt được mục đích nhưng bạn lại buồn còn hơn thất bại.

Một cuộc đời nhiều nối kết giúp bạn có cái nhìn khác. Cuộc sống không phải là một cuộc chinh chiến mà là một cái chăn ghép mảnh thật to. Chúng ta tìm thấy ý nghĩa, thấy tình yêu, sự thịnh vượng khi chúng ta chung tay thắt chặt những nỗ lực táo bạo của mình để giúp mọi người tìm thấy con đường cho cuộc đời họ. Mối quan hệ chúng ta thiết lập giống như một hình mẫu phức tạp và liên tục.

Trong bộ phim *How to Make an American Quilt* có một câu nói rất dễ thương có thể tóm gọn triết lý này: "Những người trẻ yêu nhau tìm sự hoàn hảo. Những người già yêu nhau khâu chỉ cùng nhau và thấy nét đẹp trong những mẫu hình họ ghép nên."

Bạn sẽ để lại gì với chiếc chăn ghép mảnh của mình? Người ta sẽ nhớ gì về bạn? Những câu hỏi này có thể được xem là thước đo dành cho những ai muốn tạo sự khác biệt, sống không chỉ là sống. Chẳng có gì sai trái nếu bạn muốn là người giỏi nhất trên thế giới, miễn là bạn phải nhớ rằng bạn cũng cần đóng góp nhiều nhất cho thế giới.

Nên nhớ rằng tình yêu, kiến thức, sự hỗ trợ không phải là những tài khoản ngân hàng sẽ teo tóp lại nếu bạn sử dụng quá mức. Sáng tạo mang đến sáng tạo, tiền bạc đem lại tiền bạc, kiến thức tích góp kiến thức, và bạn bè giới thiệu bạn bè. Và quan trọng hơn, cho là đền đáp. Quy luật tự nhiên về sự nhân rộng chưa bao giờ thể hiện rõ ràng hơn lúc này trong thời đại nối kết, khi thế giới vận hành càng ngày càng tuân thủ các nguyên tắc mạng lưới.

Vị trí xã hội hiện nay của bạn, kiến thức hiện nay của bạn, tất cả đều là kết quả của những ý tưởng, những kinh nghiệm, những con người bạn đã tiếp xúc trong cuộc đời, có thể trực tiếp, có thể thông qua sách vở, âm nhạc, email, hay có thể từ các nền văn hóa khác. Bạn không thể nào ngồi đây ghi sổ khi mọi thứ được nhân rộng với một tốc độ chóng mặt. Bạn hãy quyết định rằng từ ngày hôm nay trở đi bạn sẽ thực hiện những nối kết để tích góp kiến thức, kinh nghiệm, mối quan hệ giúp bạn tiến gần hơn đến mục đích của mình.

Nhưng trước hết hãy thành thật với bản thân. Bạn sẽ dành bao nhiêu thời gian để làm quen và cho đi trước khi nhận lại? Bạn có bao nhiêu người đỡ đầu? Bạn đã đỡ đầu được cho bao nhiêu người? Bạn thích làm những gì? Bạn muốn mục đích của đời mình là gì? Bạn muốn mời ai tham gia vào mạng lưới của mình?

Theo kinh nghiệm bản thân, tôi có thể nói rằng câu trả lời sẽ làm bạn rất ngạc nhiên đấy. Những điểm quan trọng có thể không dính dáng gì đến công việc, công ty, hay một công nghệ mới nào cả. Điểm quan trọng chính là con người. Tất cả hoàn toàn tùy thuộc chúng ta, cùng chung sức với những người chúng ta yêu quý, để xây dựng một thế giới đúng như ý mình. Nhà nhân loại học Margaret Mead đã từng phát biểu: "Đừng nghi ngờ khả năng thay đổi thế giới của một nhóm người có suy nghĩ, có quyết tâm. Thực tế, họ là người duy nhất có thể thay đổi thế giới." Tôi hy vọng bạn đã có đủ những công cụ để biến điều này thành hiện thực. Nhưng bạn không thể làm một mình được. Chúng ta đang sống chung trên một thế giới. Hãy để mạng lưới của bạn đóng góp phần của họ.

Đừng bao giờ
đi ăn một mình

Và những bí mật dẫn đến thành công,
thông qua xây dựng mối quan hệ

KEITH FERRAZZI

và TAHL RAZ

Trần Thị Ngân Tuyến, dịch

Chịu trách nhiệm xuất bản:
Giám đốc - Tổng biên tập NGUYỄN MINH NHỰT
Biên tập: NGUYỄN THÀNH NAM
Bìa: BÙI NAM
Sửa bản in: THANH BÌNH
Kỹ thuật vi tính: VŨ PHƯỢNG

NHÀ XUẤT BẢN TRẺ
Địa chỉ: 161B Lý Chính Thắng, Phường 7,
Quận 3, Thành phố Hồ Chí Minh
Điện thoại: (08) 39316289 - 39316211 - 39317849 - 38465596
Fax: (08) 38437450
E-mail: hopthubandoc@nxbtre.com.vn
Website: www.nxbtre.com.vn

CHI NHÁNH NHÀ XUẤT BẢN TRẺ TẠI HÀ NỘI
Địa chỉ: Số 21, dãy A11, khu Đầm Trấu, Phường Bạch Đằng,
Quận Hai Bà Trưng, Thành phố Hà Nội
Điện thoại: (04) 37734544
Fax: (04) 35123395
E-mail: chinhanh@nxbtre.com.vn

CÔNG TY TNHH SÁCH ĐIỆN TỬ TRẺ (YBOOK)
161B Lý Chính Thắng, P.7, Q.3, Tp. HCM
ĐT: 08 35261001 – Fax: 08 38437450
Email: info@ybook.vn
Website: www.ybook.vn

Khổ: 14,5 cm x 20,5 cm, số: 464-2015/CXBIPH/387-40/Tre
Quyết định xuất bản số 637A/QĐ-Tre, ngày 10 tháng 8 năm 2015
In 5.000 cuốn, tại Xí nghiệp In Nguyễn Minh Hoàng
Địa chỉ: 510 Trường Chinh, phường 13, quận Tân Bình
In xong và nộp lưu chiểu quý III năm 2015